NHẤT THỐNG SƠN HÀ
1

Trường thiên tiểu thuyết lịch sử

TÂY SƠN TAM KIỆT

Phần 2

NHẤT THỐNG SƠN HÀ

Cổ kim bách thắng Long Nhương Tướng
Nhất thống sơn hà Bắc Bình Vương

The VTbrothers Production

Kính dâng:
Hồn thiêng sông núi Việt Nam
Anh linh những nam hùng – nữ liệt của Việt tộc
Hương hồn song thân phụ mẫu

Viết cho:
Hai con Quốc Khanh và Bảo Trân
Các thế hệ trẻ Việt Nam hôm nay và mai sau.
Vũ Thanh

Tập 1

ÁO VẢI CỜ ĐÀO

Khởi viết mồng Một Tết Giáp Ngọ
Nhằm ngày 31-1-2014
Florida Hoa Kỳ

Vũ Thanh

LỜI GIỚI THIỆU

Sau khi hoàn tất xuất sắc công việc biên soạn, xuất bản và ra mắt phần một **Én Liệng Truông Mây** của bộ trường thiên tiểu thuyết lịch sử **Tây Sơn Tam Kiệt**, nhà văn Vũ Thanh đã miệt mài gần hai năm dài để hoàn thành tiếp phần hai **Nhất Thống Sơn Hà** mà quý độc giả đang có trong tay. Đây là tác phẩm đồ sộ đã được tác giả nghiên cứu thật tỉ mỉ, sâu rộng và diễn dịch qua hàng ngàn tài liệu lịch sử từ Việt Nam, Tây Phương và Trung Quốc để sáng tác nên bộ tiểu thuyết lịch sử này. Một tiểu thuyết lịch sử mà phần lớn những sự kiện dựa vào chính sử, được tác giả khéo léo hư cấu thêm những tình tiết để câu chuyện thêm phần hấp dẫn và lý giải những khúc mắc trong chính sử đã không làm rõ.

Tiếp nối tinh thần cách mạng của Chàng Lía và điều kiện thuận lợi của xã hội Đại Việt sau khởi nghĩa Truông Mây vào cuối thập niên 60's của thế kỷ thứ 18, đã được mô tả trong phần một ÉN LIỆNG TRUÔNG MÂY, ba anh em họ Nguyễn ở đất Tây Sơn đã tập họp nhân tài, hào kiệt, đứng lên chống lại chính quyền Phú Xuân và chiếm được thành Quy Nhơn năm 1771, từ đó dần dần dẹp tan hai thế lực chúa Nguyễn Đàng Trong và chúa Trịnh Đàng Ngoài. Sau hơn 30 năm dựng nghiệp, nhà Tây Sơn đã thống nhất được đất nước sau khi đánh tan quân Xiêm La ở miền Nam, dẹp tan quân Thanh xâm lược từ miền Bắc, và phát triển đất nước trên mọi mặt. Chính sử, dù một số sử kiện đã bị nhà Nguyễn Gia Long sau này bóp méo, làm sai lệch, nhưng cũng không thể phủ nhận được những thành quả vĩ đại của Nhà Tây Sơn đã để lại cho hậu thế. Ngoài tài cầm quân bách chiến bách thắng của người anh hùng áo vải Quang Trung - Nguyễn Huệ đã được thế giới ca tụng là một thiên tài quân sự vĩ đại vào bậc nhất của nhân loại, vua Quang Trung còn là một nhà ngoại giao khôn khéo, một lãnh tụ có tầm nhìn xa trong việc cải cách và phát triển đất nước. Thêm vào đó, dưới ngòi bút tài tình của nhà văn Vũ Thanh, ngoài thiên tài quân sự, Quang Trung Hoàng Đế còn được mô tả như là một nhà văn hóa lớn, người có tư tưởng cao thâm, với một tinh thần dân tộc tiến bộ; một nhà lãnh đạo rất am tường về tâm lý quần chúng, biết trong dụng nhân tài cho đất nước, biết động viên để đoàn kết dân tộc thành một khối hầu tiến hành những công cuộc cải cách sâu rộng và giữ vững cõi bờ. Qua câu chuyện nhiều lần ra Bắc để mời cho được La Sơn Phu Tử ra giúp nước, Quang Trung đã chứng tỏ cho sĩ phu Bắc Hà thấy chủ trương cầu hiền của mình là quốc sách và là chiến lược hàng đầu để thu phục nhân tâm của cả hai miền sau hơn 200 năm đất nước bị chia đôi. Đối với Quang Trung, thống nhất đất nước không chỉ là thống nhất lãnh thổ mà cái chính là phải thu phục và đoàn kết được lòng mọi người dân. Có được một đại khối dân tộc thống nhất sau lưng, ông đã đứng thẳng người thách thức các nước lân bang, từ đó tạo nên một tinh thần và một hào khí Quang Trung uy nghi, lẫm liệt để lại cho cháu con hậu thế.

Qua câu chuyện dài **Nhất Thống Sơn Hà**, Vũ Thanh đã không nhằm viết lại lịch sử mà dùng tư liệu lịch sử để lý giải những nguyên nhân đưa đến kết quả tốt đẹp trong quá trình mở cõi của dân tộc và những thành quả to lớn trong thời gian cai trị ngắn ngủi của nhà Nguyễn Tây Sơn. Bàng bạc trong gần 1.700 trang sách chia đều cho 4 tập, Vũ Thanh đã cho độc giả thấy rõ quá trình Nam tiến của dân tộc ta diễn ra hoàn toàn bằng con đường văn hóa và sự dung hợp đầy tình người. Tác giả đã nêu rõ tính ưu việt của nền Minh triết Việt có tự ngàn xưa, và với cá tính đặc thù của văn hóa Việt, người Việt đã sống Thuận rồi Hóa để rồi dung hợp với các dân tộc phương Nam. Với cái nhìn sâu thẳm vào tâm hồn Việt, tác giả đã khẳng định rằng: *"Người Việt ta có một đức tính rất đặc biệt, rất quý, có thể gói gọn trong một chữ, đó là chữ Dung. Dung là chứa, là bao dung, là dung hòa, là trung dung. Cái gì mới nhập vào cũng được dung chứa, sự thù hằn do khác biệt mới lạ nào cũng được bao dung, rồi như tính cách của nước, chúng ta hòa tan, dung hợp mọi thứ, sau đó dùng làm của mình. Và cuối cùng là giữ một mức sống trung dung. Cho nên nhìn bề ngoài, xã hội Việt có cuộc sống rất hiền hòa, đa dạng, cả về văn hóa, tinh thần, tín ngưỡng, nhưng tiềm tàng bên trong là một sợi chỉ vàng nối liền những tâm thức của người Việt với nhau. Nhờ thế mà mỗi khi nước biến, ý chí tự cường bộc phát, sợi chỉ vàng kia đã cột chặt các điểm son tâm thức Việt lại thành một khối thống nhất, hùng mạnh, không gì phá vỡ nổi. Do đó mà Nguyễn Trãi đã mạnh dạn nói: "vận nước có lúc cường lúc nhược, nhưng anh hùng thì đời nào cũng có".*

Bằng những suy luận hết sức logic, tác giả đã giải thích rất rõ ràng tại sao đã không có cảnh "nồi da xáo thịt" khốc liệt giữa ba anh em nhà Tây Sơn như sử gia nhà Nguyễn đã viết khi người anh cả Hoàng đế Thái Đức Nguyễn Nhạc tự thoái vị xuống làm Tây Sơn vương, trao quyền cho người em út Nguyễn Huệ được đăng quang Quang

Trung Hoàng đế để có thể hiệu lịnh và đoàn kết dân tộc trong công cuộc đối kháng với quân Thanh xâm lược. Không những thế, ông còn lý giải một cách rõ nét sự hình thành lòng thù hận của Nguyễn Ánh đối với nhà Tây Sơn hầu giải thích một phần lý do vì sao khi lên ngôi vua, Nguyễn Ánh đã trả thù những người Tây Sơn một cách tàn khốc mà đến nay hậu thế mỗi khi nhắc lại vẫn phải chau mày. Qua Nhất Thống Sơn Hà, chúng ta nhận rõ mối tình giữa Ngọc Hân Công Chúa và Nguyễn Huệ không đơn thuần chỉ là việc cưới gả chính trị giữa kẻ thắng và người thua mà là mối nhân duyên ngàn dặm của đôi trai tài gái sắc, của sự tương thông tri kỷ giữa Hào Kiệt và Giai Nhân. Đặc biệt hơn hết, qua tài liệu từ bộ Cao Tông Thực Lục đời nhà Thanh, tác giả đã cho ta thấy câu chuyện về vua Càn Long, dù rất uất hận do thất bại nhục nhã trong việc xua quân xâm lăng Đại Việt, đã phải đổi thù thành bạn và dành cho vua Quang Trung tình cảm như cha con, tổ chức tiếp đón vô cùng long trọng, một phần là nhờ vị Hoàng đế Đại Việt khéo dùng tài ngoại giao, nhưng phần lớn cũng bởi cái anh khí lẫm liệt của vị tướng bách thắng Long Nhương ở nước nhỏ phương Nam đã uy phục con người và nước lớn phương Bắc.

Trong Nhất Thống Sơn Hà, Vũ Thanh đã xây dựng hình tượng và nhân cách của Nguyễn Huệ một cách hết sức khéo léo và thành công. Từ một thanh niên nông dân dù ít học, nhưng với cá tính giản dị, ham học hỏi, sống tận tụy, yêu thương, hòa đồng, dễ gần gũi đã giúp ông từ một tướng lãnh của "đám giặc cỏ" đã trở thành một nhà lãnh đạo đại tài trong giai đoạn đất nước nhiễu nhương. Bằng sự hình thành nhân cách từ thuở thiếu niên của Nguyễn Huệ cho đến khi trở thành Hoàng đế Quang Trung, Vũ

Thanh đã nêu bật hết sức rõ nét "tinh thần Quang Trung", một tinh thần bất khuất, tự cường, không hề khiếp sợ trước bất kỳ thế lực thù địch nào, dù kẻ thù đó có mạnh đến đâu đi chăng nữa. Đặc biệt hơn hết là tinh thần bài trừ Hán học, cái học "hủ nho" đã đẩy dân tộc ta vào vòng lệ thuộc người Hán gần hai ngàn năm. Ông đã mạnh dạn dùng chữ Nôm để làm quốc ngữ thay chữ Hán. Khi phát hiện ra sự xuất hiện của chữ La tinh, ông đã nhìn thấy ngay lợi ích to lớn của nó trong việc tạo cho dân Việt một chữ viết riêng, tách khỏi hẳn ảnh hưởng của người Hán, con người sáng suốt này đã nhiệt liệt hưởng ứng và khuyến khích việc phát triển loại chữ viết mới này. Tên gọi dòng sông La Tinh ở huyện Phù Mỹ, tỉnh Bình Định, là một minh chứng nơi phát tích chữ viết Quốc ngữ La tinh của chúng ta ngày nay. Nó còn là dấu ấn thực tiễn ghi nhận tầm nhìn sáng suốt, sâu rộng của vị vua Quang Trung vĩ đại của chúng ta đã để lại một di sản to lớn cho dân tộc.

Tiếc thay, với định mệnh trớ trêu của dân tộc, với thù trong giặc ngoài, với những hoài bảo to lớn dành cho đất nước, với khối công việc đồ sộ đè nặng trong tim óc, nhà vua đã vắn số. Vua Quang Trung băng hà, công cuộc kiến thiết đất nước bỏ dở dang, nhà Tây Sơn sụp đổ, đưa nước Việt đến bao thăng trầm, tủi nhục, đau thương cho đến tận hôm nay. Nhiều nhà viết sử đã khẳng định chỉ cần Vua Quang Trung sống thêm 10 năm nữa thì Việt Nam đã có một Minh Trị Thiên Hoàng, đi trước Nhật Bản rất xa trong công cuộc chấn hưng đất nước.

Đoạn Kết! Vũ Thanh tâm sự, ông đã viết bằng nước mắt. Và nỗi đau xé lòng của tác giả trải trên trang sách đã khiến cho chúng ta nhỏ lệ cùng với ông khi đọc đến đoạn nói về cái chết của vua Quang Trung: *"Lời than vãn ai oán trong khúc bi ca Ai Tư Vãn không chỉ là tiếng nức nở của riêng Bắc Cung hoàng hậu Ngọc Hân khóc chồng, nó chính là tiếng nấc bi thương của toàn thể nhân dân Đại Việt trước sự ra đi đột ngột của vua Quang Trung, sự ra đi đã cắt đứt sợi dây neo con thuyền định mệnh của dân tộc vừa mới được nhà vua dùng nó để cột chặt toàn dân vào dải non sông mới được thống nhất. Người ra đi. Dây neo đứt. Giấc mộng "Nhất Thống Sơn Hà" vừa mới được thực hiện đã vỡ tan. Con thuyền định mệnh của dân tộc lại tiếp tục lênh đênh theo vận nước nổi trôi. Toàn dân Đại Việt, những người anh em trong cùng bào thai Mẹ Âu Cơ một lần nữa lại cảm thấy bấp bênh và lo sợ. Họ cùng nhau cất tiếng gọi Bố Lạc Long Quân trở về, như những người dân Âu Lạc tự thuở xa xưa vẫn thường gọi Bố mỗi khi có nạn lớn:*

- Bố ơi. Bố ở đâu, hãy mau về cứu chúng con".

Lịch sử hơn 200 năm trước, nay đã lập lại, vì áp lực của nước lớn từ phương Bắc ngày nay một lần nữa lại đè nặng trên vai dân tộc. Nhất Thống Sơn Hà ra đời giúp người dân Việt đọc lại lịch sử thời Tây Sơn để phục dựng lại hào khí Quang Trung, để ngẩng cao đầu hãnh diện, để không bị khiếp nhược, không chịu nhục và dũng cảm đứng lên sẵn sàng chống lại ngoại xâm, giữ vững cõi bờ tổ quốc. Cha ông ta đã làm được, hậu thế chúng ta cũng sẽ làm được. Lịch sử nước Việt cũng có lắm kẻ bán nước như Lê Chiêu Thống nhưng cũng không thiếu những anh hùng như Quang Trung. Chiều dài 4.000 năm của lịch sử đất nước ta là bài học, là tấm gương soi cho hậu thế, bởi vậy người Việt phải thuộc sử Việt.

Câu chuyện dài trong **Nhất Thống Sơn Hà** mà tác giả Vũ Thanh đã cống hiến chúng ta cũng chỉ dành nhắc lại một thời đại vàng son trong hơn 4.000 năm dựng nước và giữ nước của dân Việt.

Nhất Thống Sơn Hà mang một thông điệp rất rõ ràng: *"Trách nhiệm giữ nước là của toàn dân, nhưng trách nhiệm đoàn kết được toàn dân là của giới lãnh đạo. Khi người dân một nước đồng thuận một lòng thì lo gì việc giữ yên cõi bờ và phát triển đất nước".*

Xin trân trọng giới thiệu cùng quý độc giả bộ truyện thứ hai của trường thiên TÂY SƠN TAM KIỆT tức NHẤT THỐNG SƠN HÀ, một bộ trường thiên tiểu thuyết lịch sử quý giá, hiếm hoi của dân tộc. Bộ truyện này sẽ mang lại cho quý độc giả nhiều cảm xúc đa chiều và sâu sắc, đặc biệt là trong bối cảnh đương đại của đất nước.

Horsham - Pennsylvania.

Ngày giỗ thứ 223 của vua Quang Trung:
29-7-Nhâm Tí (1792) - 29-7- Ất Mùi (11-9-2015).

Nguyên Lương

LỜI THƯA

Tây Sơn là dãy núi phía Tây tỉnh Bình Định, nay thuộc huyện Tây Sơn, tỉnh Bình Định (Tây Sơn hạ đạo) và huyện An Khê, tỉnh Gia Lai (Tây Sơn thượng đạo).

Tây Sơn là vùng đất được người xưa tôn xưng là chốn địa linh. Địa linh sinh nhân kiệt, đất Tây Sơn đã sản sinh ba anh em Nguyễn Nhạc, Nguyễn Lữ và Nguyễn Huệ, ba con người đã dựng nên mốc son chói lọi cho lịch sử nước nhà từ một đất nước hoang tàn, đầy nhũng nhiễu và được tôn xưng là Tây Sơn Tam Kiệt. Trường thiên tiểu thuyết lịch sử TÂY SƠN TAM KIỆT phục dựng giai đoạn đầy bi tráng này.

TÂY SƠN TAM KIỆT gồm ba phần:

- *Én Liệng Truông Mây (1738-1770)* nói về cuộc đời hào hùng của Hiệp sĩ Việt tiêu biểu: Chàng Lía và bức tranh xã hội cuối thời chúa Nguyễn Đàng Trong. Xuất bản năm 2014.

- *Nhất Thống Sơn Hà (1770-1792)* vẽ lại toàn cảnh cuộc khởi nghĩa Tây Sơn, quá trình đánh đổ hai triều đại phong kiến: chúa Nguyễn Đàng Trong và chúa Trịnh Đàng Ngoài, thống nhất sơn hà sau hơn hai trăm năm chia cắt.

- *Gia Định Tam Hùng (1787-1802)* tái dựng sự rạn nứt giữa ba anh em Tây Sơn, cái chết đột ngột của vua Quang Trung và sự phục quốc của Nguyễn Ánh khi từ Vọng Các trở về, với sự phò tá của ba nhân vật kiệt xuất đất Gia Định.

Khoảng thời gian hai mươi hai năm trong NHẤT THỐNG SƠN HÀ tuy rất ngắn ngủi trong dòng lịch sử, nhưng lại là một giai đoạn lịch sử oai hùng và sáng chói nhất của dân tộc, khoảng thời gian đã đưa tên tuổi Đại Việt vang khắp năm châu. Và vị anh hùng Quang Trung - Nguyễn Huệ đã được liệt vào hàng vĩ nhân, một danh tướng bậc nhất của nhân loại, một vị tướng bách chiến bách thắng, chưa một lần chiến bại, người đã đánh tan năm vạn quân Xiêm La và hai mươi vạn quân Thanh bằng những trận đánh chớp nhoáng vô tiền khoáng hậu, người xứng đáng được hậu nhân ca tụng qua hai câu đối:

Cổ kim bách thắng Long Nhương Tướng
Nhất thống sơn hà Bắc Bình Vương

Không may cho dân tộc Việt Nam, những trang sử oai hùng kia đã bị các sử gia triều Nguyễn sau khi thắng cuộc cố tình bóp méo cho sai lệch hoặc xóa bỏ, dẫn đến tình trạng thiếu thống nhất với nhiều tranh cãi cho những thế hệ sau.

Bằng một tấm lòng dành cho quê hương, bằng tất cả cố gắng thu thập tài liệu từ nhiều nguồn đáng tin cậy, chúng tôi dù tài sơ cũng tham vọng vẽ lại bức tranh trung thực nhất về giai đoạn lịch sử mù mờ này, mong mỏi góp phần lưu lại cho những thế hệ mai sau có thêm hiểu biết về một thời kỳ oanh liệt nhất của lịch sử nước nhà.

Xuân Kỷ Dậu - 1789, mùa xuân hùng võ của dân tộc, mùa xuân mà hai mươi vạn quân xâm lược của một đại cường phương Bắc đã phải tan tành dưới sức mạnh đoàn kết của nhân dân Đại Việt. Viết lại chuyện đời xưa để nhắc nhở đời nay tinh thần Quang Trung với câu nói bất hủ trước ba quân của Long Nhương Nguyễn Huệ: *"Sự* thắng bại trong chiến tranh không quyết định bởi quân đội nhiều hay ít, vũ khí tối tân hay sơ sài, mà chính ở sự tinh nhuệ, tinh thần chiến đấu của người chiến sĩ và sự đoàn kết của quân dân chúng ta. Tất cả hãy nhớ lấy lời của tôi và chờ xem thực tế chứng minh".

Florida, lễ Độc Lập Hoa Kỳ - 04 tháng 7, năm 2015

Vũ Thanh

PHI LỘ

..... Đứng trước lăng mộ vị thủy tổ Kinh Dương Vương, vua Quang Trung bảo Phan Huy Ích:

- Khanh hãy nói rõ hơn về vị thủy tổ của chúng ta.

Phan Huy Ích kể:

- Theo truyền thuyết, Đế Minh là cháu ba đời của vua Thần Nông, đi tuần thú phương Nam đến núi Ngũ Lĩnh, đóng tại đó rồi lấy con gái bà Vụ Tiên sau sinh được một người con trai tư chất thông minh đặt tên là Lộc Tục. Đế Minh truyền ngôi cho con trưởng là Đế Nghi làm vua phương Bắc, phong cho Lộc Tục làm vua châu Kinh, châu Dương ở phương Nam lấy hiệu là Kinh Dương Vương, đặt tên nước là Xích Quỷ, chọn đất Kinh Bắc này làm kinh đô truyền mãi đến khi An Dương Vương xây thành Cổ Loa. Đến thời Bắc thuộc, nhà Hán về đây dựng thành Luy Lâu để đặt bộ máy cai trị. Địa bàn nước Xích Quỷ dưới thời Kinh Dương Vương rộng lớn, phía Bắc là miền đồng bằng thuộc lưu vực sông Dương Tử giáp Động Đình Hồ, phía Nam giáp Lâm Ấp, Tây giáp Ba Thục, Đông giáp biển Đông. Kinh Dương Vương lấy con gái Động Đình Quân là Long Nữ, sinh ra Sùng Lãm. Sau này Sùng Lãm kế vị, xưng là Lạc Long Quân. Lạc Long Quân lấy con gái vua Đế Lai, con của Đế Nghi, tên là Âu Cơ. Âu Cơ được sinh ra bên bờ Âu Giang, nơi có hàng ngàn chim Âu sinh sống, vì vậy Đế Lai lấy tên chim Âu đặt cho con gái. Cũng có lẽ vì thế mà có truyền thuyết Mẹ Âu Cơ sinh ra trăm trứng nở trăm con trai tạo thành giống Bách Việt của chúng ta. Theo truyền thuyết thì vua Hùng đầu tiên chính là cháu nội của Kinh Dương

Vương.

Nhà vua nghe kể xong hỏi:

- Vậy biên giới nước ta xưa kia lên đến tận sông Dương Tử?

- Dạ, đúng thế, tâu hoàng thượng. Đến đời Triệu Đà, sau khi chiến thắng vua An Dương Vương đã sáp nhập các bộ lạc Bách Việt lại với nhau lập nên nước Nam Việt và tự xưng Nam Việt Vũ Vương, đóng đô ở Phiên Ngung tức Quảng Châu, thuộc Quảng Đông ngày nay, đứng ngang hàng với nhà Hán. Cương thổ nước Nam Việt thời bấy giờ phía Bắc giáp núi Nam Lĩnh, gồm cả biên giới phía Bắc của Quảng Đông và Quảng Tây, Đông giáp Mân Việt, Phúc Kiến, phía Tây giáp Dạ Lang, Vân Nam và phía Nam đến Hoành Sơn của Lâm Ấp.

Ánh mắt vua Quang Trung chợt lóe lên một tia sáng, ông hỏi:

- Từ sau Triệu Vũ Vương đã có ai dám đánh lại nước Trung Hoa và sánh ngang hàng với họ chưa?

Huy Ích tâu:

- Đời Lý có Lý Thường Kiệt đánh sang đất Tống, đời Trần có Trần Hưng Đạo đánh quân Nguyên rồi Lê Thái Tổ đánh giặc Minh...

Nhà vua ngắt lời:

- Nhưng đã có ai dám đánh sang để chiếm lấy đất của Tàu chưa?

- Muôn tâu, việc này thì chưa ai dám làm.

Đôi mắt vua Quang Trung lại lóe lên tia sáng cương quyết, ông hăng hái nói:

- Vậy để trẫm làm. Chúng ta phải đòi lại hai tỉnh Quảng Đông và Quảng Tây về cho nước Việt.

....

VÀO TRUYỆN

Mùa Đông Mậu Tý - 1768.

Nước Đại Việt, năm Cảnh Hưng thứ hai mươi tám, đời vua Lê Hiển Tông.

Bắc Hà - chúa Tĩnh Đô vương Trịnh Sâm.

Nam Hà - chúa Định vương Nguyễn Phúc Thuần.

Phủ Quy Nhơn.

Sông Côn đang mùa lũ lớn, nhiều nơi nước tràn qua hai bờ cao hàng thước, lênh láng, cuồn cuộn chảy, cuốn phăng mọi thứ trên mặt đất. Dòng sông bây giờ biến thành biển cả, nhìn mút chân trời.

Trên một khu gò cao bên bờ sông, khúc chảy qua làng An Thái, một ông già tuổi độ năm mươi ngoài và một chàng thiếu niên chừng mười sáu đang ngồi dưới gốc cây ngô đồng nhìn dòng nước đục phăng phăng, ào ạt mang mọi thứ về xuôi. Chợt nghe chàng thiếu niên hỏi:

- Nước trông yếu mà lại rất mạnh là vì sao, thưa thầy?

Người già đáp:

- Nước yếu nhưng tính nước động, liên tục không rời nhau, uyển chuyển và vô hình. Động nên có lực. Liên tục không rời nhau nên không bị phá vỡ. Uyển chuyển nên nơi nào cũng đến được, không gì ngăn cản nổi. Vô hình nên có khi nhỏ như hạt sương lại có khi lớn như biển cả. Cho nên nước trông yếu mà rất mạnh.

- Đó có phải là nguyên lý của Miên quyền của chúng ta?

- Đúng vậy.

- Nước mạnh như vậy, sao ngày xưa Sơn Tinh lại thắng được Thủy Tinh, thưa thầy?

- Vì tính của núi tĩnh, thế núi cao, chất núi rắn. Tĩnh thì định, định thì sáng suốt, không loạn động. Cao thì trông xa, trông xa thì hiểu sâu. Rắn thì cứng cáp, cứng cáp thì có thể nâng đỡ muôn loài. Do đó mà núi vô địch.

- Vậy làm người nên là Sơn Tinh hay Thủy Tinh, thưa thầy?

- Trí giả nhạo thủy, nhân giả nhạo sơn. Anh muốn làm người nhân hay người trí?

- Người nhân thì như thế nào, còn người trí thì như thế nào?

- Nhân giả sống vững chải như núi nên rất an nhiên, không lo lắng. Bao dung như đất nên hết lòng vì người khác, không ngưng nghỉ, không ty hiềm. Trí giả mềm mại, uyển chuyển và linh hoạt như nước nên nơi đâu cũng tới, việc gì cũng biết, không gì không vượt qua.

- Có thể dung hợp cả nhân và trí không thầy?

- Có thể. Người đó sẽ là Thánh Nhân.

Đôi mắt của chàng thiếu niên chợt ngời lên, hỏi tiếp:

- Cha con đặt tên con là Huệ vì lúc con chào đời vườn huệ của mẹ con bỗng đồng loạt nở hoa thơm ngát. Dòng sông này tên Côn, chữ Côn có ý nghĩa gì không, thưa thầy?

Người già đáp:

- Trong thiên Tiêu Dao Du - Nam Hoa Kinh, Trang Tử có nhắc đến một loại cá Côn to lớn ở biển Bắc. Cá Côn hóa ra chim Bằng cũng rất to lớn. Chim Bằng khi bay thì ở tận chín tầng mây cao. Tiền nhân chúng ta khi đặt tên cho con sông đã có ý mong mỏi con cháu sống trong lưu vực của sông có đại chí như cá Côn, chim Bằng vậy.

Đôi mắt của chàng thiếu niên tên Huệ một lần nữa lại ngời lên. Đó là biểu hiện trở thành thói quen của chàng ta mỗi khi tâm lĩnh một điều gì. Người già thấy ánh mắt đó nở nụ cười mãn nguyện. Ông đưa mắt nhìn dòng lũ trên Côn Giang, giọng trịnh trọng:

- Thầy tôi lúc cuối đời có để lại cho tôi một lời căn dặn và một câu sấm ngôn, tôi muốn ủy thác lại cho anh.

Người trẻ vội hỏi:

- Sư tổ con là ai, thưa thầy?

- Một vị Phong Trần Nho Hiệp vô danh, nhưng cả một đời bôn ba chỉ vì sự hưng vong của quốc gia, dân tộc.

- Con xin nhận.

- Lời dặn này là ý nguyện và tâm huyết suốt một đời của người, đó là: *"Giang san thống nhất, đối kháng Trung Hoa"*.

- Còn câu sấm ngôn?

- *"Tây khởi nghĩa, Bắc thu công"*. Ba anh em các anh sinh trưởng bên bờ Côn Giang, lại là người Tây Sơn, hãy gắng lên để trở thành những cánh chim Bằng.

Cuộc đối thoại đã đem đến cho chàng thiếu niên tên Huệ những ánh mắt sáng ngời và một ước vọng mãnh liệt như dòng lũ sông Côn và là nguyên nhân khiến cho dòng chảy lịch sử Đại Việt rẽ sang một hướng mới hết sức to lớn, huy hoàng và kỳ thú....

HỒI THỨ NHẤT

Vực Trầm Hương - Nguyễn Nhạc thu thần kiếm
Hang Tối Trời - Nguyễn Huệ được binh thư

Rừng thu hiu hắt, gió thu dìu dặt.

Chiều Tây Nguyên trầm tịch, tiếng tu hú vang trong bóng lá, tiếng vượn hú thê lương bên kia gành đá khiến cảnh rừng chiều càng tăng thêm vẻ cô quạnh, tẻ buồn.

Nắng thu chiếu xuyên qua tàng cây trầm hương to lớn trên một đỉnh cao của hòn Cong, tạo thành những tia sáng rọi xuống mặt nước tĩnh lặng như mặt hồ trên dòng sông Ba, ánh lên những tia vàng vọt khiến đám lá vàng trên rừng cây quanh hồ càng thêm héo hắt. Dòng sông Ba cuồn cuộn nước mưa mùa từ thượng nguồn đổ xuống đến chân hòn Cong, nơi có cây trầm hương cổ thụ tỏa hương thơm ngát bốn mùa, bỗng nằm yên lặng tựa mặt hồ ở nơi đây như Già làng Bahnar phủ phục dưới chân Thần Hỏa, tạo thành một vực sâu thăm thẳm, sắc nước lặc lìa. Tương truyền nơi đây, hơn hai mươi năm trước đã có một người hiệp sĩ bị truy sát đến cùng đường, ôm thanh đao bén trầm mình dưới đáy vực sâu này.

Trong cái hiu hắt, cô tịch của rừng chiều, với hương trầm thơm ngát, trên vực nước sông Ba bỗng vang lên tiếng ngâm trong trẻo nhưng âm hưởng buồn đến nao lòng của một cô gái. Giọng ngâm cùng lời thơ chuyên chở một tiết điệu thật bi thương, u uất:

Tìm nhau, sông cạn đá mòn

Biển sâu núi thẳm vẫn còn tìm nhau

Người đi ai biết về đâu

Giọt tương tư rót từng câu thở dài.

Trên một nhánh cây cổ thụ vươn ra thật xa đến giữa vực nước, một cô gái trẻ đang ngồi lặng lẽ, xuất thần, nhìn mặt nước hồ buông tiếng thở dài khi tiếng ngâm vừa dứt. Cạnh bờ hồ, con Bạch mã nhẫn nha gặm cỏ dại.

Trên con đường đất dẫn đến bờ hồ, một thanh niên bị tiếng ngâm gây chú ý, tay chống thanh kiếm đỏ cũ kỹ, cố lê những bước chân xiêu vẹo vì kiệt sức đến dựa vào gốc cổ thụ. Trên lưng hắn ta một mũi tên còn ghim chặt, vạt lưng áo đỏ thẫm bởi vết máu đã khô cứng. Hắn tựa người vào gốc cổ thụ, nặng nhọc cất tiếng:

- H'Linh!! Thì ra cô ở đây à?

Cô gái đang ngồi trên nhánh cây nghe tiếng nói giật mình quay lại:

- A! Anh A Nun. Sao anh lại đến đây? Anh bị thương à? Bản làng có việc gì sao?

A Nun đáp:

- Bản làng của cô không còn nữa, nó đã bị quân triều đình tàn phá nát bét cả rồi.

H'Linh nghe nói hoảng hốt hỏi nhanh:

- Trời ơi! Thật vậy ư? Anh nói thật chứ anh A Nun?!! Còn cha mẹ của H'Linh, họ thế nào?

A Nun mệt mỏi đáp:

- Tôi dối cô làm gì? Cha mẹ cô và lính bản, tất cả đều bị chúng giết.

H'Linh biết A Nun đã nói thật, vì lúc nàng nghe tin Truông Mây bị tiêu diệt vội bỏ bản đi tìm Trần Lâm cũng là lúc bản đang chuẩn bị chiến tranh với quân triều đình. Nàng ôm mặt nức nở:

- Cha mẹ ơi, con gái thật có lỗi với cha mẹ.

Giọng A Nun trở nên hằn học:

- Cô một lòng bỏ bản, bỏ mẹ cha mình để đi tìm tên khốn kiếp Trần Lâm bao lâu nay, còn khóc nỗi gì?

H'Linh sụt sùi:

- Ta biết ta có lỗi với cha mẹ nhưng…

- Nhưng vì ngươi quá mê tên khốn đó nên bỏ mặc tất cả chứ gì? Hắn bị thiêu rụi cùng cái Truông Mây quỷ quái đó rồi, đúng không?

H'Linh nói nhỏ, giọng nghẹn ngào như cố an ủi mình:

- Ta không tin anh ấy đã chết…

A Nun thở phì một cái, hậm hực vung thanh kiếm đỏ trong tay chặt nhẹ vào gốc cây:

- Hừ! Ngươi đã đi tìm cả năm nay không thấy, còn chưa đủ chứng minh hắn chết mất xác rồi ư? Ngươi tỉnh mộng đi.

H'Linh nhìn thấy thanh kiếm vội hỏi:

- Thanh kiếm thần của bản sao lại ở trong tay anh vậy?

- Ta đã trộm nó trước khi bản bị tiêu diệt.

H'Linh tròn xoe đôi mắt kinh ngạc:

- Sao anh lại làm vậy. Cha ta không có kiếm thần trong tay làm sao chiến thắng quân triều được?

- Thanh kiếm này là của Vua Hỏa tộc Êđê ta. Ta biết tình thế đã trở nên tuyệt vọng nên muốn đem thanh kiếm này trở về với tộc Êđê của ta ở Kon Tum.

- Lúc trước cha ta có ý nghi ngờ ngươi nhưng ta không tin. Ngươi thật tệ!

A Num đưa tay ôm ngực ho sù sụ một lúc lâu. Giọng hắn yếu ớt nhưng đầy căm phẫn:

- Ta cũng biết cha ngươi đã nghi ngờ ta. Cũng tại ngươi vô tình mới đẩy ta tới nông nổi này. Ta hận ngươi, ta hận cha ngươi, ta hận tên Trần Lâm phá bỉnh kia. Hặc… hặc…

Hắn lại gập người ho liên tục, sau cơn ho hắn thở dốc không ngừng. Máu nơi mũi tên cắm sau lưng lại trào ra. H'Linh nhìn hắn lo lắng hỏi:

- Ngươi bị thương nặng quá. Là binh triều đình bắn ngươi à?

A Nun trừng đôi mắt trắng dã nhìn H'Linh, giận dữ:

- Mũi tên này là của cha ngươi tặng ta đó.

H'Linh cãi:

- Sao lại như vậy được?

- Lúc quân triều đình bao vây tấn công vào bản, ta trộm thanh kiếm bỏ chạy, cha ngươi đã bắn theo trúng lưng ta. Ta cố chết chạy trốn vào rừng, sau khi thấy lính bản đã bị tiêu diệt hết ta mới tìm đường chạy vào đến đây.

H'Linh buồn bã nói:

- Ta phải trở về bản ngay bây giờ. Ngươi bị thương như thế biết làm thế nào đây?

H'Linh là một cô gái có tâm hồn trong sáng không chứa chút hận thù. Cô đã không trách A Nun còn lo lắng cho hắn. Nói xong cô vin cành cây đứng lên định trở vào bờ. A Nun hai mắt đã mệt mỏi đến thất thần, hắn mỉm cười âm độc, đưa tay ra dấu cản lại, thều thào:

- Bản đã bị phá, cha mẹ cô đã chết, cô về đó làm gì. Ta sắp chết, ta muốn cô cùng chết theo ta, nơi suối vàng ta sẽ cưới cô làm vợ. Ha… ha…

Tiếng cười của hắn bị cắt đứt vì tiếng vó ngựa đang từ xa tiến đến gần vực. A Nun giật mình, hắn thu hết tàn lực vung thanh kiếm thần chặt mạnh vào gốc cây. Thanh thần kiếm rất bén, chỉ một cú chém, cả thân cây đã bị tiện lìa rơi ào xuống vực, thân hình của H'Linh bị những nhánh cây phủ trùm rơi theo xuống nước. Nàng la lên thất thanh:

- Á!!

Ùm!

Nước bắn lên tung tóe. Hòa với tiếng rơi của thân cây là một tiếng thét to từ xa vọng đến kèm theo tiếng vó ngựa dừng lại đột ngột:

- Dừng tay!!

Một con ngựa vừa dừng gấp bên bờ vực, một chàng thanh niên phóng nhanh khỏi lưng ngựa chạy đến bên vực nhìn theo thân cây và cô gái vừa bị rơi xuống nước. Cây cổ thụ và cô gái đã chìm dần. Chàng ta quay mặt nhìn A Nun thật nhanh, ánh mắt ngời lên như điện:

- Ngươi thật ác độc, đang tâm hãm hại một cô gái. Nếu

cô gái kia có mệnh hệ nào thì ngươi sẽ biết tay ta.

Rồi lao người phóng xuống vực. Từ xa một con ngựa khác đang phóng tới, người ngồi trên lưng ngựa la lớn:

- Không được nhảy xuống vực đó. Huệ! Không được...

Nhưng đã trễ. Chàng thanh niên tên Huệ đã phóng mình xuống nước, lặn nhanh theo tìm cô gái. Người đàn ông vừa đến phóng nhanh xuống ngựa chạy lại bên bờ vực nhìn theo rồi dậm chân than:

- Chết rồi. Cái vực này là vực chết, đã có biết bao người rơi xuống đây, chưa ai sống sót trở về. Ôi! Nguyễn Huệ, đứa em yêu quý của ta!!!

Ông nóng nảy quay tới quay lui nhưng thật vô kế khả thi. Trong khi đó A Nun như người mất hết tri giác, đôi mắt thất thần nhìn người mới đến, hắn nở nụ cười ma quái và mãn nguyện, miệng lẩm bẩm:

- H'Linh, cô chờ ta với. Ta sẽ theo cô xuống suối vàng. Ta sẽ cưới cô.. làm... vợ...

Vừa nói hắn vừa nâng thanh kiếm lên, dùng hết tàn lực đâm mạnh vào bụng mình. Người đàn ông đến sau không ai khác hơn là Nguyễn Nhạc. Nhạc đang lo lắng nhìn xuống vực nước, chợt thấy người thanh niên đưa kiếm lên tự vận vội la lớn:

- Không nên!

Rồi phóng nhanh đến định cứu anh ta. Nhưng đã trễ. Thanh kiếm đã đâm xuyên ra sau lưng, chàng thanh niên ngã nhào tựa người lên gốc cây vừa mới bị chặt, miệng vẫn còn nở nụ cười. Nguyễn Nhạc vội rút thanh kiếm ra và đặt A Nun nằm xuống đất. Chợt nhớ tới Nguyễn Huệ, sẵn thanh kiếm trong tay, Nguyễn Nhạc vội vã chạy vào đám cây lá rậm rạp bên hồ cắt những dây leo chằng chịt ở đó, bện lại thành một sợi dây dài với ý định lặn xuống cái vực chết để tìm xác cậu em. Vừa hì hục bện dây, ông vừa lẩm bẩm:

- Dẫu thế nào cũng phải thử xuống cái vực chết này một phen. Cầu các đấng thần linh vô thượng giúp cho đứa em của con được tai qua nạn khỏi.

Khi thấy sợi dây đã đủ dài, Nguyễn Nhạc bèn cột một đầu dây vào gốc một cây cổ thụ gần bờ vực, đầu kia cột chặt vào bụng mình, cẩn thận dắt thanh kiếm cũ kỹ vào lưng rồi lao nhanh xuống vực nước. Là người lớn lên bên bờ Côn Giang, Nguyễn Nhạc rất giỏi bơi lội và quen thuộc với thủy tính. Sau khi lao xuống nước, ông lặn xuống sâu cố tìm dấu vết Nguyễn Huệ nhưng chẳng thấy gì ngoài một màu tối đen, thêm vào đó, càng xuống sâu, nước vực càng lạnh buốt và có một lực hút vô hình kéo thân hình ông cuốn nhanh xuống đáy vực cho đến khi sợi dây mút độ dài giữ lại. Nguyễn Nhạc thất kinh hai tay nắm chặt sợi dây cố sức leo lên trở lại. Bấy giờ hai tai của ông bị sức ép của nước làm cho buốt nhói như có ai chọc đũa vào, cả thân người đã run lên vì sức lạnh ghê gớm dưới lòng vực. Vật vã với sức hút của lòng vực cũng như cái lạnh ghê gớm của nước được một lúc lâu, cuối cùng Nguyễn Nhạc cũng đã leo lên được bờ vực. Vừa nhoài người lên mặt đất ông đã ngất đi dưới ánh nắng chiều. Có lẽ nhờ hơi ấm của những tia nắng chiều thu, một lúc sau Nguyễn Nhạc tỉnh lại, cảm giác lạnh buốt vẫn còn làm cho ông run rẩy. Ông mừng thầm vì mình vừa thoát chết, nhưng chợt nghĩ đến Nguyễn Huệ, nỗi lo sợ lại ùa về. Ông ngửa mặt lên trời khấn: "Tình trạng này, chỉ còn cầu mong vào sự cứu giúp của các đấng thần linh em con mới có hy vọng sống sót mà thôi". Nghĩ đến đây, hai dòng lệ chợt lăn dài trên má.

Chợt chú ý đến thanh kiếm đang cấn dưới lưng, ông ngồi dậy và rút thanh kiếm ra quan sát. Thanh kiếm màu đỏ trông rất cũ kỹ, gần cán kiếm có mấy chữ khắc, loại chữ viết của người dân tộc vùng Cao nguyên. Mấy chữ khắc trên thanh kiếm và màu sắc của thanh kiếm chợt làm đôi mắt Nguyễn Nhạc sáng rực lên, ông lẩm bẩm:

- Đây không phải là thanh kiếm thần của Vua Hỏa trong truyền thuyết hay sao?!! Ôi, thật là cơ trời dun rủi. Ôi!! Lạy đấng thần linh vô thượng!!

Ông quỳ xuống, đặt thanh kiếm đỏ trước mặt rồi lạy tạ vị Thần Hỏa. Nguyễn Nhạc giao thiệp buôn bán với các tộc người thiểu số Tây Nguyên lâu năm nên biết rất rõ việc thanh kiếm thần của Vua Hỏa đã tái xuất hiện và đang ở trong tay tộc trưởng bản Đá Vách, không ngờ nay lại lọt vào tay mình. Sự vui mừng trào dâng trong lòng ông đến nôn nao khó tả. Sực nhớ đến Nguyễn Huệ, ông buồn bã khấn:

- Mong thần linh hãy phù trì cho đứa em của con được sống sót, nếu không, dù đại nghiệp có thành cũng không bù đắp được mất mát này.

Nguyễn Nhạc khấn xong đứng lên nhìn xác A Nun, chợt động tâm nghĩ:

- Chàng thanh niên này đòi chết theo cô gái để xuống âm phủ cưới nàng làm vợ, âu thì ta đưa chàng ta đi theo để hoàn thành tâm nguyện cho hắn coi như tạ ơn lưu lại thanh kiếm thần này vậy.

Ông bèn đem xác A Nun thả xuống vực. Thoáng chốc, thấy A Nun đã chìm mất hút, trả lại sự phẳng lặng cho mặt nước. Nguyễn Nhạc thở dài nhìn vực nước lần nữa rồi uể oải lên ngựa trở về trại của mình ở An Khê.

*

Thân hình Nguyễn Huệ vừa chạm mặt nước, chàng vội lặn sâu xuống bên dưới tàng cây, lùng tìm cô gái nọ. Nước trong vực lạnh như băng, bên dưới lại có một lực hút kỳ lạ nên thân hình cô gái chìm rất nhanh. Nguyễn Huệ cố sức phóng người theo, khi chàng ôm được H'Linh thì cả hai đã bị một dòng xoáy cuốn đi rất nhanh xuống đáy vực. Khí lạnh căm căm cộng vào sức ép rất lớn của đáy vực khiến cả hai ngất đi.

Thời gian không biết bao lâu, khi Nguyễn Huệ tỉnh lại thấy mình đang nằm trên một bãi cát cạnh mép nước, thân hình cô gái đang nằm đè bên trên, từ thân thể cô ta tỏa ra một làn hơi ấm kỳ lạ truyền sang người chàng. Huệ rất ngạc nhiên nhưng thoáng chốc chàng đã biết có lẽ nhờ làn thân nhiệt toát ra từ người cô gái truyền sang giải tỏa bớt khí lạnh trong cơ thể giúp chàng tỉnh lại. Cô gái cũng đã tỉnh dậy. Chung quanh bóng tối dày đặc, cô gái biết mình đang nằm trên người của một ai đó nên hoảng hốt lăn xuống và ngồi ngay dậy, giọng run run:

- Ngươi là ai? Ta đang ở đâu đây?

Nói đến đây cô nôn thốc ra cả đống nước. Nguyễn Huệ cũng từ từ ngồi dậy, giống như H'Linh, chàng cũng nôn ra thật nhiều nước. Chợt cô nhìn thấy ánh sáng tỏa ra lờ mờ từ đôi mắt của một người, nàng tưởng ma nên càng sợ hơn, la lớn:

- A! Ma!! Là ma!!!

Giọng Nguyễn Huệ run run vì lạnh:

- Là ta chứ không phải là ma, cô đừng sợ.

H'Linh nghe tiếng nói của người thì đỡ sợ hơn nhưng vẫn chưa tin:

- Ngươi là người ư? Sao đôi mắt ngươi có ánh sáng như ma vậy?

- Đó là điểm đặc biệt của ta. Ui, lạnh quá, cô không sợ lạnh sao? Ta thấy lạnh đến tê cóng cả người.

H'Linh đáp trong bóng tối:

- Ta không sợ lạnh. Trước kia Lâm ca có cho ta uống tinh hỏa của con Độc Hỏa xà, trong người ta có một luồng nhiệt khí lưu thông nên hàn khí bất xâm.

Nguyễn Huệ hai hàm răng đánh cầm cập vào nhau:

- Ra là thế. Cô chờ ta một chút nhé, ta phải vận công trục hàn khí trước đã.

Rồi chàng dịch người vào bờ cát, ngồi theo tư thế kiết già nhắm mắt vận công kích thích chân hỏa trong người, đưa chân hỏa từ huyệt Khí Hải lên Đan Điền rồi luân chuyển ra khắp châu thân. Đây là lối hành công theo Tiên Thiên Vô Cực huyền công của thầy Giáo Hiến truyền lại cho chàng. H'Linh cũng ngồi trước mặt Huệ nhắm mắt dưỡng thần. Khá lâu sau, Nguyễn Huệ mở mắt ra thở phào nói:

- Đỡ rồi. Cô có bị thương tích gì không?

- Không. Ta rớt xuống hồ một lúc thì bị ngươi ôm chặt

cứng, sau đó dòng nước cuốn đi đến khi tai ta nhức quá lại bị ngộp nước đến độ ngất đi không biết gì nữa. Giờ thì ta thấy rất bình thường. Ngươi là ai?

- Ta tên Nguyễn Huệ. Cô là ai? Vì sao tên khốn kia lại chặt cây hại cô?

- Ta tên H'Linh, người bản Đá Vách. Hắn trộm kiếm thần, bị cha ta bắn trọng thương, hắn thù nên muốn hại ta. Đây là nơi nào? Tối quá ta không thấy gì cả ngoài đôi mắt ngươi.

- Ta cũng không biết. Giống như một hang động ngầm vậy. Có lẽ dòng xoáy dưới đáy vực quăng chúng ta vào đây. Cô đi theo ta, chúng ta tìm xem có lối nào ra không.

Chàng đứng lên đưa tay cho H'Linh nắm. Gần dòng nước ngầm chảy còn có chút ánh sáng lờ mờ, đi vào trong một đoạn, cảnh vật tối đen như mực. Cả hai lần mò tiến vào lòng động đá, Nguyễn Huệ nhờ đôi mắt có thần quang đặc biệt nên động càng tối, thần quang càng phát sáng hơn. Được một đoạn, chợt H'Linh vấp phải một vật gì dưới chân, nàng reo lên:

- Chậm đã. Ta vấp phải vật gì như xương người thì phải.

Nàng cầm chặt tay Nguyễn Huệ hơn. Huệ dừng lại mò tìm dưới đất. Chàng mừng rỡ nói:

- Đúng là một bộ xương người.

H'Linh nghe nói là bộ xương người thì sợ hãi níu chặt tay Nguyễn Huệ, giọng hơi run:

- Là bộ xương người à? Ngươi đốt lửa lên đi!

- Đúng vậy. Nhưng chết lâu rồi cô còn sợ gì nữa. Đá

lửa của ta bị ướt hết rồi. Để ta xem có gì khác không.

Chàng mò mẫm tìm và reo lên:

- Có rồi. Đá lửa và… hình như một gói đồ gì đó cạnh bộ xương. Để ta đánh lửa lên thử xem.

Chàng bèn đánh hai viên đá vào nhau, ánh lửa lóe lên. H'Linh mừng rỡ:

- Thử tìm xem có vật gì cháy được không?

- Ta có mang theo một cây đèn sáp bằng nhựa thông đây.

Bèn lấy cây sáp trong người ra rồi đánh lửa lên. Ngọn lửa bùng lên khiến cả hai phải nhắm mắt lại một lúc mới mở ra. Huệ soi cây đèn sáp quanh vùng để tìm cây khô. May mắn cho cả hai, trong lòng động có nhiều cây khô nằm rải rác khắp nơi, có lẽ bị dòng nước trôi dạt vào đây. Họ gom số cây khô lại thành một đống rồi châm lửa. Bây giờ thì hai người có thể nhìn thấy mọi vật trong lòng động. Cả hai đều tròn xoe mắt nhìn đối phương của mình, có lẽ trong thâm tâm mỗi người đều có một ấn tượng rất đẹp về người đối diện. Sau một thoáng bỡ ngỡ, cả hai bật lên cười. H'Linh nói:

- Nhìn ngươi khá lắm. Ngươi bao nhiêu tuổi?

Huệ nói:

- Ngươi cũng vậy. À không, phải nói rất đẹp. Ta mười bảy tuổi.

- Vậy là chúng ta bằng tuổi nhau. Tại sao ngươi cứu ta?

- Ta không biết. Thấy ngươi bị tên khốn kia hãm hại, ta không đắn đo cứ phóng đại theo. Không ngờ cái vực ma quỉ này lạnh đến chết người lại có một lực hút hết sức kỳ lạ.

- Cảm ơn ngươi.

Huệ cầm gói đồ bên cạnh bộ xương soi vào ánh lửa, gói đồ được gói bằng vải chống thấm nước kỹ lưỡng. H'Linh giục:

- Mở thử xem bên trong có gì, chúng ta sẽ biết người nằm đây là ai.

Huệ bèn mở gói vải. Bên trong là hai cuốn sách cũ, một cuốn ghi "Ô Long đao pháp bí lục", cuốn thứ hai đề "Hưng Đạo Vương - Binh Thư Yếu Lược". Chàng mừng rỡ reo lên:

- Thì ra đây là Ô Long đao phổ và cuốn binh thư của Đức Thánh Trần Hưng Đạo. Vậy ra người nằm đây chính là Trần Nguyên Hào. Nhưng nếu vậy thì thanh Ô Long đao ở đâu, chẳng lẽ bị bọn cướp lấy mất à?

H'Linh hỏi:

- Ngươi biết lai lịch người này và hai cuốn sách kia à?

- Ta có nghe thầy ta nói về một thanh đao và hai cuốn sách này. Theo chuyện kể thì bộ hài cốt này chính là hiệp sĩ Trần Nguyên Hào. Hơn hai mươi năm trước ông bị một nhóm người Hoa ở Phúc Kiến dưới quyền tên Lý Văn Quang mưu chiếm Cù lao Phố, tìm đến tàn sát cả Trần gia trang định cướp đoạt thanh đao quý của Đại Việt mình là Ô Long đao, nhưng Nguyên Hào đã chạy thoát. Nghe kể thì khi bị giặc đuổi cùng đường ông ta đã ôm thanh đao nhảy xuống vực này để khỏi bị bọn cướp chiếm đoạt. Nhưng ở đây chỉ thấy người mà không thấy thanh đao.

H'Linh nói:

- Có thể khi rơi xuống vực, thanh đao rơi khỏi tay ông ta trôi đi mất.

Huệ nói:

- Chắc là vậy. Thật đáng tiếc, đó là thanh bảo đao truyền quốc, dòng nước xoáy này biết làm sao tìm được. Nhưng thôi, chúng ta hãy cùng nhau lạy ông ta một lạy để tỏ lòng kính ngưỡng.

Nói xong chàng sụp lạy trước bộ hài cốt bốn lạy. H'Linh không hiểu chuyện nhưng thấy Nguyễn Huệ lạy nên nàng cũng quỳ xuống lạy theo. Lạy xong, Nguyễn Huệ giở cuốn Ô Long bí kiếp ra, bên trong có tóm tắt về lai lịch thanh Ô Long đao và những vị anh hùng đã cơ duyên sử dụng nó, còn lại là những hình ảnh và yếu quyết luyện tập đao pháp. H'Linh nói:

- Chúc mừng ngươi. Ngươi vì tốt bụng muốn cứu ta nên gặp được hai bộ sách quí này.

- Tạ ơn anh linh tổ tiên. Cảm ơn H'Linh đã có ý tốt nhường những vật quý giá này cho tôi. Chúng ta hãy chôn cất bộ hài cốt này cho đàng hoàng. Ông ta xứng đáng là một vị anh hùng của dân tộc.

Chàng đào một huyệt sâu, cẩn thận đem bộ cốt đặt xuống, lấp đất thành một nấm mộ cao, sau đó rinh một tảng đá vôi lớn để trước mộ, dùng ngón tay, vận công khắc lên tảng đá hàng chữ "Mộ của hiệp sĩ Trần Nguyên Hào" bên dưới khắc thêm "Nguyễn Huệ và H'Linh đồng kính lập". Xong, cả hai quỳ lạy trước mộ lần nữa.

H'Linh thấy Nguyễn Huệ dùng ngón tay khắc vào đá thì trợn mắt kinh ngạc hỏi:

- Ngươi dùng võ công gì mà ghê gớm vậy?

Huệ mỉm cười:

- Đó là môn Như Lai chỉ của thầy ta truyền cho.

Hai người ngồi bên đống lửa để sưởi ấm. Trong ánh lửa bập bùng, H'Linh như một nàng tiên nhỏ khiến Nguyễn Huệ không khỏi giật mình. Hình bóng thân yêu của Ngọc Lan chợt hiện lên trong trí, chàng thầm nghĩ: *"H'Linh trông thánh thiện, ngây thơ như một nàng tiên nơi rừng núi, Ngọc Lan của mình lại dịu dàng, chất phát như một đóa lan bên hàng giậu ở mái trường làng".*

H'Linh thấy Nguyễn Huệ nhìn sững mình thì mỉm cười hỏi:

- Ngươi đang nghĩ gì trong đầu mà nhìn ta lâu vậy?

Huệ giật mình nói quanh:

- Ơ... Ta đang nghĩ vì sao cô lại từ Đá Vách đến ngồi trên vực thẳm để cho tên khốn đó hại suýt mất cả mạng như vậy.

Nét mặt H'Linh trở nên buồn rầu:

- Ta nghe tin Truông Mây bị quân triều đình tiêu diệt, lại nghe người ta đồn Lâm ca và Chú Lía còn sống nên bỏ bản đi tìm.

- Lâm ca của cô có phải là Tiểu bạch long Trần Lâm không?

- Đúng vậy. Ngươi cũng biết Lâm ca à?

- Biết. Ta có xem anh ta đoạt chức vô địch Anh hùng đại hội ở Quy Nhơn năm xưa. Ta cũng rất hâm mộ anh ta. Đời này chỉ có Lâm ca của cô và Chú Lía là xứng với hai tiếng "hiệp sĩ". Cô không tìm thấy họ phải không?

- Không. Ta đã đi khắp bốn phương trời nhưng không gặp. Hôm nay ta định trở về bản Đá Vách thì gặp A Nun mới bị nạn rơi xuống đây, cũng may có ngươi.

Huệ nghĩ thầm: *"Không ngờ cô gái trông thánh thiện như tiên thế này lại là một người si tình hết mực".* Chàng đổi cách xưng hô, giọng thân mật:

- Giờ đã thoát nạn rồi, để tôi tìm đường ra khỏi hang tối trời này rồi đưa H'Linh trở về Đá Vách.

- Nghe A Nun nói bản đã bị quân triều đình tiêu diệt, cha mẹ ta đã bị giết, ta thật nóng lòng trở về nơi đó xem tình hình thế nào.

- Tôi nghĩ thế nào cũng có đường ra bên ngoài. Chúng ta phải ra khỏi nơi tối tăm này đã. Đói rồi, thử tìm xem có gì để lót dạ không.

Chàng đứng lên cầm một thanh cây đang cháy soi khắp chung quanh nhưng chẳng có thứ gì. Cả hai lần ra mép nước, ngoài phía xa, tiếng dòng nước lạnh căm đang chảy mạnh, ven bờ, nước quận lại nên chảy chậm hơn. Chợt một con cá chép bị thu hút bởi ánh lửa bên trong, búng lên cao khỏi mặt nước rồi bơi ngược dòng lên trên. H'Linh reo lên:

- Có cá chép đỏ kìa. Nhiều quá!

- Phải chi có thanh kiếm thì hay quá, ta có thể xiên chúng như xiên thịt vậy.

H'Linh rút thanh nhuyễn kiếm quanh người đưa cho Huệ:

- Ta có kiếm đây.

Nguyễn Huệ cầm thanh nhuyễn kiếm không khỏi ngạc

nhiên. Chàng bèn vận công vào tay, thanh nhuyễn kiếm biến ngay thành thanh kiếm cứng rắn. Chàng phóng kiếm lia lịa xuống nước, khi rút thanh kiếm về, trên lưỡi kiếm đã có năm con cá chép lớn, màu đỏ tươi bị ghim trên đó. H'Linh vỗ tay khen:

- Ngươi phóng kiếm thật chính xác. Vậy là khỏi sợ đói rồi.

Huệ cười:

- Tôi bắt gần hết cá trên sông Côn nên rất quen tay. H'Linh không cần khen đâu. Bây giờ H'Linh nướng cá, tôi đi nhặt thêm cây khô để dự trữ. Ăn xong chúng ta thử tìm xem cái động này dẫn tới đâu.

Loại cá chép đỏ sống trong vùng nước ngầm lạnh băng quanh năm có hương vị thật đặc biệt, vừa ngọt vừa thơm. Hai người ăn hết năm con cá lớn mà Nguyễn Huệ vẫn còn thấy đói, chàng lại xách kiếm ra đâm tiếp năm con nữa. Ăn hết mười con cá, Nguyễn Huệ lấy làm lạ vì cảm giác lạnh lúc trước chợt biến mất, trong người như có một luồng nhiệt khí lưu chuyển khắp châu thân tạo ra cảm giác rất sảng khoái, dường như trong thịt của loài cá chép đỏ ở nước lạnh có chứa rất nhiều dương tính giúp cơ thể chống lại hàn khí bên ngoài.

Ăn xong, mỗi người cầm trong tay mấy khúc cây dài, họ châm lửa vào một cây, bắt đầu dò đường ra khỏi hang động. Lòng hang có chỗ mở rộng, có chỗ thu hẹp lại chỉ vừa một người len qua, trên trần, thạch nhũ rũ xuống từng chùm tạo thành những hình thù hết sức kỳ thú. H'Linh không ngớt reo lên thích thú vì những hình tượng thiên nhiên muôn vẻ này. Đến một nơi, lòng hang bắt đầu có khe nước chạy dọc theo vách đá, nước trong khe không sâu lắm, có cả cá bơi lượn trong đó. Họ đi miết không biết bao lâu, những thanh gỗ trong tay nối đuôi nhau tàn đã gần hết vẫn chưa tìm thấy lối ra, H'Linh đâm sợ hỏi:

- Sao đi mãi mà vẫn chưa có lối ra? Hay là hang này dẫn chúng ta xuống âm phủ?

Nói tới đây nàng bỗng rùng mình rồi nắm chặt cánh tay Nguyễn Huệ. Huệ cười:

- Làm gì có âm phủ mà dẫn xuống. H'Linh đừng sợ, tôi tin là chúng ta sắp ra đến cửa hang rồi. Ráng lên chút nữa thôi.

Họ tiếp tục đi tới trước. Thấy H'Linh có vẻ đã mệt, Nguyễn Huệ đề nghị:

- Nơi đây bằng phẳng, H'Linh ngồi nghỉ một lúc cho đỡ mệt đã, tôi tìm thêm một ít cây khô nữa để dự trữ. Cái hang động quỷ quái này không biết bao giờ mới là cuối đường hầm đây.

Rồi soi đuốc tìm nhưng quanh đây không có một vật gì có thể đốt được. Thấy Huệ tay không trở lại, H'Linh nói:

- Chúng ta tiếp tục đi tới trước xem sao, nếu không hết cây đốt thì nguy.

Họ lại tiếp tục đi tới và cố đi nhanh hơn trước. Không biết mất bao lâu, ngọn lửa trên thanh gỗ cuối cùng vừa tàn thì ở phía xa xa đã có chút ánh sáng lờ mờ. H'Linh mừng rỡ reo lên:

- Tới rồi kìa! Phía trước đã có ánh sáng rồi kìa!!

Nguyễn Huệ cũng mừng không kém, chàng thở một hơi dài nhẹ nhõm:

- Vậy là thoát rồi. Đường hầm này dài ghê gớm thật. Để xem cửa ra là nơi nào.

Hai người nắm tay nhau bước thật nhanh. Họ vạch những dây leo chằng chịt, phủ kín cửa hang bước ra bên ngoài. Ánh sáng chói chang khiến cả hai phải nhắm mắt lại một lúc mới mở ra được. Một cảnh núi non hùng vĩ hiện ra trước mặt dưới ánh nắng ban mai. H'Linh reo lên:

- Đẹp qúa, chẳng khác gì Thạch Bích Sơn của H'Linh.

Nguyễn Huệ thấy trước cửa hang có một vách đá phẳng và cao vút, bèn hỏi mượn thanh kiếm của H'Linh, dùng mũi kiếm khắc lên mấy chữ lớn: ***"Mùa thu năm Canh Dần - Nguyễn Quang Bình và H'Linh đã khám phá ra Hang Tối Trời này"***. Tiện tay chàng cắt sạch những dây leo, để lộ ra miệng hang đen ngòm.

H'Linh nhìn dòng chữ khắc trên vách đá, ngạc nhiên hỏi:

- Ngươi không phải tên Huệ sao?

Huệ mỉm cười:

- Quang Bình là tên chữ của tôi. Để tôi xem thử có nhận ra đây là nơi nào không nhé.

Bèn nhún chân nhảy lên một chỗ cao đưa mắt nhìn quanh quan sát. Một lúc sau chàng reo lớn:

- H'Linh ơi. Tôi đã nhận ra được rồi. Đây chính là hòn núi nằm phía Bắc gần chân đèo Vĩnh Viễn[1]. Con đường

---

[1] Đèo Vĩnh Viễn là tên gọi thời bấy giờ. Đến thời thuộc Pháp mới sửa tuyến đi và đổi tên lại là đèo An Khê. Hiện nay ở phía tây đèo có một ấp lấy tên Vĩnh Viễn - Theo Quách Tấn trong Nước Non Bình Định.

này tôi đã đi qua mấy lần. Hay quá! Vậy là nơi đây không xa khu trại của anh tôi mấy. Đi, chúng ta về trại, sau đó tôi sẽ đưa H'Linh về bản Đá Vách.

H'Linh mừng rỡ, nàng cũng nhún chân phóng người lên đứng cạnh Huệ:

- Thật ư? Ôi! Lạy đấng thần linh vô thượng! Thật là may mắn biết bao. Núi rừng ở đây hùng vĩ quá. Trại của anh ngươi ở đâu?

- Trên kia. Lên khỏi đèo là tới rồi. Thân pháp của H'Linh thật cao siêu.

H'Linh quay sang Nguyễn Huệ, giọng đượm chút bùi ngùi:

- Là Lâm ca dạy cho H'Linh đó, cả thanh nhuyễn kiếm cũng do Lâm ca tặng cùng một bài kiếm để H'Linh phòng thân. Vật còn đây mà người thì bặt vô âm tín.

Nàng thở dài buồn bã tiếp:

- Đứng trên đỉnh núi này với ngươi làm H'Linh nhớ đến Tín Nhi. H'Linh và Tín Nhi vẫn thường đứng trên đỉnh cao của Thạch Bích Sơn ngắm cảnh, luyện kiếm và trò chuyện.

Huệ hỏi:

- Tín Nhi nào? Có phải Tiểu Thâu Nhi một kiếm đâm chết Quỷ Kiếm Ma Đao Lương Bát Vạn khi đốt kho lương Long Phượng năm trước không?

- Đúng rồi. Hắn là một người rất tốt, vui tính, trung can, nghĩa đảm.

- Lúc Truông Mây gặp nạn, anh ta có thoát được không? Tôi rất tán thưởng tính cách và hành động dũng cảm của anh ta.

- Có, lúc Truông Mây bị tiêu diệt, Tín Nhi đang ở bản Đá Vách để xin cha H'Linh chi viện lương thực. Sau đó hắn xuống Mộ Hoa để dò tìm tin tức của sư phụ, nhờ vậy mà thoát nạn.

- Bấy nay H'Linh có gặp lại anh ta không?

- Không. H'Linh rất muốn gặp Tín Nhi, giờ đây H'Linh chỉ còn mình hắn là bạn.

Huệ nhìn H'Linh mỉm cười:

- Còn tôi thì sao? H'Linh không coi tôi là bạn à?

H'Linh vội chữa:

- Có chứ, ngươi nữa là hai người.

- Sau khi về thăm Đá Vách, chúng ta đi tìm Tín Nhi và Lâm ca của H'Linh, đồng ý không?

- Được như vậy thì còn gì hay bằng. Thôi chúng ta đi, H'Linh nóng ruột lắm rồi.

Hai người nhảy xuống đất. Huệ nói:

- Phải ghé lại trại của tôi một lúc, trước báo cho anh Cả biết tôi đã thoát nạn nếu không anh ấy sẽ lo, sau đó lấy hai con ngựa để làm chân.

Họ vừa ra khỏi vùng núi đến chân đèo An Khê thì gặp một đoàn người ngựa mấy mươi người đang thồ rất nhiều hàng hóa lên đèo. Gặp những người này, Nguyễn Huệ mừng rỡ reo lên:

- Kìa, anh Năm Ngạn. Các anh vừa từ mạn dưới lên tới à?

Người đàn ông tên Năm Ngạn, tức Phạm Ngạn, tuổi

trạc hai bảy, hai tám, bạn buôn nguồn chung mà cũng là cánh tay phải của Nguyễn Nhạc. Họ đang chở những hàng hoá dưới mạn xuôi lên Tây Sơn thượng đạo để trao đổi hàng với người Thượng. Năm Ngạn thấy Huệ đi chung với một cô gái giữa rừng đèo mà không có ngựa thì ngạc nhiên hỏi:

- Ừ, toán của anh vừa lên đến đây. Chú Huệ sao lại đi bộ lang thang ở đây? Ngựa đâu?

Huệ cười đáp:

- Bọn em bị rớt xuống Vực Trầm Hương rồi lạc vào Hang Tối Trời, dò dẫm mãi mới lọt ra giữa chân đèo này. Đang định lên trại cho anh Cả hay, sợ ảnh lo.

Huệ nói xong đưa tay chỉ vào nơi có cửa hang. Năm Ngạn và mấy người thanh niên trong đoàn nghe Huệ nói thì vô cùng ngạc nhiên, ông hỏi vặn:

- Chú nói hai người vừa té xuống Vực Trầm Hương rồi yên ổn trở về à? Chuyện lạ trước giờ chưa từng xảy ra ở xứ này đó. Thật vậy chứ?

- Em dối với mấy anh làm gì. Giờ em muốn lên gấp trên trại tìm anh Cả, anh Năm có dư hai con ngựa không?

- Ngựa không có dư, để anh bảo anh em nhường lại cho chú hai con. Cô nương này là ai vậy?

- Cô ta là con gái của tù trưởng tộc Đá Vách. Sau này có dịp em kể cho anh nghe. Bọn em đi trước.

Năm Ngạn nghe nói cô gái xinh đẹp này là con tù trưởng Đá Vách thì tỏ vẻ vừa ngạc nhiên:

- Vậy à?

Rồi quay sang bảo hai người đi trong đoàn nhường hai

con ngựa tốt cho Nguyễn Huệ. Hai người chào cả đoàn, lên ngựa phóng nhanh ngược lên đèo.

Họ lên đến trang trại của Nguyễn Nhạc ở Tây Sơn thượng lúc trời ngã bóng chiều. Đây là khu trại cũ của họ Hồ, tổ của anh em Huệ, Nhạc khi mới từ Nghệ An vào lập nghiệp. Về sau, Nguyễn Nhạc mua thêm đất rừng của người Thượng rồi chiêu tập những người dân cùng khổ, số người ăn xin, những dân bị tù đày hay bị triều đình bạc đãi, bất mãn, trốn lên đây phá rừng lập rẫy canh tác. Công việc này Nguyễn Nhạc đã thực hiện từ lúc thay Cha buôn bán trầu nguồn với người Thượng ở Tây Nguyên, tính đến nay đã hơn năm năm, số người ở các trại đã lên đến hàng ngàn. Vùng đất mới này, Nhạc gọi là "vùng đất tình thương". Người dân lên ở đây chia nhau khai thác một vùng đất rộng lớn hàng ngàn mẫu, dọc theo sông Ba để trồng trầu xanh và lương thực. Thời bấy giờ, tục lệ ăn trầu rất phổ biến trong dân gian, miếng trầu là đầu câu chuyện, bởi vậy buôn trầu một vốn bốn lời. Nhưng trầu trên nguồn mới xanh, mới giòn, hương vị mới đậm đà, cho nên buôn trầu nguồn trở thành mối lợi mà những Nậu nguồn ai ai cũng cố tranh đoạt khách mua, nguồn bán. Song song với buôn trầu, cùng những đặc sản ở Cao nguyên về miền xuôi, Nguyễn Nhạc còn tổ chức buôn muối, cá khô, mắm và những vật dụng ở miền xuôi, đưa ngược lên mạn ngược để bán hoặc trao đổi hàng hoá. Vì vậy dân gian có câu:

Ai về nhắn với Nậu nguồn

Măng le gởi xuống, cá chuồn đưa lên.

Hai con ngựa của Nguyễn Huệ và H'Linh vừa lên đến cổng trại chính, nơi có ngôi nhà lớn, tổng hành dinh của

Nguyễn Nhạc, đã có mấy người reo to mừng rỡ:

- Kìa! Chú Tám đã trở về kìa! Chú Tám Thơm đã trở về, ông Cả ơi, chú Tám đã trở về.

Một người chạy vội vào trong nhà lớn gọi Nguyễn Nhạc, số còn lại bao quanh Huệ và H'Linh khi hai người nhảy xuống ngựa. Họ hỏi han lung tung, làm sao có thể sống sót trở về khi đã rớt xuống cái vực chết đó, v. v… Nguyễn Huệ vừa định trả lời thì Nguyễn Nhạc và Nguyễn Lữ đã từ trong nhà lớn đi vội ra. Nhạc thấy Huệ còn sống trở về, ông mừng như chính mình vừa mới chết đi, sống lại. Ông chạy vội đến ôm chầm em, miệng không ngớt lâm râm khẩn tạ ơn trên:

- Tạ ơn Đấng thần linh vô thượng đã cứu em tôi thoát chết trở về.

Rồi dùng hai tay nắm chặt hai vai của Huệ đẩy ra, mắt rươm rướm lệ nhìn thật kỹ, như thể vẫn chưa tin vào một sự thật vượt quá sức tưởng tượng của mình:

- Em thoát nạn thật ư? Làm sao có được kỳ tích như vậy? Kể mau đi. Làm sao em có thể an bình trở về từ cái vực chết đó?

Nguyễn Lữ cũng chạy đến nắm tay Huệ nước mắt chảy dài xuống má. Nguyễn Huệ nhìn thấy cả hai anh mình mắt rướm lệ và nỗi vui mừng vô hạn từ những cử chỉ của họ, hai mắt chàng cũng phải rưng rưng. Với Nguyễn Huệ, người anh Cả này vừa là anh vừa thế phụ nuôi nấng chàng. Huệ xúc động nói:

- Em đã bình an rồi. Anh Cả và anh Bảy đừng lo lắng nữa. Để rồi em kể lại cho hai anh nghe.

Chàng quay sang H'Linh, giới thiệu với hai anh:

- Đây là H'Linh, con gái của tộc trưởng Đá Vách, người mà em lao xuống vực cứu.

Nguyễn Nhạc vui mừng nói:

- Thì ra là tiểu thơ của bản Đá Vách. Hai người thật phúc lớn bằng trời mới có thể thoát được tai kiếp này. Vào nhà nghỉ ngơi trước đã, sau đó kể lại anh nghe tao ngộ thế nào. Phải cúng tạ ơn thần linh đã phù hộ, mang lại kỳ tích này.

Nguyễn Huệ ra dấu mời H'Linh theo chân hai anh vào nhà. Vừa đến cửa, người vợ thứ của Nguyễn Nhạc cũng đã chạy ra mừng. Bà là con gái của vị tù trưởng tộc Bahnar hùng mạnh ở rừng Mộ Điểu, Nguyễn Nhạc cưới về hai năm trước. Tên của bà là Ja Dok nhưng bà con ở trại gọi bà là Cô Hầu. Cô Hầu và H'Linh cùng là người thiểu số nên dễ thân nhau. Bà nói:

- Em vào đây với ta. Xem kìa, quần áo tóc tai đều dơ bẩn cả rồi. Cứ để anh em họ nói chuyện với nhau.

Rồi kéo H'Linh ra phía sau. Ba anh em Nguyễn Nhạc vào trong nhà, Nguyễn Huệ biết hai anh nóng lòng muốn biết sự thể câu chuyện nên kể lại đầu đuôi cho họ nghe. Chàng lấy bộ binh thư của Trần Nguyên Hào để lại đưa cho hai anh xem. Nhạc lướt qua một lượt, sau đó ông vào bên trong mang thanh kiếm thần ra. Vừa mở lần vải bọc kín thanh kiếm, ông vừa nói với hai em, không kiềm hãm được sự kích động:

- Cơ trời đun rủi. Anh cũng vừa lấy được thanh thần kiếm của Vua Hỏa. Chỉ trong một ngày mà những báu vật truyền quốc của tổ tiên cùng quy về một chỗ, sự tấu xảo này không phải là ý trời muốn giúp anh em ta sao. Thiên thời đã ở trong tay của mình rồi đó, hai chú có thấy như vậy không?

Nguyễn Lữ vung thanh kiếm lên, háo hức nói:

- Anh Cả nói đúng. Đã đến lúc chúng ta khởi sự rồi.

Huệ nói:

- Thiên thời, địa lợi đã có, còn lại là vấn đề nhân hòa. Anh Cả nên bàn bạc với thầy xem ý của thầy thế nào.

Nhạc gói kín thanh kiếm lại nói:

- Chú nói phải. Mai anh và chú về An Thái gặp thầy giáo.

Huệ vội nói:

- Em có hứa với H'Linh sẽ đưa cô ấy về Đá Vách để tìm tin tức cha mẹ của cô ta. Anh Cả để em đi xong chuyến này đã.

- Cũng hay. Đá Vách là một tộc hùng mạnh, luôn chống đối triều đình, chú đi chuyến này cố gắng kết thân với họ, cái lợi về sau không nhỏ đâu.

Ngẫm nghĩ một lát, Nhạc nói tiếp:

- Thế này vậy. Chú vừa nhắc đến chuyện nhân hòa, chú còn nhớ những người từng tham gia Đại hội anh hùng ở Quy Nhơn lúc trước không?

- Dạ nhớ.

- Chú đi Đá Vách xong, đánh một vòng, tìm gặp những người đó, tùy cơ mà ứng biến, thuyết phục họ lên Tây Sơn tụ nghĩa. Chú phải nhớ là anh hùng trong thiên hạ, mỗi người một tính cách, muốn thu phục họ phải biết đánh vào điểm tâm lý chính yếu của họ mới mong họ khẩu phục tâm phục. Chú làm được không?

Đôi mắt Nguyễn Huệ lóe sáng lên, chàng đáp một cách tự tin:

- Được. Anh Cả an tâm.

Nhạc lại hỏi:

- Bấy nay, việc học của chú tiến triển thế nào rồi? Cả văn lẫn võ?

Nguyễn Huệ mỉm cười:

- Văn tàm tạm, còn võ, em chưa từng đấu qua với ai nên không biết đã tiến đến đâu, chỉ nghe thầy nói, cả thầy bây giờ cũng không phải là đối thủ của em. Có lẽ thầy khích lệ em mà thôi.

Nhạc cười, ông cũng đã từng nghe Giáo Hiến tâm sự như thế với ông:

- Tốt lắm, nay chú lại được thêm bí kíp Ô Long đao pháp này nữa thì anh vững tin rồi. Việc thu phục anh hùng, hiệp sĩ trong thiên hạ dưới đồng bằng giao chú lo. Còn chú Lữ, cái nghề phù phép của chú học ở lão thầy Tàu người Minh Hương rất có tác dụng đối với việc thu phục các bản dân tộc Tây Nguyên, họ là một lực lượng rất lớn, có họ giúp sức, ta sẽ mạnh hơn rất nhiều lần. Việc dưới kia giao cho Huệ, ở trên này giao cho chú cả đấy.

Nguyễn Lữ nói:

- Các bản ở toàn vùng An Khê và Plei-Ku em đã chiêu dụ được cả rồi, chỉ còn bản Xà Đàng (Sêđăng) là không chịu phục. Tên chúa tộc này là Bok Kiơm rất kiêu dũng, hắn chỉ tin vào trời và thần linh nên nhất định không nghe.

Em nghĩ phải có cách gì đó khiến bọn chúng tin anh Cả là người Trời thật sự thì chúng mới toàn tâm qui phục.

Nhạc mỉm cười nói:

- Anh có nghe nói về sự kiêu dũng của bọn Xà Đàng. Huệ còn nhớ tên Tây Nguyên đệ nhất cao thủ A Phàm trong kỳ tỷ võ ở Quy Nhơn không? Hắn là trụ cột của bọn Xà Đàng. Bọn này trai tráng đều giỏi võ, thu phục được chúng sẽ rất có lợi.

Huệ hỏi:

- Anh Cả có muốn em thu thập tên A Phàm đó để làm nhụt nhuệ khí của chúng không?

- Chưa cần. Đối với tên chúa bản, phải cho hắn tin mình là người cõi trên thì hắn mới tâm phục. Việc động võ nếu cần thiết thì làm sau.

Lữ hỏi:

- Anh Cả định làm thế nào? Hôm trước hắn nói với em nếu Ông Cả có thể thu phục được bầy ngựa hoang hung dữ trong núi Hiển Hách thì mới thật là thần nhân.

- Chú sai người dùng giấy bổi, quét dầu trong, rồi phất bên trong một đôi bội. Cạnh bản Xà Đàng có con suối, anh sẽ dùng đôi bội đó gánh nước suối. Bọn Xà Đàng nhìn thấy nước không chảy ra lỗ bội mà không quỳ xuống lạy dài thì thôi.

Nói xong ông cười ha hả. Lữ và Huệ cũng cười ầm lên trước sáng kiến lạ lùng này của anh Cả. Nhạc ngẫm nghĩ một lúc nói tiếp:

- Còn việc thu phục bầy ngựa hoang ở núi Hiển Hách thì chú tìm cho anh một bầy ngựa cái non, hiền lành đem về đây. Chỉ cần thuần phục được những con ngựa cái này theo ý muốn của mình, sau đó đem nó ra dụ đàn ngựa hoang kia có khó gì.

Lữ nghe nói lại toét miệng cười:

- Hay quá. Kỳ này bọn Xà Đàng chắc chắn sẽ quỳ xuống vái Đức Thầy Cả rồi xếp giáo chạy theo.

Chợt Nhạc ngưng trọng nét mặt hỏi:

- Hai chú có nhớ chuyện Lê Thái Tổ lấy được thanh Thuận Thiên bảo kiếm rồi Nguyễn Trãi vẽ ra cái trò "Lê Lợi Vi Quân, Nguyễn Trãi Vi Thần" không?

Lữ và Huệ cùng đáp:

- Dạ nhớ.

- Chúng ta cũng sẽ làm như vậy. Cho nên thanh thần kiếm này phải giữ hoàn toàn bí mật, đợi đến khi khởi sự hãy tung ra để thu phục lòng người. Việc này, sau sẽ nhờ đến thầy Giáo sắp xếp.

Nguyễn Lữ hớn hở khen:

- Anh Cả thật nhiều chước qủi mưu thần.

Nhạc mỉm cười ra chiều đắc ý nói tiếp:

- Hôm trước ông Giáo nói tới năm cái gì…gì… nhất vận nhì cái gì…

Huệ nói nhanh:

- Nhất vận, nhì thời, tam phong thủy, tứ âm công, ngũ độc thư.

Nhạc cười:

- Đúng rồi. Chúng ta hiện đã có nhất, tam, tứ và ngũ. Còn nhì thời thì phải chờ xem ông Giáo phân tích thêm.

Năm ngoái lúc sao chổi mọc, ông Giáo nói cơ trời đã báo một cuộc đại loạn mới sắp xảy ra càn quét cả nước Nam mình. Ông Giáo còn nói Thạc đức hầu Nguyễn Quang Tiền vừa được Định vương phục chức cho mà khi thấy sao chổi xuất hiện cũng phải than với mọi người: *"Không ngoài năm năm nữa, Quảng Nam sẽ có họa binh đao lớn. Kinh đô ở hướng Đông Bắc, cầm cán chổi để quét phương Tây Nam. Khí số nhà Nguyễn hết rồi!"*[2]. Ông Giáo còn khuyên anh cho người loan truyền câu sấm ngôn *"Tây khởi nghĩa, Bắc thu công"* rộng rãi trong dân chúng.

Lữ hỏi:

- Chúng ta được bốn thứ đó là sao, anh Cả giải thích em nghe thử?

Nhạc nghiêm mặt đáp:

- Chúng ta được nhất vận nên thần kiếm, binh thư, bảo đao bí kiếp mới quy về một mối. Tam phong thủy là địa thế Tây Sơn chúng ta đây ứng với câu sấm ngôn mà ông Giáo thường nhắc tới. Tứ âm công là mộ của cha được táng trong Hoành Sơn, đúng nơi long huyệt của vùng địa linh này. Ngũ độc thư là có hai chú và thầy trò ông Giáo. Anh còn có mấy người bạn thân là Cao Tắc Tựu, Võ Xuân Hoài, Trương Mỹ Ngọc ở Bình Khê và An Nhơn, tài học của họ chẳng kém gì ông Giáo.

Cả Lữ và Huệ nghe nói mộ của cha được cải táng trong Hoành Sơn đều ngạc nhiên hỏi:

- Không phải mộ của cha được táng trong khu gò mả ở

---

[2] Phủ Biên Tạp Lục - Lê Qúy Đôn. Bản dịch Nguyễn Khắc Thuần.

Phú Lạc sao?

Nhạc cười bí hiểm:

- Nay cũng đã đến lúc cho hai chú biết bí mật này. Lữ còn nhớ ông thầy Minh Hương của chú không? Hắn ta là một thầy địa lý rất giỏi của Tàu, hắn biết vùng Tây Sơn là nơi có long mạch của đế vương nên tìm đến để chôn hài cốt của ông bà mình. Nhưng hắn qua mặt anh sao được, bởi vậy cái long mạch mà hắn tìm ra trong Hoành Sơn đã bị anh bí mật thay đổi, hắn thất vọng bỏ đi. Vậy là anh âm thầm bốc mộ cha mình đem hài cốt táng vào nơi đó.

Huệ hỏi:

- Anh Cả đã nhìn thấy tác dụng của tứ âm công trong việc này hay sao?

- Từ khi cải táng mộ của cha vào nơi long huyệt, anh lưu ý mọi việc đến với ba anh em chúng ta rất thuận lợi, từng bước, từng bước một. Từ việc đẩy đưa ông Giáo về An Thái để hai em được học cả văn lẫn võ, cho đến việc khai thác vùng đất này, cả việc mọi người đều tin cẩn vào lời nói của mình, vân…vân… Anh tin những thứ đó phần lớn là nhờ vào sự phát tích của âm đức từ mộ cha mình mang lại.

Lữ hưởng ứng:

- Anh Cả nói đúng. Em cũng tin như vậy. Mọi việc em làm nơi đây đều thuận lợi một cách không ngờ.

Nguyễn Huệ vốn là người thực tế và tự tin vào khả năng của bản thân mình nên chỉ gật gù chứ không thật tin hẳn chuyện tứ âm công. Nhạc lại nói:

- Chú Lữ một mặt dùng các phù phép của đạo Ma Ní để

hù dọa bọn người Thượng, một mặt cứ rao ầm lên Ông Cả vốn là con trời, có chân mạng để vương, trời sai "Đức Thầy Cả" xuống để đánh đổ bọn vua quan tàn bạo, cứu lấy đám dân nghèo, đem muối gạo đến cho dân bản. Chú còn phải lo cai quản anh em, bà con ở đây cho tốt. Khuyến khích họ canh tác. Lương thực quyết định vận mệnh của chúng ta, chú ráng mà lo liệu.

- Dạ. Với cánh đồng bát ngát của chị Ja Dok ở rừng Mộ Điểu và hàng ngàn mẫu đất của chúng ta dọc sông Ba này, em tin có thể đủ lương thực để cung cấp cho một đạo quân ba ngàn người trong vòng sáu tháng. Nếu chúng ta có thể cho anh em luân phiên kẻ canh tác, người đánh giặc thì thời gian sẽ còn lâu hơn nữa.

Nhạc nói:

- Sau cuộc chiến Truông Mây, bà con nghèo đói bỏ xứ lên đây ngày càng đông. Phải có kế hoạch tiếp nhận và phân phó cho tốt để tận dụng hết năng lực canh tác của họ ở vùng rừng núi bao la này.

Lữ hăng hái:

- Anh Cả an tâm. Những việc đó là sở trường của em mà. Có điều đám dân xiêu tán lên đây toàn dân bạt mạng, cai quản bọn này thật khổ tâm vô cùng. Chưa kể còn phải dàn xếp những vụ đụng chạm giữa bọn chúng với các sắc tộc người Thượng ở đây.

- Những tên bạt mạng chú gom lại một nơi, giao cho Nguyễn Văn Tuyết quản lý. Tên nào làm loạn, bảo Tuyết cứ thẳng tay trừng trị. Văn Tuyết lúc nhỏ đã có tài cai trị bọn côn đồ ở chợ Gò Chàm, việc cai quản đám bạt mạng ở đây chắc không khó đâu. Chú và Tuyết, một cương một nhu, uyển chuyển mà trị bọn họ. Thằng Trần Lập làm việc được không?

Lữ đáp:

- Hồi còn học trong lớp nó không giỏi lắm, nhưng khi làm việc lại lanh lợi và tháo vác vô cùng. Rất được việc. Em giao nó phụ trách quản lý việc sổ sách chi thu lương thực.

- Ai cũng có sở trường riêng của họ, giỏi dùng người thì công việc sẽ tốt hơn.

Huệ góp ý:

- Còn đám người vong mạng kia, nếu biết cách tổ chức, huấn luyện kỹ sẽ thành một đạo quân mạnh, bằng không sẽ là một đám cướp hung dữ, bất trị.

Nhạc nói:

- Nghe nói cuốn Binh Thư Yếu Lược của Hưng Đạo Vương hướng dẫn đầy đủ cách tuyển tướng, luyện quân. Chú lãnh nhiệm vụ này cho phong trào.

Huệ nhìn anh, giọng tự tin:

- Được, anh Cả cứ giao việc này cho em. Việc hợp tác giữa anh Cả và nhóm Nguyễn Thung, Huyền Khê thế nào?

Nhạc mím môi, một lúc sau mới đáp:

- Nguyễn Thung là người tốt, nhưng vì giàu có, lại có tài nên nhiều tham vọng. Lực lượng của hắn rất mạnh, không khéo thuyết phục, hắn sẽ là mối lo tâm phúc của ta. Hiện tại hắn và Huyền Khê nắm hết nguồn muối Hà Ra và Trà Ô. Mới đây hắn còn chiêu dụ được bọn cướp biển Lý Tài và Tập Đình ở Cù lao Ré về nhập bọn. Anh đang tính kế để lôi kéo cả bọn họ về với chúng ta. Còn phải lo thuyết phục cả bọn Châu Văn Tiếp cũng như vị Nữ chúa Thị Hỏa của bộ tộc Chàm ở Phú Yên nữa để chúng đỡ ta mặt Nam. Thu phục được hết đám này, cộng thêm lực lượng chúng ta có sẵn ở đây, ngày khởi sự sẽ không còn xa nữa đâu. Thu phục bọn Xà Đàng xong anh sẽ trở về Kiên Thành để lo những việc đó, chú Huệ đi chừng nào xong việc thì về dưới đó gặp anh. Chúng ta bắt đầu loan truyền và kêu gọi anh hùng, hiệp sĩ về Tây Sơn tụ nghĩa được rồi.

*****

HỒI THỨ HAI

Giết cọp dữ, Trần Quang Diệu gặp Bùi Thị Xuân
Đánh quan binh, Nguyễn Văn Lộc cưới được vợ hiền.

Tám chiếc vó khỏe mạnh của hai con Bạch mã và Ô Truy phóng thật đều, chở đôi thanh niên nam nữ xuống khỏi đèo Vĩnh Viễn, rẽ qua con đường độc đạo, dọc theo bờ tây sông Côn rồi vào đường thượng đạo ở Vĩnh Thạnh. Qua khỏi địa giới Kim Sơn gần An Lão, H'Linh cho ngựa chậm lại, nàng chỉ tay xuống con suối chảy bên vách núi nói:

- Chúng ta ghé xuống con suối này nghỉ một lát cho ngựa uống nước.

Nguyễn Huệ tán thành:

- Được. Hãy theo lối này.

Chàng rẽ ngựa theo một lối mòn xuống suối. Hai người nhảy xuống đất, vục nước suối rửa mặt, thả hai con ngựa tự do uống nước, gặm cỏ. Dòng suối chảy dài xuống một thung lũng bằng phẳng ở dưới xa. Rừng thu vàng úa hai bên bờ khiến cảnh núi rừng trông thật cô liêu, u tịch. H'Linh dõi mắt mơ màng nói:

- Rừng thu và thung lũng dưới kia thật đẹp, chẳng khác con suối Tử Tuyền ở Thạch Bích sơn của ta.

Nguyễn Huệ nhìn theo ánh mắt H'Linh nói:

- Ừ, đẹp thật, nhưng buồn qúa. H'Linh có vẻ thích những nơi tịch mịch thế này phải không?

- Ta từ bé đã quen cảnh núi rừng hồn nhiên, u tịch. Thời gian qua giong ruổi dưới đồng bằng, nhìn thấy biết bao cảnh tang thương, đói khổ, chết chóc, lòng ta thật xót xa, chỉ mong được sớm trở về với bản rừng cho tâm hồn thanh thản. Ngươi thì sao?

- Thanh nhàn ai cũng thích, nhưng tôi là thân trai trong thời loạn, nghĩa vụ làm trai không cho phép tôi chìu theo sở thích của mình.

- Suy nghĩ của ngươi thật giống Lâm ca và Tín Nhi. Ngươi đưa ta về đến Đá Vách rồi sẽ đi đâu?

- Tôi định làm một chuyến giang hồ, lang thang khắp trời Nam này cho biết đất nước và con người của mình.

H'Linh thở dài:

- Đất nước là một cảnh điêu tàn, con người là những bộ xương gầy còm, ốm đói. Ngươi cứ đi cho biết, nhưng ta sợ rằng sau chuyến đi ngươi sẽ thất vọng. Như tâm tình của ta bây giờ vậy.

Huệ nhìn cô gái của núi rừng thầm nghĩ: *"Tôi sẽ thay đổi những điêu tàn và đau thương đó thành phồn vinh và hạnh phúc cô bạn gái ạ".* Chợt H'Linh chỉ tay xuống vùng thung lũng nói:

- Chúng ta thử xuống vùng thung lũng đó xem. Một nơi đẹp thế này ta nghĩ chắc sẽ có người ở.

- Nếu H'Linh thích.

Hai người bèn lên ngựa rồi thong thả theo dòng suối

xuống thung lũng. Vừa đến nơi, H'Linh đã reo lên:

- Ngươi thấy không, bên kia có nhà kìa. Chúng ta đến đó đi.

Theo ngón tay H'Linh, Huệ thấy một mái nhà lá khá lớn dựng bên một khúc quanh của con suối. Hai người bèn thả ngựa đến nơi. Khung cảnh im lìm, vắng vẻ. Chợt Huệ thấy một nấm mộ bên cạnh ngôi nhà. Trước mộ, một chàng thanh niên đang quỳ cúi đầu im lặng, bên cạnh mộ có cắm một thanh kim đao sáng rực. Biết có người lạ đến chàng thanh niên vẫn không quay lại. Huệ và H'Linh vội vàng nhảy xuống ngựa, chậm rải đến sau lưng chàng thanh niên, im lặng chắp tay vái trước nấm mồ. Lúc đó chàng thanh niên mới từ từ đứng lên quay lại nhìn. Anh ta tuổi trạc mười chín, hai mươi, mặt vuông với nước da đỏ tía, mắt xếch trông lẫm liệt, phương phi, thoạt nhìn Huệ đã biết ngay là tay kiêu dũng trong đời. Chàng vội chắp tay ôn tồn nói:

- Tình cờ thấy cảnh đẹp nên chúng tôi lạc vào đây, không ngờ lại quấy quả sự yên tĩnh của anh. Thật xin lỗi.

Người thanh niên từ tốn nói:

- Không hề gì. Hai vị là ai? Có việc gì đi ngang qua vùng núi thẳm này?

- Tôi là Nguyễn Huệ ở Kiên Thành, đây là H'Linh ở bản Đá Vách. Dám hỏi danh tánh của anh?

- Trần Quang Diệu. Hân hạnh biết hai vị.

H'Linh hỏi:

- Xin hỏi anh, người dưới mộ là ai? Trên mộ cỏ đã xanh, anh quỳ như thế hẳn đã ba bốn tháng rồi phải không?

- Là thầy tôi. Người tạ thế đúng ba tháng rồi.

Huệ chắp tay nói:

- Thành thật chia buồn cùng anh. Anh định một mình ở lại nơi vắng vẻ này à?

Quang Diệu nói:

- Tôi đang định trở về quê thăm gia đình. À, mời hai vị vào nhà nói chuyện cho phải lẽ.

Huệ cùng H'Linh theo Diệu vào nhà. Huệ hỏi:

- Quê anh ở đâu?

Diệu rót nước mời khách rồi đáp:

- Ở thôn Liên Chiểu gần Long Cốt sơn, Mộ Hoa.

Nguyễn Huệ nghe nói giật mình hỏi:

- Anh họ Trần ở Liên Chiểu như vậy có liên hệ gì đến họ Trần Nguyên bên Liên Trì bị thảm sát hơn hai mươi năm trước không?

- Không. Họ Trần Nguyên là họ lớn, họ Trần chúng tôi chỉ là một họ nhỏ trong vùng. Tội nghiệp, cả họ Trần Nguyên năm ấy bị giết hết không còn một ai. Lúc tôi còn nhỏ, nghe kể lại chuyện mà sôi giận trong lòng. Bọn Tàu này thật ác độc.

- Anh nói đúng, những chuyện như vậy ai nghe cũng phải căm gan. Cũng hay là bọn gian ác đã bị trả thù đích đáng.

Nguyễn Huệ đưa mắt nhìn quanh. Gian nhà rộng, bày biện đơn sơ nhưng thoạt nhìn đã biết ngay chủ nhân là người chuyên về võ nghệ, tuy trên các giá binh khí trống trơn chẳng có món gì. Quang Diệu nói:

- Anh lấy làm lạ phải không? Tất cả binh khí tôi đã chôn theo thầy tôi, chỉ còn giữ lại cây Huỳnh Long đại đao thầy tôi tặng cho mà thôi.

Huệ mỉm cười ướm lời:

- Nhìn nghi biểu của anh và thanh đao tôi đoan chắc anh là người tài cao, chí cả. Dự tính tương lai của anh thế nào?

Quang Diệu hớp một hớp nước, đáp:

- Trước lúc lâm chung, thầy tôi đã căn dặn phải đem sở học làm sở hành, giúp đời, giúp nước. Nhưng gần mười năm nay tôi theo thầy lên núi nên sự thể dưới kia chưa biết thế nào. Tôi định về thăm nhà trước rồi mới tính chuyện tương lai.

Huệ nghe nói trong bụng mừng thầm, nói:

- Sau khi thăm nhà, nếu anh muốn góp mặt với đời nên ghé lại Tây Sơn Hội Quán ở bến Trường Trầu, trên bờ sông Côn, Kiên Mỹ. Anh hùng đời nay đang quy tụ ở đó rất đông.

Diệu háo hức hỏi:

- Thật vậy ư? Chủ nhân Hội Quán là ai?

- Nguyễn Nhạc.

- Được, tôi sẽ ghé thăm nơi đó một chuyến. Tôi có sẽ gặp anh ở đó không?

- Tôi đang có một ít việc phải làm, anh cứ đến đó, chúng ta sẽ gặp lại nhau sau vài tháng. Bây giờ xin kiếu từ.

Huệ và H'Linh đứng lên, Diệu tiễn hai người ra đến nơi cột ngựa nói:

- Chúc hai người thượng lộ bình an. Mong gặp lại.

Hai người phóng lên ngựa rồi vẫy tay chào, thúc ngựa trở lên đường thượng đạo về Đá Vách. Quang Diệu nhìn theo lẩm bẩm:

- Chàng thanh niên Nguyễn Huệ này còn rất trẻ nhưng khí phái bất phàm, nhất là đôi mắt, thần quang nội liễm mà tia nhìn nhiếp phục lòng người, mới gặp mà mình đã thấy bảy phần kính ngưỡng. Con người như thế tất sẽ làm nên đại sự, rất đáng để kết giao. Ta ghé Vĩnh Thạnh hỏi thăm gia đình họ Diệp của thầy theo lời dặn trước, sau đó tiện đường vào Tây Sơn một chuyến xem sao. Việc về thăm nhà hãy tính sau.

Nghĩ đến đó, bầu nhiệt huyết chợt bùng sôi, bèn lạy mộ thầy lần nữa rồi thu xếp hành trang, nghĩ rằng đây chỉ là chuyến giang hồ du ngoạn nên đem thanh Huỳnh Long bảo đao cất kỹ một nơi rồi vác bọc hành lý lên đường.

Trần Quang Diệu vốn con nhà khá giả ở Liên Chiểu, nhưng cha mẹ mất sớm, tuy còn hai người anh nhưng tính Diệu đam mê võ nghệ, thích thân tự lập thân nên sống tự lập từ bé. Ngày nay võ nghệ thành tài, gia đình không mấy vướng bận, lần đầu xuống núi giang hồ thỏa chí nên trong lòng không khỏi có điều cao hứng. Theo lời thầy dặn, chàng ghé về Vĩnh Thạnh hỏi thăm dòng họ Diệp nhưng bà con trong vùng nói từ khi võ sư Diệp Đình Tòng giết quan huyện rồi dẫn vợ con bỏ trốn mấy mươi năm trước thì dòng họ cũng xiêu tán khắp nơi, tránh bị quan binh đàn hạch nay không còn ai ở Vĩnh Thạnh. Diệu bèn rời Vĩnh

Thạnh theo đường núi vào Tây Sơn.

Mãi mê ngắm cảnh vật, chàng vô tình lạc vào một vùng núi vắng vẻ. Chợt có tiếng gầm rung chuyển cả núi đồi, một con cọp lông trắng, vằn đen to lớn từ trong bụi rậm phóng ra, hai chân trước với những vuốt nhọn vồ lấy chàng. Quang Diệu nghe tiếng gầm vội bước chéo chân né khỏi cú chộp của con cọp, động tác của chàng rất mau lẹ nhưng vì bất ngờ nên vai phải cũng đã bị vuốt cọp cào sước mấy đường, túa máu. Con cọp vồ hụt liền quay lại thật nhanh, nó lại gầm lên một tiếng rồi phóng vào chộp Quang Diệu lần nữa. Quang Diệu từ lúc sống với thầy ở Kim Sơn vẫn thường đánh nhau với cọp nên chàng rất bình tĩnh, đợi con cọp phóng gần đến nơi, chàng né vội sang bên, hai tay tung mạnh hai cú đấm thôi sơn vào bụng nó. Con cọp trúng đòn, nó lồng lên tức giận, quay vội lại tiếp tục phóng tới tấn công địch thủ.

Người và cọp cứ thế quần nhau rất lâu, Quang Diệu đầy người bê bết máu, con cọp cũng ngất ngư vì thấm đòn, miệng không ngớt gầm rống vang động cả khu rừng. Nó bước đi chầm chậm chung quanh địch thủ, như để lấy lại hơi sức, chờ cơ hội tấn công một cú tối hậu. Quang Diệu tay không phải đấu với những móng vuốt sắc nhọn của cọp nên đã rã rời, quần áo rách bươm, người bê bết máu, miệng không ngừng thở dốc, ráng trấn định tinh thần chờ đòn tấn công của con ác thú.

Bỗng có tiếng vó ngựa từ xa đang phi tới rất nhanh. Con cọp như biết được mình sắp có thêm địch thủ nên nó gầm lên một tiếng, phóng vút vào Quang Diệu. Vừa lúc đó một con ngựa phóng nhanh đến nơi cùng với tiếng quát trong trẻo vang lên:

- Nghiệt súc, không được hại người!!

Một bóng vàng tung lên khỏi lưng ngựa phóng nhanh tới, ánh chớp lóe lên, thanh kiếm trong tay lao vút vào mắt cọp như tên bắn. Con cọp bất ngờ nên bị lưỡi kiếm phóng trúng vào mắt trái, nó gầm lên đau đớn, vồ hụt người Quang Diệu. Bị đau, nó điên tiết gầm lên một tiếng rung chuyển cả núi rừng, lập tức quay lại tấn công kẻ địch mới. Người mới tới là một thiếu nữ trẻ chừng mười tám với bộ y phục màu vàng anh, trên tay vẫn còn một thanh kiếm khác, thấy con cọp phóng tới nàng liền trở bộ né sang bên, thanh kiếm trong tay đâm nhanh một đường thần tốc vào con mắt thứ hai của cọp. Đường kiếm thật nhanh và thật chính xác, con cọp rống lên đau đớn, hai con mắt nó đã bị mù. Nó lồng lộn nhảy vồ tứ tung, thiếu nữ mau lẹ lựa thế phóng thêm mấy nhát kiếm nữa vào tai và miệng cọp, nó vùng vẫy một lúc rồi ngã quỵ. Quang Diệu đứng bên ngoài nhìn mấy đường kiếm của thiếu nữ áo vàng không khỏi khen thầm: *"Cô gái này trông xinh đẹp, mảnh khảnh mà đường kiếm thật xuất quỉ nhập thần, chính xác và mau lẹ không tưởng nổi".*

Thiếu nữ hạ xong con cọp lo lắng hỏi:

- Anh có sao không? Máu ra nhiều qúa.

Giọng nói nghe thanh như tiếng khánh. Quang Diệu chắp tay nói:

- Tạ ơn cứu mạng, tôi không sao, chỉ là những vết thương ngoài da. Hiệp nữ quý tánh là chi để Trần Quang Diệu tôi ghi khắc vào lòng?

Thiếu nữ nở nụ cười thật đẹp đáp:

- Tôi tên Bùi Thị Xuân. Ơn nghĩa gì đâu, chỉ là chuyện phải làm mà thôi, anh đừng câu nệ. Tôi có thuốc kim san đây, nên băng những vết thương lại để cầm máu.

Bèn lấy thuốc kim san ra, dùng chiếc khăn trong túi đeo bên lưng ngựa lau sạch những vết máu, sau đó rịt thuốc cho Quang Diệu. Cô thực hiện những động tác băng bó rất mau chóng và thuần thục không một chút e ngại chuyện nam nữ. Thoáng chốc mọi việc đã xong, Bùi thị Xuân mỉm cười nói:

- Xong rồi. Tạm thời như vậy đi.

Quang Diệu lúng túng nói:

- Đa tạ. Ơn cứu mạng thật to lớn, tôi thật không biết phải nói gì đây.

Thị Xuân bật cười khanh khách nói:

- Đã nói đừng câu nệ rồi mà. Anh là người phương nào, sao lại đánh nhau với con ác thú này ở đây?

- Tôi vừa chân ướt chân ráo hạ sơn, gặp người bạn tên Nguyễn Huệ giới thiệu nên định ghé Tây Sơn Hội Quán để mở rộng tầm mắt. Không ngờ giữa đường lại bị nạn, may mà có hiệp nữ đây nếu không…

Thị Xuân chận lời:

- Lại định nói tới chuyện cứu mạng nữa phải không? Cái gì mà Hiệp nữ với Nữ hiệp thật khó nghe.

Sắc mặt Quang Diệu đã đỏ giờ còn đỏ hơn nữa, chàng ấp úng:

- Ơ… tôi…

Bùi Thị Xuân nhìn thấy điệu bộ lúng túng của chàng trai thì cười khanh khách nói:

- Anh cứ gọi tôi là Cô Xuân được rồi. Dễ nghe hơn.

Quang Diệu ấp úng:

- Ơ... Tôi sao dám vô lễ như vậy được.

Bùi Thị Xuân vui vẻ nói:

- Coi anh tướng mạo đường đường mà lại hay mắc cỡ như con gái vậy. Anh muốn đi Tây Sơn Hội Quán à? Anh Nguyễn Nhạc, quán chủ là chỗ quen của tôi. Tôi sẽ đưa anh đi. Nhưng trước hết phải mang con cọp này cho anh Phi Vân Báo trước đã.

- Phi Vân Báo là ai?

- Là anh Lý Văn Bưu ở trại huấn luyện ngựa dưới kia. Chúng tôi vẫn thường đi săn cọp với nhau.

- Thảo nào... Cô... Xuân hạ con ác thú hung dữ này thật dễ dàng.

Đang lúc hai người nói chuyện thì có tiếng vó ngựa vọng lại từ xa. Bùi Thị Xuân nói:

- Hai anh Văn Bưu và Văn Dũng tới đó.

Vừa dứt câu vó ngựa đã đến nơi. Hai chàng kỵ sĩ phóng xuống ngựa, một người oang oang lên tiếng:

- Chào vị hiệp sĩ này, anh tay không đã giết con cọp trắng này phải không? Thật là tay kiêu dũng, Lý Văn Bưu này xin bái phục.

Quang Diệu thấy Lý Văn Bưu mặt vuông, tai lớn, hàm râu mép cứng, rậm, đen nhánh trông thật uy hùng, tính lại bộc trực, còn Văn Dũng tướng người tuấn nhã nên có ngay hảo cảm. Chàng chắp tay đáp:

- Trần Quang Diệu xin chào hai vị hiệp sĩ. Là … cô… Xuân đây giết nó đấy chứ không phải tôi đâu.

Người thanh niên thứ hai lên tiếng:

- Thì ra là anh Quang Diệu. Võ Văn Dũng ở Phú Phong xin được làm quen.

Ba người hớn hở chào nhau. Bùi Thị Xuân nói:

- Anh Quang Diệu tay không đánh con cọp nhừ tử rồi, tôi chỉ cần phóng thêm vài nhát kiếm nữa thì nó đi đời. Tặng anh đó anh Bưu.

Lý Văn Bưu cười ha hả nói:

- Vậy tôi xin cảm ơn hai người. Cho tôi được đền ơn bằng một bữa tiệc mọn ở trang trại nhà được không? Cô Xuân này, tôi sẽ biến bộ da bạch hổ này thành một cái áo choàng cho cô, bảo đảm sẽ rất đẹp. Cô chịu không?

Bùi Thị Xuân vui vẻ nhìn Quang Diệu:

- Chịu thì nhất định là chịu rồi nhưng còn phải hỏi ý người giết cọp trước đã chứ.

Mặt Quang Diệu đỏ lên hơn nữa, chàng vội vàng nói:

- Không cần phải hỏi gì tôi đâu, cô Xuân cứ tự nhiên…

Nhìn vẻ bối rối của chàng thanh niên mới quen, cả ba người không khỏi bật lên tiếng cười thích thú. Bốn người tuổi tác ngang nhau nên rất dễ tương đắc. Họ gác xác con cọp trắng lên lưng con ngựa to lớn có sắc lông đỏ chói của Lý Văn Bưu rồi cùng nhau thả bộ về trang trại của Bưu ở làng Đại Khoang, Phù Cát. Quang Diệu nhìn con ngựa khen:

- Con ngựa này thật kỳ vĩ, tôi chưa từng thấy qua bao giờ.

Văn Bưu cười nói:

- Người Trung Hoa xưa có câu: "Nhân trung Lữ Bố, mã trung Xích Thố". Tôi cho rằng con Xích Thố xưa cũng chỉ bằng con Huyết Long này là cùng. Nếu anh thích tôi xin tặng anh làm món quà sơ ngộ.

Quang Diệu vội xua tay:

- Nghe cô Xuân nói biệt danh của anh là Phi Vân Báo, anh mới xứng với con thần mã này, tôi là kẻ thất phu làm sao dám nhận.

Văn Bưu cười ha hả:

- Anh khéo nhún nhường. Tôi là kẻ thô lậu nhưng cũng hình dung ra được một khi anh ngồi trên lưng con Huyết Long Câu, tay nắm đại đao thì có thua gì Quan Vân Trường quá ngũ quan trảm lục tướng. Ha…ha… Mà anh thiện dụng binh khí gì?

Quang Diệu nghe Văn Bưu nói quá về mình, lúng túng đáp:

- Anh đừng nói quá khiến tôi hổ thẹn. Thầy tôi có để lại cho tôi một thanh Huỳnh Long bảo đao, thầy nói có từ đời Trần.

Văn Bưu vỗ tay nói:

- Anh thấy chưa? Đây không phải là sự tấu xảo bình thường mà là sự sắp đặt tinh vi của trời đất. Anh nhất định phải nhận con vật này mới được. Nó đã tìm đúng chủ rồi đấy.

Quang Diệu vừa định lên tiếng từ chối thì Bùi Thị Xuân

đã nói trước:

- Anh đừng từ chối nữa. Phi Vân Báo một khi đã nói, dù trời sập xuống cũng không thay đổi được đâu.

Võ Văn Dũng cũng thêm vào:

- Hắn có cả một trại ngựa quý, anh không cần ái ngại.

Quang Diệu chắp tay:

- Ba người đã nói thế, Diệu tôi xin đa tạ vậy.

Chợt thấy Bùi Thị Xuân cũng dắt ngựa đi bộ, chàng dè dặt nói:

- Chúng tôi là bọn thanh niên đi bộ còn được, cô Xuân đâu cần phải giống chúng tôi.

Văn Bưu nghe Quang Diệu nói liền cười lớn:

- Anh đừng nhìn tấm thân mảnh mai của cô ấy mà cho là đào tơ liễu yếu. Cô ta thường nói không làm được như Bà Trưng, Bà Triệu nhất định không chịu đó.

Quang Diệu vội phân bua:

- Tôi đâu dám có ý coi thường, chỉ là…

Bùi Thị Xuân nhìn thấy sự lo lắng và vẻ bối rối của Quang Diệu, không hiểu sao tính cứng cỏi, thích tranh cường với nam nhân chợt biến mất, nàng mỉm cười:

- Thôi được, để tôi cưỡi ngựa cho anh an lòng. Các anh tản bộ nhé.

Nói rồi nhún chân tung người đáp nhẹ nhàng lên lưng con Bạch mã của mình. Văn Bưu vỗ tay:

- Chuyện lạ xảy ra rồi!! Bỗng dưng hôm nay Nữ tướng lại chịu khó nghe lời bọn nam nhân chúng ta rồi, mà lại nghe lời một kẻ người dưng khác họ nữa chứ. Ha … ha …

Bùi Thị Xuân nghe Văn Bưu ghẹo, hai má chợt đỏ hồng thật đẹp, nàng quất chiếc roi ngựa trong tay thật mạnh nghe đến "vút" vào vai Văn Bưu. Võ Văn Dũng đi cạnh vội đưa tay bắt gọn ngọn roi, mỉm cười nói:

- Thôi đừng nổi nóng. Tôi thấy cô dịu dàng, e lệ như lúc nãy thật là đẹp, cô nên giữ như vậy để chờ Thi Sách đến rước về chứ.

Bùi Thị Xuân mặt đỏ hơn lên vì thẹn, nàng rút mạnh cây roi về rồi đánh "vút" vào khoảng không một tiếng, thúc ngựa phóng đi:

- Không thèm đôi co với các anh nữa.

Chỉ thoáng chốc bóng nàng và con Bạch mã mất hút sau khúc quanh. Quang Diệu ái ngại nói:

- Các anh chọc cô ấy giận rồi.

Văn Bưu cười:

- Anh đừng lo, chúng tôi rất hiểu nhau, tính cô ấy không hay giận hờn bởi những chuyện đùa vui vớ vẩn đâu. Nhưng mà anh phải nhớ kỹ một điều, đừng bao giờ làm cho cô ấy giận thật đấy nhé. Cả một đàn voi cũng phải cúi rập xuống khi nàng hét lên đấy.

Quang Diệu nghe nói thè lưỡi lắc đầu.

*

Nguyễn Huệ và H'Linh về tới bản Đá Vách lúc mặt trời xế bóng. Quân triều đình đã rút đi, để lại một cảnh tượng tang hoang, đổ nát cho bản làng. Tại khu nhà làng đã bị phá hủy, mấy trăm người dân bản đang tụ tập quanh những xác chết của đồng bào và lính bản tử trận sắc mặt ai cũng buồn hiu, một số người vẫn còn than khóc. H'Linh vốn được dân trong bản rất yêu thương và xem như một Thánh nữ nên khi thấy nàng quay về mọi người đều vây quanh nàng reo lên mừng rỡ:

- Thánh nữ trở về rồi! Thánh nữ đã trở về với bản rồi!

H'Linh nóng lòng hỏi Già làng:

- Cha mẹ tôi đâu? Họ thế nào rồi, Già làng?

Già làng lên tiếng đáp:

- Họ đã bị quân triều đình giết hại rồi. Chúng tôi đặt xác họ ở đầu kia.

H'Linh vội vã chạy đến nơi đặt xác cha mẹ mình, nàng òa lên khóc rồi nhào xuống ôm chầm lấy xác cha mẹ nức nở không cùng. Nguyễn Huệ để cho nàng khóc một lúc lâu mới đến đỡ nàng đứng lên, an ủi:

- Cha mẹ H'Linh đã được Yàng rước lên trời rồi, H'Linh đừng buồn nữa. Chúng ta hãy lo việc chôn cất những người đã chết. Các xác chết ở đây đã bắt đầu hư rồi.

H'Linh nức nở:

- Ta thật có lỗi với cha mẹ ta.

- Việc qua rồi. H'Linh có tự trách mình cũng không hơn được.

Một lúc sau tâm tình bớt xúc động, H'Linh tìm Già làng hỏi:

- Khi nào chúng ta chôn cất cho họ, Già làng?

- Ngày mai. Dân bản đã đào một huyệt mộ lớn để chôn tất cả chung một nấm mồ. Thánh nữ bấy nay đi đâu? Thánh nữ sẽ ở lại với bản làng chứ?

H'Linh gật đầu đáp:

- Tôi ở lại đây. Sau chuyện tang ma, Già làng sai người dựng cho tôi một gian nhà bên suối Tử Tuyền nhé. Tôi sẽ ở tại đó.

Già làng nói:

- Tôi sẽ cho người làm ngay.

Hôm sau cả bản tham dự đám tang tập thể chôn hàng ngàn tử sĩ trong một nấm mồ chung. Nguyễn Huệ hăng hái xắn tay cùng dân bản khiêng những xác chết đến huyệt mộ. Già làng nhìn thấy cách làm việc hăng say của Huệ đến độ mồ hôi, bùn đất trét lấm cả quần áo, mặt mày, ông rất vui, nói với H'Linh:

- Những người bạn của Thánh nữ ai cũng vui vẻ, nhiệt tình.

H'Linh mỉm cười. Nàng đem một chiếc khăn lớn, vắt nước đến lau mặt cho Nguyễn Huệ, cười nhẹ nói:

- Sao không để dân bản làm, ngươi đâu cần vất vả đến như vậy.

Huệ mỉm cười:

- Có sao đâu. Tôi vẫn thích xắn tay làm hơn là khoanh tay đứng nhìn. Quen rồi.

Việc chôn cất vừa xong thì một chàng kỵ sĩ trẻ cưỡi con Huyết Câu đến thăm bản. H'Linh vừa nhìn thấy chàng ta đã vội reo lên:

- Tín Nhi. Ngươi cũng đến rồi ư? Ta thật nhớ ngươi. Ơ! Nhìn ngươi thật khác hẳn xưa kia.

Người mới đến chính là Tín Nhi, với mái tóc xỏa dài

nhuốm bụi đường, quần thô, áo bạc như một phong trần lãng tử. Đặc biệt nét vui tươi yêu đời xưa giờ biến mất, trên khuôn mặt chàng, nay là một khối u buồn nặng trĩu.

Tín Nhi nói:

- Ta cũng nhớ ngươi lắm. Nghe tin bản bị tấn công, ta vội vã vượt ngàn dặm đến đây thăm ngươi. Ngươi vẫn khỏe chứ? Mọi người thế nào?

H'Linh buồn bã đáp:

- Ta cũng mới trở về bản. Cha mẹ ta chết cả rồi. Ta thật có lỗi với họ.

Tín Nhi ngạc nhiên hỏi:

- Chia buồn cùng ngươi. Ngươi đi đâu mà mới trở về?

- Ta bỏ bản đi tìm Lâm ca gần một năm nay rồi. Hôm kia gặp A Nun ta mới biết bản bị tấn công. À để ta giới thiệu với ngươi người bạn mới của ta. Nguyễn Huệ, người đã cứu ta thoát chết ở vực Trầm Hương. Hai người làm bạn với nhau đi.

Nguyễn Huệ chào:

- Tôi nghe H'Linh nói tốt về anh rất nhiều. Tôi cũng đã từng hâm mộ anh trong chiến dịch đốt kho lương năm xưa. Mong được làm bạn với anh.

Tín Nhi buồn bã nói:

- Xin đừng nhắc lại những chuyện xưa. Chúng ta là bạn.

Huệ nói:

- Xin lỗi đã khơi lại nỗi đau.

H'Linh nói:

- Đi, chúng ta lên đỉnh Thạch Bích nói chuyện. Ta nhớ nơi ấy quá.

Ba người cùng nhau phóng ngựa lên đỉnh núi. Họ đứng bên nhau nhìn quang cảnh điêu tàn của bản làng, trong sắc úa của rừng thu trông càng thê lương, ảm đạm. H'Linh rơi lệ nói:

- Chiến tranh thật ác độc. Tại sao chúng ta phải chém giết nhau mới được chứ?

Giọng Tín Nhi đầy ắp căm hờn:

- H'Linh đã ghé lại Truông Mây rồi phải không? Nấm mồ chung ở đó còn lớn hơn ở đây nhiều lần. Hận này làm sao nguôi được.

H'Linh hỏi:

- Từ ngày rời khỏi nơi đây ngươi đã làm gì?

- Ta đi tìm sư phụ mới biết người đã bị thiêu chung với kho lương Phú Đăng. Sau đó nghe tin Truông Mây bị Chú Nhẫn phản bội, đầu độc anh em đến phải tan tành, ta đã đi khắp nơi tìm hắn.

Nguyễn Huệ hỏi:

- Ngươi có tìm được hắn không?

Giọng Tín Nhi chắc nịch:

- Chưa. Nhưng ngày nào còn sống ta nhất quyết phải tìm cho ra, đem tim hắn về tế trước nấm mồ chung của Truông Mây.

Huệ nói:

- Trời đất mênh mông, nhưng lưới trời tuy thưa mà khó lọt. Ta tin ngươi sẽ tìm gặp hắn. Ngươi đã đi những đâu?

Tín Nhi đáp:

- Nghe nói hắn được bổ một chức tri huyện. Ta đã bắt đầu lùng tìm từ Quảng Ngãi ra đến sông Gianh. Ta sẽ tiếp tục đi từng huyện một, lật tung cả nước lên để tìm hắn cho bằng được.

H'Linh nói:

- Ngươi có giết hắn ta, mọi chuyện cũng đã lỡ rồi, Truông Mây và nghĩa sĩ đều đã chết. Ngươi tự hành hạ mình như thế để làm gì. Coi ngươi bây giờ đâu còn là Tín Nhi vui vẻ yêu đời như lúc xưa.

Tín Nhi nhìn bạn:

- Ngươi là Thánh nữ nơi bản rừng, ngươi không biết được lý lẽ của con người chúng ta dưới kia đâu. Xin lỗi, việc này ta không thể nghe lời ngươi được. Ngươi có chút tin tức gì về Lâm ca và đại ca Lía không?

H'Linh thở dài:

- Không. Đi đâu cũng nghe người ta nói rằng hai người đã chết nhưng không ai biết họ chết ở đâu cả. Ta thật không tin họ đã chết. Một người tốt như Lâm ca phải được thần linh che chở, không thể chết oan uổng như vậy được.

- Ngươi sẽ ở lại bản rừng chứ?

- Ừ. Ngày mai Già làng sẽ dựng cho ta một căn nhà bên suối Tử Tuyền, ta sẽ ở đó cho đến trọn đời. Hai người thỉnh thoảng ghé thăm ta nhé.

Nàng nhìn Tín Nhi và Nguyễn Huệ, ánh mắt đượm buồn. Cả hai chàng thanh niên đồng thanh nói:

- Chúng tôi sẽ ghé thăm H'Linh.

H'Linh tháo thanh nhuyễn kiếm quấn nơi lưng ra đưa

cho Tín Nhi nói:

- Ngươi giữ vật này đi, của Lâm ca đó. Ta muốn quên tất cả những việc đã qua.

Tín Nhi nhận thanh kiếm, nhìn bạn bằng ánh mắt thông cảm:

- Cũng được. Chúc ngươi an bình suốt đời. Ta sẽ ghé thăm.

***

Trong khi H'Linh, Tín Nhi và bao nhiêu người khác tìm kiếm mà không thấy tung tích hai vị thủ lĩnh Truông Mây thì trong gian nhà trúc, trên một sườn đồi cuối dãy núi Bà gần cửa Cách Thử, Trần Lâm cũng bắt đầu phục hồi lại trí nhớ của mình. Từ lúc được Lía cõng chạy trốn may gặp được ông cháu Vũ Đức và Đoan Trang cứu chữa, tuy họ đã hết lòng chăm sóc để đáp ứng lời hứa trước xác chết của Chú Lía, nhưng vết thương sau não bộ đã khiến chàng hôn mê đến năm sáu ngày liền. Vũ Đức không ngừng dùng kim châm kích huyệt để kích thích hệ thần kinh, nhờ vậy, tuy tình trạng hôn mê kéo dài, hệ thần kinh não bộ của Trần Lâm may mắn không bị tê liệt, nhưng dù sao cũng không tránh khỏi thiệt hại về trí nhớ. Lúc vừa tỉnh lại, Lâm như một người mất hết thần trí. Chàng quên hết mọi chuyện, ngay cả mình là ai, tên gì cũng không nhớ nổi.

Sau một tháng, các vết thương đã lành. Ba tháng sau, nhờ sự tận tình, kiên nhẫn và khéo léo của Đoan Trang, trí nhớ chủa chàng dần dà hồi phục, và phải mất một thời gian khá lâu sau đó chàng mới có thể trở lại bình thường. Trong suốt thời gian đó, Đoan Trang vì ở vào thế bắt buộc nên phải chăm sóc người bệnh, bỏ qua cả sự tỵ hiềm nam nữ, trong khi Vũ Đức thấy cô cháu ngoan của mình nay đã gặp được người xứng đáng nên trong bụng cũng mừng thầm, do đó mọi việc ông cứ đẩy mặc cho Đoan Trang lo liệu.

Với Đoan Trang, từ sự lo lắng và chăm sóc cho người bệnh, theo thời gian tình cảm cũng đã âm thầm nẩy nở trong tim. Huống chi, sự giao tiếp nam nữ bấy lâu đã khiến tấm thân xử nữ không còn trong trắng nữa, vì vậy tự trong thâm tâm, nàng coi kiếp này của mình đã thuộc về chàng trai mỹ mạo, anh hùng kia. Nhưng tình cảm càng nẩy nở trong tim, sự lo âu trong lòng nàng càng thêm lớn. Nàng sợ rằng niềm hạnh phúc đến bất chợt lần này rồi cũng sẽ như bao lần trước trong đời nàng lại bất chợt ra đi. Ai biết được cánh chim bằng kia rồi sẽ nhớ đến khung trời rộng mà tung cánh bay đi? Gẫm nhìn lại đời mình nàng càng thêm lo sợ trước bao nhiêu lần được, mất qua tay. Cho nên nàng thật muốn quên đi cái dĩ vãng đau thương và đen đủi, để những niềm bất hạnh kia không còn đeo đuổi cuộc đời mình nữa. Nàng âm thầm khấn nguyện trời cao xin đừng lấy đi niềm hạnh phúc nàng đang có trong tay như đã từng cướp đi của nàng suốt quảng đời thơ dại. Cho nên, trong vài lần ít ỏi hai người có dịp tâm sự với nhau, nàng không bao giờ nhắc đến quá khứ của mình.

Tâm tình của Trần Lâm cũng chẳng hơn gì Đoan Trang. Khi trí nhớ được phục hồi, hình ảnh nàng tiên dịu dàng, trầm lặng, đã in sâu vào tâm khảm, vào trái tim từ lâu vẫn thờ ơ với người khác phái của chàng. Sự chăm sóc ân cần, hơi ấm từ làn da mềm mại, những ngón tay êm ái, mùi hương tóc… tất cả những thứ đó kết thành một thứ thuốc tương tư đầy ma lực bất khả kháng cự, nó đã dằn vặt khiến chàng thao thức từng đêm. Nhưng sự im lặng, kín đáo của Đoan Trang khiến cho chàng đã bao lần muốn thổ lộ cũng phải ngại ngần, câm nín.

Từ lúc nghe kể lại người đại ca thân yêu của mình cắt đầu tự vận, thêm vào hình ảnh thê lương của bao nhiêu anh em nghĩa binh ngã xuống đã khiến cho cõi lòng Trần Lâm nguội lạnh như tro tàn. Bao nhiêu hào khí bồng bột ngày xưa giờ bỗng tiêu tan như mây khói. Chàng quyết định gạt bỏ quá khứ, lánh khỏi cuộc đời, gạt bỏ ngoài tai chuyện thế sự. Điều mà chàng hướng tới và mong mỏi bây giờ là một tình yêu, một mái ấm hạnh phúc của một gia đình, một mái ấm như bao nhiêu gia đình bình thường khác. Những thứ đó chỉ có thể tìm được tại ngôi nhà trúc xinh xắn nhưng ấm áp đầy tình thương này. Hạnh phúc đó đối với chàng lúc này lớn lao biết bao. Lớn đến độ chàng cảm giác nó thật gần trong tầm tay, nhưng lại lo sợ không dám với tới, bởi vì chàng cho rằng mình không đủ diễm phúc để được hưởng. Từ đó mà ngại ngần, mà thầm lặng. Người ta như tiên nữ, mình chỉ là kẻ phàm phu, mở lời sao đây!

Nhưng thời gian đã giúp cả hai. Cho đến khi họ cảm được và chấp nhận tình yêu của đối phương dành cho mình cũng là lúc Vũ Đức bắt đầu lâm trọng bệnh. Con tạo thật trớ trêu nên khiến xui cho cả ba người suốt một thời gian dài không một ai nhắc đến chuyện quá khứ của mình. Họ một lòng nghĩ đến tương lai, cũng chỉ vì quá khứ của cả ba đều là một chuỗi dài bất hạnh. Phải chi!!. Nếu!! Một trong ba người chịu nói!!... Oái oăm thay không ai trong ba người họ chịu nói ra. Thế gian này là vậy, bởi con tạo thật oái oăm. Sự oái oăm đó đã kết thành một mối tình oan nghiệt, đong thêm vào bể trầm luân của cõi hồng trần những suối lệ oan khiên, một thiên tình sử vừa bi thương vừa diễm tuyệt.

Một hôm chỉ có một mình Trần Lâm bên giường bệnh, Vũ Đức hỏi:

- Ngoại nay đã tuổi đã cao, sắp đến lúc phải ra đi. Đời ngoại chỉ có mình Đoan Trang là thân thích nên muốn ký thác lại nhờ cháu chăm sóc. Ý cháu thế nào?

Trần Lâm vội nói:

- Ngoại còn khỏe, sao lại nói chi những lời trăn trối ấy.

- Ngoại biết rõ sức khỏe của mình. Cháu trả lời đi.

- Dạ. Ngoại không cần nói lời ký thác, đó là bổn phận của cháu phải làm mà.

- Ngoại không muốn nói đến chuyện bổn phận, ngoại muốn nói đến chuyện tình cảm của hai đứa.

- Ý ngoại thế nào, con xin vâng theo.

- Ngoại muốn trước khi nhắm mắt được chứng kiến hỷ sự của hai con.

- Con xin vâng lời ngoại, chỉ sợ Đoan Trang..

- Ngoại đã hỏi ý nó rồi. Tụi con chuẩn bị đi, năm hôm nữa đến rằm tháng tám, chúng ta cử hành hôn lễ.

- Chỉ có ba người nhà mình thôi hả ngoại?

- Chỉ có vậy. Bên ngoài họ còn treo giải thưởng ngàn

vàng cho chiếc đầu của con, không nên lộ diện.

Đêm rằm tháng tám năm đó, một đám cưới nhỏ chỉ có ba người đã diễn ra. Vũ Đức làm chủ hôn thay mặt cho cả hai họ đàng trai và gái. Ông hết sức vui mừng cho sự kết hợp toàn mỹ của đôi trai tài gái sắc này. Cũng có lẽ vì sự vui mừng quá lớn đó, không lâu sau khi làm đám cưới, bệnh ông đã trở nặng hơn và qua đời. Đoan Trang than khóc khôn cùng, Trần Lâm phải an ủi mãi nàng mới nguôi ngoai. Thời gian thấm thoát, sự đau xót qua đi, niềm hạnh phúc lứa đôi kéo về tràn ngập. Từ đó họ sống êm ấm và thầm lặng bên nhau dưới mái gian nhà trúc đầy thơ mộng, tách rời hẳn thế giới loạn lạc, đầy đau khổ bên ngoài.

Khung cảnh và cuộc sống thần tiên đó còn được tô điểm thêm bởi tiếng hồng chung bên chùa Ông Núi và tiếng sáo từ làng Phương Phi mỗi chiều về vang vọng khắp không gian. Chẳng thế mà dân chúng quanh vùng Cửa Thử vẫn truyền tụng hai câu ca dao:

Chiều chiều vượn hú trên ngàn

Hồng chung Ông Núi, sáo làng Phương Phi.

***

Sau khi giúp H'Linh dựng xong gian nhà ở suối Tử Tuyền, Nguyễn Huệ và Tín Nhi từ giã nàng ra đi. Đến đường thượng đạo dọc theo bờ lũy, Nguyễn Huệ hỏi:

- Ngươi đi đâu?

Tín Nhi đáp:

- Xuân thu nhị kỳ ta đều ghé về Truông Mây nhang

khói. Ta trở lại đó. Ngươi đi cùng ta không?

- Đi. Ta cũng muốn ghé thăm và lạy trước nấm mồ của những trang nghĩa sĩ một lần.

Tín Nhi bèn dẫn Nguyễn Huệ đi theo con đường tắt mà chàng thường dùng lúc xưa mỗi bận lên Đác Vách. Sau hơn một năm, căn cứ địa của cuộc kháng chiến đã trở thành một khu rừng hoang dại, thành quách tan hoang, cỏ dại phong rêu, không một bước chân người. Dân địa phương dù thương tiếc những chàng nghĩa sĩ đã hy sinh cho họ, nhưng ít có ai dám ghé lên thăm vì họ đồn rằng, đêm đêm, nơi thành cũ có nhiều tiếng than khóc của những oan hồn. Tín Nhi thắp nén nhang, rưới rượu xuống đất rồi cả hai chàng thanh niên quỳ lạy trước nấm mộ khổng lồ trước kia dân địa phương đã chôn chung mấy ngàn xác chết. Ngồi trước mộ, Tín Nhi cầm bình rượu tu một hơi rồi đưa sang cho Nguyễn Huệ, giọng ngậm ngùi:

- Người dân quanh vùng nói, đêm đêm ở đây văng vẳng tiếng khóc than của những oan hồn chưa tiêu tán. Có lẽ anh em muốn nhắc ta phải tìm cho được tên phản bội đem về tế họ, họ mới siêu thoát được.

Huệ tu một hơi rượu, trao bình lại cho Tín Nhi:

- Ngươi một mình lặn lội, trời cao đất rộng biết ngày nào mới tìm thấy hắn. Sao không nhờ bang Hành Khất giúp một tay.

- Có chứ. Hôm đám tang lão bang chủ Trần Kim Bằng ta có nhờ anh Tiểu Phi.

- Phong Điền Tiểu Tử Tiểu Phi nay đã là bang chủ bang Hành Khất rồi phải không? Anh ta hiện ở đâu?

- Ừ. Ta vừa gặp anh ấy tại cửa Hàn, chắc còn ở đó.

- Ta sẽ ghé ra tìm gặp anh ấy một phen. Anh Nguyễn Văn Tuyết, sư đệ của Tiểu Phi đang ở trên Tây Sơn thượng.

- Ta nghe đồn anh Nguyễn Nhạc kết giao anh hào, chiêu tập, bảo bọc cho những người cùng khổ. Anh em các ngươi đang dự tính điều gì?

- Đất nước tang hoang, bà con đói khổ. Anh Cả muốn dựng lại một Truông Mây thứ hai ở Tây Sơn, ngươi giúp ta một tay chứ?

- Đợi ta moi xong trái tim tên phản bội đã, ta sẽ đến tìm ngươi.

- Lúc trước ngươi ở trong đội thám báo của Truông Mây, anh em trong đội có còn ai không?

- Còn nhiều. Vì đa số thám báo đều nằm trong lòng đất địch nên thoát được thảm hoạ ở Truông Mây. Ngươi muốn ta kêu gọi họ trở lại phải không?

- Nếu ngươi chịu giúp ta việc này thì còn gì quý hơn nữa. Họ tản mác cả, làm sao quy tụ họ về?

- Bọn ta có ám hiệu riêng. Thật ra bấy lâu nay ta vẫn liên lạc với họ để truy tìm tung tích tên phản bội.

- Ngươi có nghĩ rằng tên Chú Nhẫn kia thay vì nhận một chức tri huyện, hắn đã xin một chức vụ khác để đánh lạc hướng tìm kiếm của nghĩa sĩ Truông Mây không?

Tín Nhi bật người dậy nói lớn:

- Đúng rồi! Sao ta không nghĩ ra điều này nhỉ? Cái vụ chỉ thị bổ nhiệm chức tri huyện đã bị nói lộ ra, một tên cáo già như hắn sao lại không biết. Ta thực ngu ngốc, cứ bỏ công lục tìm các tên tri huyện khắp nơi mà không chú ý đến những ngõ ngách khác.

Huệ mỉm cười:

- Ngươi đừng tự trách. Người ngoài cuộc bao giờ cũng sáng hơn. Ta hy vọng cả toán thám báo và anh em hành khất sẽ sớm tìm ra hắn.

- Nhất định phải tìm cho ra.

Huệ nheo mắt nhìn Tín Nhi:

- Nếu ngươi là Chú Nhẫn, ngươi sẽ tìm đến nơi nào để an thân? Tránh được tai mắt của bọn hành khất?

- Ta phải tìm nơi nào ít có ăn mày. Miền Nam! Đúng rồi! Miền Nam mênh mông, trù phú, lực lượng bang Hành Khất trong đó rất mỏng. Nếu là ta, ta sẽ trốn trong đó.

- Chưa hết. Tìm một người đàn ông cố dấu mặt sẽ khó hơn tìm một người đàn bà đẹp, lại có uy quyền. Nghe nói thiếu phụ Quỳnh Dao xuất thân là một ca kỷ rất xinh đẹp, nay trở thành một mệnh phụ tất sẽ cố ý khoe khoang với mọi người. Ngươi nói cái đạo lý này có đúng không?

Tín Nhi vỗ tay đánh "bốp" một tiếng reo lên:

- Ngươi quả nhiên là tay cơ trí. Ta chịu ngươi rồi đó.

Huệ mỉm cười:

- Chúc ngươi thành công.

- Ta phải cảm ơn ngươi trước.

- Khỏi. Còn vài việc ta muốn hỏi thăm ngươi.

- Hỏi đi.

- Ta chưa có dịp ra miệt ngoài kia. Tình hình ngoài đó và phủ Chúa giờ ra sao?

Tín Nhi trút những giọt rượu cuối cùng trong hũ vào miệng mình rồi ném cái hũ ra xa:

- Phủ Chúa giờ như cái hũ rượu trống không kia. Mọi thứ đều chui vào túi tên chó Quốc phó và bọn phe cánh của hắn. Sau chiến thắng Truông Mây, bọn chúng huyênh hoang nức dạ, chẳng còn coi Định vương ra gì, mặc tình mua quan bán chức. Ngươi có bao giờ nghe trong lịch sử nước mình, một xã mà có hơn mười tên xã trưởng, mười mấy ông tướng thần đi bóp cổ dân đen thu thuế không?

- Hừ! Quân đội thì sao?

- Những lực lượng chủ chốt của phủ Chúa, nhất là phủ Quy Nhơn hầu hết đã bị tiêu diệt trong cuộc chiến với Truông Mây. Đám lính mới bây giờ được bổ sung đa số là thanh niên con nhà cùng đinh khố rách, hoặc lính già, lính kiểng. Đám lính đó cộng với đám quan dốt và chết nhát, hám lợi bây giờ, chỉ cần mình la ó rùm beng lên là đủ rượt chúng chạy cong đuôi rồi, khỏi cần đánh đấm mẹ gì cả.

- Bây giờ nhìn lại cuộc chiến đã qua, ngươi có những kinh nghiệm gì?

Tín Nhi ngậm ngùi thở dài:

- Ta là người gần gũi với Lâm ca, lúc ấy vì sợ anh em nản lòng nên Lâm ca không dám nói ra, nhưng có lần anh ấy than thở với ta rằng Truông Mây không được thiên thời. Bao nhiêu lần, cơ thắng lợi trong tầm tay thì trời lại phá hỏng. Chủ trương của đại ca Lía lại quá nhân từ, dang tay quá rộng để cưu mang đồng bào nghèo khó. Nhưng điều quan trọng nhất là binh lực của phủ Chúa hùng hậu hơn sự đánh giá của Truông Mây. Thêm vào đó sự cố đốt phủ Quy Nhơn gây nên chiến tranh sớm hơn dự tính, do đó Truông Mây chưa đủ thực lực.

- Theo ngươi tình hình bây giờ thế nào?

- Trái cây đã chín muồi, ngươi không ăn, kẻ khác sẽ giành mất.

- Nghe nói Vô ảnh phi đao của Triệu Thiên Tường là tuyệt đỉnh võ học của dòng dõi danh thần Lê Sát, ở Truông Mây có ai học được không hay đã thất truyền?

Tín Nhi buồn bã đáp:

- Ta. Tường ca thấy ta có hai bàn tay khéo, bàn tay móc túi mà, nên đã truyền lại bí quyết phi đao cho ta. Trước khi lên đường đi Đá Vách xin viện lương, Lâm ca lại dạy cho ta một bài "Cái thế thần côn" và tặng ta cây roi thật quý. Ta may mắn nhận được bao điều tốt lành của anh em ban cho, vậy mà chỉ một tên phản bội cũng không tìm ra được để an ủi linh hồn của họ. Thật vô dụng.

Huệ vỗ vai bạn an ủi:

- Ngươi đừng buồn. Ngươi đã cố gắng hết sức mình. Mà ta tin ngươi sẽ tìm ra tên phản bội đó một ngày gần đây.

- Sao ngươi lại hỏi về môn Vô ảnh phi đao?

- Ta sợ tuyệt học của nước nhà bị thất truyền. Về sau, nếu có điều kiện ta muốn thống nhất nền Việt Võ Đạo thành một mối, có hệ thống đàng hoàng để có thể đối kháng với võ học Trung Hoa.

- Mới quen nhưng ta biết ngươi là người có đại chí. Ta sẽ giúp ngươi tất cả những gì ta có thể. Ngươi thiện dụng binh khí gì?

- Món nào ta cũng sờ được cả.

- Ta đã có cây nhuyễn kiếm, tặng lại người cây roi của Lâm ca. Người quấn ngang lưng, rất tiện dụng.

Bèn rút cây roi quấn quanh người ra đưa cho Nguyễn Huệ. Huệ cầm cây roi mềm mại như nhuyễn tiên, vận công vào, cây roi bỗng cứng lên như sắt nguội. Chàng thích thú nói:

- Cây roi thật quý. Cảm ơn người.

- Ta còn một kho binh khí cổ của sư phụ sưu tầm mấy mươi năm qua, ta sẽ tặng người để sử dụng trong quân sau này. Người có thể dùng nó làm giải thưởng trong các kỳ khảo hạch tướng sĩ.

Huệ mừng rỡ nói:

- Thật ư? Người cất ở đâu?

- Trong một hang động ở Trưng Sơn, gần nhà của người.

Tín Nhi bèn chỉ đường cho Huệ, xong nói:

- Người cứ tự tiện sử dụng. Ở đó có đủ thập bát ban binh khí, món nào cũng giá trị liên thành cả đấy.

- Ta có nghe thầy ta nói về cái thú sưu tầm binh khí cổ của sư phụ người. Thật là một thú chơi hiếm có trên thế gian. Sao lúc trước thầy người không đem tặng các tướng lĩnh Truông Mây?

- Ta cũng không hiểu. Có lẽ vật quý phải chờ đúng chủ mới xuất hiện. Bây giờ người theo ta, ta còn một món quà nữa tặng người.

Cả hai lên lưng ngựa, Tín Nhi đưa Nguyễn Huệ vào sâu trong núi phía sau thành Truông Mây. Đến một vách núi nơi có một tảng đá lớn, cả hai xuống ngựa, Tín Nhi tung người nhảy lên đỉnh tảng đá, Huệ nhảy lên theo. Phía sau tảng đá là một cửa động nhỏ, cả hai nhảy xuống rồi len vào. Bên trong là một hang động vô cùng lớn, ánh sáng từ một khoảng trống ở đỉnh bên trái chiếu xuống khiến lòng động sáng rỡ. Nguyễn Huệ giật mình khi nhìn thấy hàng trăm lò rèn lớn, nhỏ đủ cỡ, rất nhiều binh khí chưa rèn xong còn nằm cạnh các lò. Tín Nhi dẫn Nguyễn Huệ vào sâu hơn, ở đây chứa hàng ngàn binh khí đủ loại, kiếm, đao, thương, câu liêm… Tín Nhi nói:

- Đây là nơi rèn vũ khí của Truông Mây, may mắn quân triều đình không phát hiện ra. Giao lại cho ngươi.

Nguyễn Huệ cầm thử một vài binh khí lên coi, nước thép rất tốt, kỹ thuật rèn rất tinh xảo. Chàng không dấu được nỗi vui mừng và cảm động, nắm tay bạn nói:

- Với ngươi không thể nói tiếng cảm ơn. Được, ta dẫu nát thân cũng không phụ lòng ngươi.

Tín Nhi cười:

- Lời nói đó hơn hàng vạn tiếng cảm ơn.

- Kho binh khí không bị phát hiện, anh em thợ rèn chắc không hề gì chứ?

- Sau khi Truông Mây tan nát họ tản mát khắp nơi, nhưng người lò trưởng Hồ Thiết Thủ thì ta biết hiện ở đâu.

- Tốt quá, ta muốn gặp ông ta.

- Ta đưa ngươi đi.

Cả hai trở lại lạy ngôi mộ lần nữa rồi giục ngựa qua đèo Màn Lăng để xuống Phù Ly. Cuối con phố chính gần huyện thành là một lò rèn khá lớn, cả hai dừng ngựa trước cửa, nhảy xuống bước vào. Người đàn ông thân vóc to lớn, lực lưỡng, ở trần trùi trụi đang cắm cúi trui thanh sắt trong lò, nghe có tiếng ngựa dừng trước cửa liền quay lại. Nhận ra người mới đến, ông vội quăng thanh sắt đang đỏ hồng xuống đất chạy ra, hai bàn tay to lớn, xam xám như thép nguội ôm chầm lấy vai Tín Nhi, giọng ồ ồ mừng rỡ:

- Tín Nhi. Nửa năm nay cháu đi đâu sao không thấy ghé thăm chú. Khỏe chứ? Mọi việc ra sao? Vào đây. Bạn mới à?

Tín Nhi cười đáp nhỏ:

- Dạ, nửa năm nay cháu lo đi lùng tên phản bội nên không ghé thăm chú được. Đây là Nguyễn Huệ, bạn của cháu.

Huệ chào:

- Cháu xin chào chú Thiết Thủ. Tín Nhi không hết lời khen ngợi chú về cái tài biến sắt vụn thành đao quý, kiếm báu, nên cháu muốn ghé thăm cho biết mặt cao nhân.

Thiết Thủ cười hề hề, giọng diễu cợt:

- Tài nghệ gì đâu, cao nhân con mẹ gì nữa. Tan nát hết rồi. Giờ chỉ cần kiếm đủ hai bữa cơm rau muối và một hũ rượu để cho qua ngày tháng là vui rồi.

Tín Nhi hỏi:

- Mấy anh em khác đâu rồi chú?

- Thằng Ba Lực qua mở một lò bên Bồng Sơn, thằng Tư Lửa thì dô mở một lò ở phủ thành gần chợ rượu Phú Đa. Nó là thằng hám rượu mà, nó nói mở gần chợ rượu, ngắm mấy cô hàng rượu, hít mùi rượu cho đỡ thèm. Hề…hề… Còn thằng Năm Sức thì ở đây phụ tao, nó vừa đi đâu đó không biết.

- Lúc nãy ngang qua tiệm rượu đầu phố cháu có mua một vò lớn Bàu Đá hạng nhất và ba con gà nướng. Chú cháu mình làm một bữa cho ấm cái ngày chớm Đông nghen chú.

Thiết Thủ cười hề hề nói:

- Thằng nhỏ mày lúc nào cũng biết tâm ý người khác. Hề… hề… Bây giờ mà trời có sập tao cũng xin ổng ráng chờ tao uống hết hũ Bàu Đá và xực hết mấy con gà nướng đã rồi sập sau. Hề…hề…

Rồi đi nhanh vào trong mang chén bát ly muỗng ra chiếc bàn gỗ để ở chái nhà bên phải. Tín Nhi rót rượu ra ba cái chén mời:

- Mời chú. Chẳng biết uống mừng cho cái gì đây. Cho sức khỏe của chú vậy. Hì…hì…

- Tao thì lúc nào cũng khỏe như voi đâu cần uống mừng. Mừng gặp người bạn trẻ này đi.

Huệ nói:

- Cảm ơn chú. Mừng được biết chú.

Rượu hết vài tuần, Thiết Thủ hỏi:

- Không có tin tức gì của Đại ca và Quân sư sao? Cả tên phản bội nữa?

Tín Nhi buồn bã đáp:

- Không. Không một ai biết cả. Thật lạ kỳ.

Thiết Thủ thở dài, hậm hực:

- Trời cao không có mắt. Người tốt, kẻ có lương tâm thì chết oan chết uổng, chết tức chết tối, còn những thằng khốn nạn, vô lương lại sống phè phè trên nhung lụa, trên sự đau khổ của đồng bào. Thật giận đến bể hông, trào máu. Lão tặc thiên mù mẹ nó hai con mắt rồi. Cả cái luật nhân quả của ông Phật nữa, sai be sai bét, sai tới phát ghét.

Tín Nhi nói giọng tự tin:

- Chú yên tâm. Cháu thề sẽ mang trái tim tên phản bội về đây để cùng chú và anh em đem tế trước mồ Truông Mây. À! Chú nhắc đến luật nhân quả cháu mới nhớ.

- Nhớ gì?

- Lúc trước cháu cũng nghĩ như chú vậy, nhưng hôm kia tình cờ gặp một vị sư ông trong một động đá ở Quảng Ngãi, cháu hỏi vì sao người tốt như Lâm ca và Lía đại ca lại gặp kết quả bi thảm như thế, ngài giảng giải sự huyền vi trong luật nhân quả ở đời, cháu mới hiểu ra.

Huệ hỏi:

- Huyền vi thế nào?

Tín Nhi đáp:

- Sư ông nói, tao ngộ hôm nay của con người phần lớn do nghiệp dĩ người đó mang theo từ kiếp trước. Những đau khổ và bất hạnh đời này đều là kết quả của ác nghiệp từ kiếp trước họ đã tạo ra, nay phải trả.

Thiết Thủ uống hết bát rượu đặt mạnh xuống bàn lớn tiếng cãi:

- Sai bét, sai bét. Người tốt như Đại ca và Quân sư thì kiếp trước không thể nào là người xấu được. Ông sư đó ở đâu, tao sẽ tới đó nói cho ổng nghe. Sai bét.

Tín Nhi mỉm cười:

- Trong một hang núi ở Mộ Hoa, Quảng Ngãi. Chú chưa tin thì đến đó gặp sư. Một người tu hành, đạo hạnh như sư ông mà còn gặp đại họa thì Lía đại ca và Lâm ca đã là gì.

Huệ hỏi:

- Sư ông đó gặp đại họa gì?

- Sư chính là sư tổ của Lía đại ca. Hôm trước ngày cả nhà Lía đại ca bị thảm sát, sư đã bị bọn Trương Phúc Loan hạ độc thủ, may nhờ nội công cao cường nên đã vận công ép độc xuống chân, tuy thoát chết nhưng cả nửa thân dưới đã bị hư thúi, không di chuyển được. Vì thế sư chỉ ăn rau cỏ quanh động để sống.

- Thật ư? Thiết Thủ trợn mắt hỏi. Sống như thế sao bằng chết?

- Sư nói tai họa đời này là món nợ mà sư đã vay lúc trẻ nên phải sống đọa đày như thế để trả cho hết, hầu giảm bớt nghiệp chướng cho kiếp sau.

Huệ hỏi:

- Lúc trẻ ông ấy vay nợ gì?

- Nợ tình. Thời trẻ, sư nổi danh là Ngũ Tuyệt Thư Sinh, cầm kỳ thi họa kiếm tuyệt. Vì một chút bất cẩn ông đã khiến vợ con bỏ đi, suốt đời không tìm lại được. Lúc đó ta mới biết con ông ấy chính là chú Lê Trung và Ngọc Lan Hương, mẹ của chị Cao Tiểu Hồng.

Thiết Thủ hỏi:

- Như vậy theo cháu thì Đại ca và Quân sư, kiếp trước là người xấu à?

- Cháu không biết. Theo sư ông giảng dạy thì người tốt

gặp tai họa trong kiếp này cũng có thể là để tạo thiện nghiệp cho kiếp sau. Những người như Đại ca và Lâm ca kiếp sau sẽ gặp thiện duyên, cuộc sống an lành.

Huệ hỏi, giọng có chút châm biếm:

- Sư ông có khuyên ngươi đừng trả thù cho Truông Mây không?

Tín Nhi mỉm cười đáp:

- Ta có hỏi sư ông điều này, sư bảo kẻ gieo gió, sẽ gặt bão. Nếu ta không tìm giết hắn, kiếp này hắn cũng sẽ phải trả vì món nợ hắn vay quá lớn.

Huệ mỉm cười:

- Nhưng ngươi muốn chính tay giết hắn hơn là để cho kẻ khác đúng không?

Mắt Tín Nhi long lên ánh căm hờn:

- Đúng vậy. Không một ai có thể khuyên can hay ngăn cản ta làm việc này.

Huệ gật đầu:

- Ta đọc được sự quyết tâm này khi mới gặp mặt ngươi.

Thiết Thủ uống một hơi cạn một chén rượu, thở dài:

- Hà!! Dù gì thì cũng thật đáng thương và thật đáng tiếc!

Tín Nhi hỏi:

- Đáng tiếc điều gì chú?

- Từ khi thất thủ, rút tỉa kinh nghiệm máu xương đó, chú đã cố nặn óc tìm ra một thứ vũ khí sao cho thuận tiện trên mọi chiến trường, ít có thể thắng nhiều, đánh xa, đánh gần, công thành, phá lũy, trên bộ dưới nước đều được, nhưng nghĩ lại có tìm ra thì giờ cũng vô dụng nên lại bỏ đi. Nghĩ tiếc mãi.

Ánh mắt Nguyễn Huệ chợt ngời lên, chàng nhìn Tín Nhi. Tín Nhi hiểu ý bèn rót một chén rượu đầy đưa cho Thiết Thủ hỏi:

- Nếu có chỗ dụng, chú còn đủ nhiệt huyết như ngày xưa để chế tạo binh khí nữa không?

Thiết Thủ uống một hơi cạn chén rượu, khà một tiếng xòe hai bàn tay màu thép xám ra đáp:

- Chỗ dụng gì? Ai dụng? Nếu dụng vì chính nghĩa, vì quê hương, vì bá tánh thiên hạ thì dẫu còng lưng ta cũng còn có đủ nhiệt huyết như thường.

Tín Nhi cười hì hì nói:

- Vậy thì chú cứ tiếp tục suy nghĩ để sáng chế ra món vũ khí lợi hại đó đi. Không lâu nữa, cháu sẽ đến tìm chú và nói rõ ai dụng và dụng cho cái gì. Chú cứ tin cháu đi.

- Cháu thì chú tin chắc rồi, nhưng…

- Còn nhưng với nhị gì nữa. Chú hứa với cháu đi. Đây, ly rượu này chúng ta uống cho lời hứa đó nhé.

Nói xong Tín Nhi rót rượu ra ba chén. Thiết Thủ cười hề hề nói:

- Được, thằng nhỏ mày tính láu vẫn bám chặt hai cái môi. Chú hứa. Ba tháng sau cháu trở lại đây.

Tín Nhi cười:

- Sang xuân cháu sẽ trở lại. À, chú có biết những anh em khác trong tổ nay ở đâu không?

- Cháu muốn gọi họ trở lại à?

- Dạ. Chú tập hợp họ lại được không?

- Được. Khi cháu trở lại sẽ có tin. Tụi cháu định làm gì? Về lại Truông Mây à?

Tín Nhi cười:

- Dạ. Nhưng không phải Truông Mây mà là Tây Sơn. An Khê!

Thiết Thủ vỗ đét vào đùi thật mạnh nhưng lại nhỏ tiếng:

- Thì ra! Hèn chi lúc này trong dân chúng cứ rì rầm câu sấm: *"Tây khởi nghĩa, Bắc thu công"*, và tiếng đồn Tây Sơn tụ nghĩa, kêu gọi anh hào và bà con nghèo khó về trên đó nương thân. Cháu Huệ đây là…

Huệ vội đáp:

- Cháu ở trên đó. Mời chú ghé lên chơi một chuyến cho biết rừng núi Tây Nguyên.

- Được. Khi nào Tín Nhi trở lại, chú sẽ lên thăm. Để chú tặng hai đứa cái này. Đáng giá liên thành đó.

Dứt tiếng ông đứng dậy vào trong lấy ra hai thanh trủy thủ, bao bằng da trâu, đưa cho hai người, giọng trịnh trọng:

- Năm ngoái có một cú sét rất lớn đánh xuống vùng núi Lạc Phụng, tao thấy lạ tìm tới nơi xem, lấy được một thỏi sắt đen. Tao mừng quá liền mang về nhà bỏ ra ba tháng trời rèn, luyện, còn phải dùng máu của thằng Năm Sức tưới vào mới rạ được hai thanh trủy thủ này. Hai đứa thử xem.

Hai chàng trai rút thanh trủy thủ ra, nước thép đen

ngòm, bóng lẫy. Tín Nhi cầm con dao cắt thịt gà trên bàn, dùng thanh trủy thủ chém nhẹ một phát, con dao đứt tiện như cộng rau muống. Cả hai trợn mắt reo lên:

- Bén thật. Kiếm báu. Chú đúng là cao nhân trong nghề rèn kiếm thời nay rồi.

Thiết Thủ cười hề hề:

- Cao nhân con mẹ gì. Đừng có nịnh tao. Hai đứa dắt vào ống giày phòng khi hữu sự.

Nguyễn Huệ nói:

- Ngày xưa danh tướng Cao Lỗ đã rèn ra thanh Ô Long đao và Thanh Long kiếm, nay chú Hồ Thiết Thủ rèn hai thanh đoản kiếm, chú đặt cho chúng một cái tên cho oai chứ chú.

Thiết Thủ nói:

- Tao chỉ biết thổi lò đập búa chứ chữ nghĩa gì mà đặt tên, cháu coi bộ thông tuệ, muốn đặt gì thì cứ đặt đại đi.

- Vậy cháu gọi chúng là Thiết Phụng Hoàng song kiếm nghe chú.

Thiết Thủ vỗ hai bàn tay thép vào nhau đánh bốp một tiếng cười ha hả nói:

- Hay! Bây giờ hai đứa, mỗi đứa là một con Phụng Hoàng, ráng bay cao lên nhé.

Ba người uống sạch vò rượu mới chia tay. Ra đến quan lộ, Nguyễn Huệ nhìn Tín Nhi, giọng trịnh trọng:

- Mình chia tay. Mong ngươi sớm trả được thù cho anh em Truông Mây. Tây Sơn mở cửa chờ ngươi và những anh em thám báo của ngươi. Ta chờ ngươi.

Tín Nhi đánh tay với Nguyễn Huệ giọng trịnh trọng không kém:

- Ta nhất định sẽ lên Tây Sơn tìm ngươi.

*

Chia tay nhau, Tín Nhi với con Huyết Câu dong rủi vào Nam, Nguyễn Huệ cùng con Ô Truy lên đường ra Quảng Nam, xuống cửa Hàn tìm Tiểu Phi. Phân đà này của bang Hành Khất chính là trại mồ côi của Đinh Hồng Liệt năm xưa giao lại. Sau hai mươi năm, khu trại nay đã trở thành một làng nhỏ với gần năm trăm nóc nhà tranh, nơi dung nạp những người ăn mày lang bạt. Huệ tìm đến gian nhà chính, là nơi bang Hành Khất dùng làm trụ sở phân đà. Tiểu Phi nghe anh em báo có người tìm vội ra đón, gặp lại Nguyễn Huệ, chàng mừng rỡ:

- A, chú Huệ. Ngọn gió lành nào thổi chú ra đây tìm tôi vậy? Xem nào, mới đây mà đã trở thành một chàng thanh niên đường đường lẫm liệt thế này rồi.

Huệ cười nói:

- Chào anh Tiểu Phi. Tưởng anh trở thành bang chủ đã quên thằng nhỏ này rồi chứ?

Tiểu Phi ôm vai Huệ nói:

- Chú tưởng tôi là loại người như vậy sao? Ra đây có việc gì không?

- Em chỉ nói đùa cho vui thôi. Ra thăm anh. Cũng có chút chuyện muốn bàn. Sao hôm đám tang ông nội anh không vào?

- Việc này làm tôi bức rức mãi, nhưng lúc đó sư phụ tôi đang bệnh rất nặng. Giờ thì cả hai đã về cõi Phật cả rồi. Văn Tuyết đang ở chỗ chú hả?

- Dạ. Từ sau khi ảnh về dự đám tang ông nội. Giờ ảnh đang lo cai quản bọn bạt mạng trên Tây Sơn thượng.

- Vậy là đúng nghề của hắn rồi. Còn cô bé vui tính Thi Lan?

- Cô ấy qua Xuân Huề theo chị Bùi Thị Xuân học làm Bà Trưng, Bà Triệu rồi.

Tiểu Phi cười:

- Chú lúc nào cũng có cách chọc thiên hạ. Anh Nhạc và chú Lữ khỏe chứ? Vào đây, anh em ta nói chuyện.

Huệ theo Tiểu Phi vào bên trong. Gian nhà bày biện rất đơn sơ. Tiểu Phi hỏi:

- Chú có việc gì muốn bàn?

Huệ nói:

- Trước hết em muốn hỏi anh, chí hướng của anh lúc trước giống với ông nội và thầy em hơn là sư bá phải không?

- Đúng vậy. Gì nữa?

- Nay anh là bang chủ, anh sẽ đưa hoạt động của bang theo hướng cũ của sư bá hay theo chí hướng của riêng anh?

Tiểu Phi nhìn Huệ mỉm cười:

- Chú muốn bang Hành Khất về giúp cho Tây Sơn phải không?

- Dạ. Anh nghĩ sao?

Tiểu Phi trầm ngâm:

- Sư phụ cho đến lúc nhắm mắt vẫn căn dặn tôi cố giúp cho phủ Chúa quang phục lại thời hưng thịnh cũ. Chí hướng của tôi có khác sư phụ, nhưng phận làm đệ tử nhận lấy lời ủy thác của thầy khiến tôi khó xử vô cùng. Chú vẫn là người lanh trí nhất, chú nghĩ tôi nên làm thế nào cho phải?

- Em thông cảm với sự khó xử của anh. Nếu anh muốn vẹn cả hai đàng, chúng ta có thể chọn cách trung hòa.

- Trung hòa là thế nào?

- Là bang Hành Khất không giúp Tây Sơn bằng nhân lực, nhân mạng, chỉ kín đáo giúp bằng trí lực mà thôi.

- Có nghĩa là chúng tôi sẽ làm tai mắt cho chú?

Huệ cười:

- Làm tai mắt cho Tây Sơn chứ không phải em.

Tiểu Phi cũng phì cười:

- Ừ, thì cho Tây Sơn, đúng không?

- Đúng vậy. Với nhiệm vụ đó, bang Hành Khất cũng đã đóng góp một phần to lớn trong cuộc đấu tranh cứu đồng bào thoát khỏi cảnh đói khổ này rồi.

- Được. Tôi và anh em rất sẵn sàng. Để tôi chỉ chú cách huấn luyện phi vũ truyền thư. Chúng ta liên lạc nhau bằng cách ấy, rất nhanh và rất tiện.

Huệ mừng rỡ nói:

- Tốt không còn gì bằng. Em nhất định sẽ học cho được. Anh có tổ truyền tin này chứ?

- Có chứ. Khá đông.

- Anh gởi lên Tây Sơn cho em một số anh em được không?

- Cần gì. Để tôi bảo Tín Nhi lo cho vụ này. Bọn thám báo của nó, ai cũng rành về chuyện này. Chú biết Tín Nhi chứ?

- Bọn em mới chia tay nhau. Hắn đang lo lùng sục cho ra tên Chú Nhẫn nên chưa giúp em được lúc này.

- Hắn là một con người rất mực chí tình. Vậy để tôi đưa một số anh em trong ban truyền tin lên Tây Sơn trước cũng được.

- Anh cứ bảo họ lên Tây Sơn thượng gặp anh Tuyết. Việc tổ chức huấn luyện để anh ấy lo.

- Còn gì nữa không?

- Còn một việc nữa. Nhờ anh cho anh em trong bang bí mật rao truyền rộng rãi câu sấm ngôn *"Tây khởi nghĩa, Bắc thu công"* và hô hào bà con lên Tây Sơn tụ nghĩa.

- Được. Còn gì nữa không? Anh em lâu ngày gặp nhau cũng phải uống vài bầu cho đáng mặt nam nhi chi chí chứ?

Huệ nắm hai tay lại cười nói:

- Tiểu đệ sẵn sàng bồi tiếp đại huynh.

Cả hai cười xòa bày cuộc rượu.

*

Rời phân đà Cửa Hàn, Nguyễn Huệ lại giục ngựa đăng trình vào Quy Nhơn. Trời đã sang đông, mưa lất phất bay, gió bấc se sắt lạnh. Hình ảnh những xóm thôn xơ xác, những thân người ăn mày còm cõi, co ro trên những hè phố, những xác người chết đói rải rác dọc hai bên quan lộ trông thê thiết làm sao! Qua đò Trà Khúc, phía xa xa, thấp thoáng sau làn mưa mỏng và khói sóng biển Đông, hình ảnh Cổ Lũy Cô Thôn trong buổi chiều đông càng thêm cô tịch đìu hiu. Tâm tình chàng trai trẻ chợt chùng xuống bởi một khối ưu sầu và rồi bầu nhiệt huyết như được đun sôi lên. Chàng quất mạnh cây roi trong gió, con Ô Truy cất cao bốn vó phóng như bay dưới cơn mưa, ngốn mấy trăm dặm đường dài.

Kỳ Sơn là dãy núi có hai ngọn thuộc xã Phước Sơn, huyện Tuy Viễn, nằm phía đông thành Đồ Bàn như một lá chắn thiên nhiên bảo vệ mặt đông thành. Núi tuy không cao nhưng địa thế hiểm trở rất tiện lợi cho việc dụng binh. Từ thời Chiêm Thành đến các đời chúa Nguyễn đều có đặt trọng binh nơi đây tiếp trợ cho cửa biển Quy Nhơn.

Ngọn phía nam dãy núi là Kỳ Sơn, ngọn phía bắc đến đèo Cao gọi là Phụng Sơn. Bao bọc chung quanh núi là những cánh đồng lúa bạt ngàn, dân cư trù phú. Xa xa ở phía đông, hòn Xương Cá lởm chởm đá dăm nằm trơ trọi giữa cánh đồng trống trải, nơi mà thuở khai thiên ông Khổng lồ đã bắt hết cá trong đầm Hải Hạc ăn xong bỏ xương lại thành núi.

Nguyễn Huệ tìm đến sơn trang của Kỳ Sơn Tiểu Hiệp Võ Thăng vào một buổi chiều trọng đông, lạnh buốt. Vừa dừng ngựa trước cổng sơn trang chàng đã nghe có tiếng cười nói từ một gian nhà trúc mé đông vọng lại, sau đó có tiếng người ngâm thơ:

Đông ba diễm diễm thu phong vãng

Đảo ảnh tây tà cô nguyệt quang

Hào khí vô thời quân tử hận

Lâm tuyền bán túy độc ca xang

Và những tiếng vỗ tay vang lên hòa với tiếng cười. Nguyễn Huệ nghe ý thơ biết ngay người ngâm là tay hào kiệt đang ẩn nhẫn chờ thời thì trong bụng mừng thầm. Chàng ngồi trên ngựa lớn tiếng ngâm:

...Lỗ Thánh khấp lân tri mệnh hỷ

Sở Cuồng ca phượng thức thần hô

Tuy nhiên dụng xả phi do ngã

Tự thị hành tàng khước tại ngô³.

Dịch:

...Khổng Tử khóc con lân vì đã biết mệnh trời

Sở Cuồng hát về chim phượng là thức thời chăng

Tuy nhiên việc dùng hay không đâu phải do ta

Từ đây ra giúp đời hay ở ẩn mới thật tại ta.

Tiếng ngâm vừa dứt đã có tiếng người từ trong gian nhà trúc vang lên:

- Giữa lúc lạnh giá thế này không ngờ nơi núi rừng hẻo lánh lại có bậc kỳ sĩ giá lâm. Thật hân hạnh lắm thay.

Rồi một người đàn ông tuổi dưới ba mươi từ trong nhà bước ra. Huệ nhận ra chính là Kỳ Sơn Tiểu Hiệp Võ Thăng, chàng vội nhảy xuống đất chắp tay xá chào:

- Đường đột xông vào làm mất nhã hứng của những

---

³ Đoạn sau bài thơ Tự Hoài của Aí Trúc Trai - Ngô Thế Lân.

bậc tao nhân, thật có lỗi vô cùng.

Võ Thăng trong dạ đinh ninh người ghé thăm sẽ là một văn nhân tao khách không ngờ lại là một chàng hiệp sĩ rất trẻ, áo bạc phong trần nên thoáng giật mình:

- Không sao, không sao. Quý khách quang lâm là điều vinh hạnh cho tệ xá. Xin mời vào trong uống một chung rượu cho ấm dạ trước đã.

Nguyễn Huệ ôm quyền nói:

- Đã vậy tiểu đệ mạn phép quấy rầy.

Võ Thăng đưa chàng vào bên trong, bốn người đàn ông đang có mặt nơi bàn rượu vội đứng lên chào. Cả bốn người tuổi trạc trên dưới ba mươi, người trẻ nhất chính là Phan Sinh, người đi cùng với Trần Lâm ở anh hùng đại hội dạo nọ. Huệ lên tiếng trước:

- Tiểu đệ Nguyễn Huệ ở Tây Sơn tình cờ ngang qua đây nghe tiếng ngâm thơ biết chư huynh trưởng là bậc hào kiệt chưa gặp thời nên đường đột ghé vào mong được diện kiến. Xin thứ cho.

Võ Thăng rót rượu ra các chung mời mọi người:

- Xin mời tất cả một chung sơ ngộ. Tiểu hiệp sĩ tuổi còn trẻ mà khí phái bất phàm, Võ Thăng tôi rất lấy làm hân hạnh được kết giao, sao dám nói lời trách cứ. Để tôi giới thiệu, vị này là Diệu thủ Phan Sinh ở Phương Phi, người đã cao ngâm bài thơ lúc nãy, còn ba người này là anh họ của tôi, Võ Thục, Võ Chất ở Nhạn Tháp và Võ Triệu ở Phước Hòa.

Nguyễn Huệ chắp tay xá dài:

- Rất hân hạnh được biết Võ gia tứ huynh đệ. Phan

huynh thì tiểu đệ đã gặp qua ở đảo Phương Mai trong kỳ Anh hùng đại hội.

Phan Sinh như sực nhớ ra liền reo lên:

- Anh có phải là chàng thiếu niên đi cùng Phong Điền Tiểu Tử Tiểu Phi và Thiết Tý Trần Kim Hùng lão võ sư không?

Huệ mỉm cười đáp:

- Lúc đó đệ còn nhỏ xíu mà Phan huynh vẫn còn nhớ, thật là hi hữu.

Võ Thăng hỏi:

- Vậy ra tiểu huynh đệ có tham dự đại hội anh hùng dạo nọ?

Huệ đáp:

- Dạ có. Cho nên đệ hâm mộ phong cách cũng như tài nghệ của Võ huynh, từ lâu vẫn ao ước được quen biết để học hỏi, nay mới mạo muội ghé thăm.

Võ Chất vốn người giỏi văn chương nên hỏi:

- Bài thơ huynh đệ vừa ngâm lúc nãy ý tứ thật cao siêu, đúng là tuổi trẻ tài cao.

Nguyễn Huệ vội xua tay:

- Ồ, không! Không phải! Đó là phần sau bài thơ Tự thuật của Ái Trúc Trai Ngô Thế Lân, bạn của gia sư. Đệ vì nghe bài thơ lúc nãy hàm chứa một hoài bảo lớn mà chưa gặp thời nên ứng tiếng đọc lên để tán tụng thêm cái thanh cao của những kẻ sĩ sinh bất phùng thời mà thôi.

Võ Thục hỏi:

- Chẳng hay thầy của huynh đệ là ai?

- Thầy đệ là Giáo Hiến ở An Thái.

Phan Sinh hỏi ngay:

- Có phải là Trại Ức Trai Trương Văn Hiến ngày xưa phá tan âm mưu chiếm Cù lao Phố của Lý Văn Quang không?

Huệ đáp:

- Chính là người. Nhưng từ khi vào An Thái mở trường, người không muốn nhắc đến chuyện xưa nữa.

Võ Chất vẻ mặt hớn hở nói:

- Thì ra là cao đồ của Giáo Hiến, thảo nào văn võ toàn tài.

Huệ hỏi:

- Võ huynh biết gia sư à?

Võ Chất đáp:

- Mấy người bạn tôi là Trương Mỹ Ngọc ở An Nhơn, La Xuân Kiều ở Phù Cát vốn là chỗ bạn thân với Nguyễn Nhạc ở Kiên Thành. Qua Cả Nhạc và qua tiếng đồn, họ rất hâm mộ thầy Giáo Hiến.

Huệ lộ vẻ vui mừng nói:

- Thì ra Võ huynh và quý hữu là chỗ bạn thân với anh Cả Nhạc. Em xin lỗi đã không nhận ra.

Chàng đổi cách xưng hô khi biết những người này là bạn của anh Cả mình. Phan Sinh hỏi:

- Huynh đệ ngâm đoạn thơ lúc nãy là có ý gì?

Huệ đáp:

- Không có gì, chỉ vì đệ thích câu cuối của bài thơ, nó chứng tỏ tính tự cường của tác giả.

Phan Sinh mỉm cười:

- Có nghĩa là huynh đệ cho chúng tôi là những kẻ hèn nhát thấy việc không dám xông vào chỉ biết ngồi yên than thời, trách thế phải không?

Huệ vội xua tay:

- Nhất thiết không dám rồi. Đệ đoan chắc Phan huynh không tham gia Truông Mây lúc trước là có lý do ngoài ý muốn.

Phan Sinh thở dài:

- Nói ra thêm hổ thẹn, nhưng tôi ở vào thế nợ nước tình nhà không thể vẹn.

- Có thể cho đệ biết được không?

- Cha tôi tuy là một nhà cựu Nho nhưng lẽ xuất xử rất rõ ràng, không phải minh chúa nhất định không theo về.

Huệ hỏi:

- Người như thế nào mới là minh chúa?

- Đất nước lâm nguy, triều chính suy tàn, bá tánh lầm than là lúc anh hùng xuất hiện. Anh hùng thì nhiều nhưng minh chúa chỉ có một, bởi vậy khi minh chúa ra đời thì điềm trời sẽ báo, kỳ tích sẽ hiện ra. Cha tôi tin như vậy.

- Ví dụ?

- Lý Công Uẩn lúc mới sinh, có con chó bộ lông bỗng hiện chữ Thiên Tử. Lê Thái Tổ lúc khởi nghĩa thu được thanh Thuận Thiên bảo kiếm truyền quốc, chém rắn ra quân…

Huệ thầm khen cho tính thực tế của anh Cả mình, tuy có hơi trí trá nhưng lại đánh đúng vào tâm lý của quần chúng, ngay cả những người được coi là kẻ sĩ, là hào kiệt như những người này đây. Phan Sinh thấy Huệ ngồi yên nên hỏi:

- Theo ý huynh đệ thì sao?

Huệ chậm rãi đáp:

- Ý kiến của Bá phụ và huynh rất xác thực, nhưng theo đệ, ai có lòng với quốc gia, dân tộc, ai dám đứng lên đạp đổ bạo quyền, đánh đuổi quân xâm lăng, đem lại hạnh phúc cho trăm họ, người ấy đáng để cho chúng ta tôn phò, giúp sức. Nói đúng hơn, minh chúa là người, sẽ vì người mà hành động, chứ không phải con trời, chờ trời sai xuống, mang theo điềm lành ứng mạng mới trở thành minh chúa để cai trị người. Minh chúa là con dân chứ không phải thiên tử, con trời. Cho nên thầy Mạnh tử nói rằng: "Dân vi quý, xã tắc thứ chi, quân vi khinh".

Tiếng nói của chàng nhẹ nhàng thong thả, nhưng lời lẽ hùng hồn, đanh thép, ánh mắt của chàng lại rực lên một tia lửa của nhiệt huyết khiến cho năm người ngồi nghe ai nấy đều thầm khiếp phục trong lòng. Võ Triệu từ trước vẫn ngồi im lặng, bỗng cười ha hả lên tiếng:

- Nói rất hay. Huynh đệ là em của Cả Nhạc à?

- Dạ. Là em út trong nhà.

Võ Triệu nói:

- Trái đất tròn, đất Tuy Viễn lại không lớn, quanh đi quẩn lại cũng là người quen cả. Tôi với Cả Nhạc đã từng uống rượu say đến hết biết trời trăng rồi gác chân lên nhau mà ngủ trên chiếc thuyền chở đầy trầu của anh ấy đấy.

Huệ mừng rỡ nói:

- Thì ra là các vị huynh trưởng cả.

Võ Triệu vốn người bộc trực, ông vỗ vai Huệ thân mật:

- Tiếng đồn Tây Sơn Tam Kiệt quả không ngoa. Tôi rất hâm mộ tài năng và đức độ của Cả Nhạc, nay gặp chú út trong nhà tuổi còn trẻ mà uy vũ hơn người, trí huệ thâm viễn, nhiệt huyết đầy lòng. Nghe Cả Nhạc rất đề cao về tài nghệ của chú út, nay gặp mặt tôi càng tin lời ấy không sai.

Huệ mỉm cười nói:

- Anh Cả thương em nên nói quá vậy thôi.

Võ Thăng hỏi:

- Gần đây khắp nơi loan truyền việc Tây Sơn tụ nghĩa, huynh đệ ghé thăm nơi rừng núi này không ngoài mục đích đó phải không?

Nét mặt của Nguyễn Huệ trở nên nghiêm nghị, nhìn Võ Thăng từ tốn đáp:

- Các anh đây đã là chỗ bạn thân của anh Cả, em đâu dám lạm bàn về việc đó.

Võ Thăng lại bị ánh mắt của Nguyễn Huệ làm cho rúng động trong lòng, ông nghĩ thầm: *"Chàng thanh niên này mục quang trông thật bình ổn, nhu thuận, nhưng thần uy rất mạnh. Thật kỳ lạ!"*. Trong thâm tâm ông chợt nảy sinh cảm giác nể vì nên cất giọng thân mật hơn:

- Không hề gì, huynh đệ đừng câu nệ. Chúng tôi thật muốn biết về chuyện tụ nghĩa của Tây Sơn.

Võ Triệu nói thêm vào:

- Chú đừng ngại. Tôi chỉ là một tên thô lỗ chuyên cung cấp khô biển cho Cả Nhạc, nhưng những việc làm của anh ấy ở Tây Sơn thượng tôi rất ngưỡng mộ và tán thành. Anh em các người định biến Tây Sơn thành một Truông Mây thứ hai phải không?

Huệ trịnh trọng nói:

- Các anh tuy không câu nệ nhưng đều là bậc huynh trưởng cả nên em chỉ xin trả lời: Vâng, Tây Sơn sẽ xây dựng lại một Truông Mây. Còn những chi tiết khác em sẽ mời anh Cả gặp các anh bàn thêm. Em quấy quá đã lâu, xin phép các anh, cáo từ.

Nói xong chàng đứng lên lễ phép cúi chào năm người. Họ nhất loạt đứng dậy đáp lễ như đối với những người ngang hàng hay bậc trưởng thượng. Võ Thăng tiễn Nguyễn Huệ ra đến nơi cột ngựa, ông thân mật hỏi:

- Chú có còn liên lạc với Tiểu Phi huynh đệ không? Con người ấy về tài đức tôi đều cảm phục.

- Dạ, anh ấy giờ là bang chủ bang Hành Khất. Em vừa từ phân đà Cửa Hàn của anh ấy vào đây.

- Thế à? Mà cũng xứng đáng lắm. Thời này thật nhiều người tuổi trẻ tài cao. Bang Hành Khất và Tây Sơn của huynh đệ liên hệ thế nào?

- Là tai mắt.

Võ Thăng gật gù rồi chắp tay nói:

- Nếu anh em huynh đệ cần đến kẻ sơn dã này xin nhắn cho một tiếng, tôi nhất định góp chút tài hèn.

Huệ ngồi trên lưng ngựa ôm quyền, cúi mình đáp lễ:

- Võ huynh phong thái vẫn hào sảng như lúc xưa. Tây Sơn đang tụ nghĩa, ngày khởi nghĩa không xa, cửa Tây Sơn mở rộng và dang cả hai tay đón chờ huynh và quý hữu bất cứ lúc nào.

*

Rời Kỳ Sơn, Nguyễn Huệ giục ngựa định trở ra quan lộ dẫn từ Nước Mặn lên Đồ Bàn. Khi đến Phụng Sơn bỗng phía trước có một đám quan binh mấy mươi tên đang vây đánh một chàng thanh niên mặc quần áo ra dáng nông dân. Chàng thanh niên này thân thể cường tráng, võ nghệ thật cao cường, cây roi gỗ trong tay múa vun vút, đám lính ba bốn mươi tên gươm giáo sáng ngời vẫn bị chàng ta đánh tơi bời, kêu la inh cả cánh đồng vắng. Bọn lính đánh một lúc nữa thì già nửa đã bị trúng đòn, té ngã ngổn ngang trên đường lộ. Tên toán trưởng nhắm bộ không xong bèn la lớn:

- Anh em dừng tay. Tên chăn trâu này không chạy thoát đi đâu mà sợ. Ta về kéo thêm lính đến bắt nó sau cũng được.

Bọn lính trong bụng rất sợ bị ăn đòn, nên vừa nghe tên toán trưởng nói vội dừng tay. Tên toán trưởng nhìn chàng thanh niên hăm dọa:

- Mày hãy chờ xem. Ông mà không cho mày rục xương trong tù thì ông bỏ luôn cái chức chánh suất Kỳ Sơn này. Đi!

Hăm xong vội vàng dẫn đám lính chạy tuốt. Chàng thanh niên động cây roi gỗ xuống đất, chống nạnh nói lớn:

- Ngươi đừng hăm dọa mất công. Nguyễn Văn Lộc này mà sợ bọn lính ác ôn các ngươi thì đã không ra mặt. Có giỏi cứ tìm ta mà bắt bỏ tù, đừng ỷ thế quan quân hà hiếp dân lành.

Nguyễn Huệ ghìm ngựa ở xa theo dõi cuộc chiến đấu của chàng thanh niên tên Lộc trong lòng không khỏi mừng rỡ và thầm phục đường roi của chàng ta. Đường roi này mường tượng như đường roi của Tiểu Bạch Long năm xưa ở Anh hùng đại hội. Huệ bèn nhảy xuống ngựa tiến đến gần cúi đầu chào:

- Gan mật hơn người, tài cao xuất chúng. Tiểu đệ là Nguyễn Huệ xin được làm quen với người anh hùng, không biết có được chăng?

Nguyễn Văn Lộc thấy chàng thanh niên lạ mặt cũng trạc tuổi mình, dáng người thanh tú, lời nói điềm đạm, vẻ mặt thân thiện nên ôm quyền đáp:

- Anh nói quá cho tôi rồi. Tôi chỉ là tên chăn trâu, đốn củi xứ Kỳ Sơn làm sao xứng với hai chữ anh hùng. Anh định ghẹo tôi à?

- Không thể coi xuất xứ quý tiện để luận anh hùng. Đinh Bộ Lĩnh chăn trâu mà lập nên nhà Đinh, Phạm Ngũ Lão đan giỏ, Trần Khánh Dư bán than, mà quân Mông Cổ nghe danh thì mất vía. Những người đó, có ai dám bảo họ không là bậc anh hùng chăng?

Văn Lộc xua tay nói:

- Tôi không rành chữ nghĩa, nói không lại anh đâu. Anh từ đâu ngang qua đây?

Huệ không đáp ngay mà lại đề nghị:

- Tôi nhớ phía trước nơi ngả ba đường lớn có quán rượu, chúng ta đến đó uống vài chung ấm bụng nói chuyện được không?

- Được chớ sao không. Có rượu là được.

- Vậy mời anh lên ngựa ta cùng đi.

- Anh cưỡi ngựa, tôi chạy bộ theo. Coi bộ con ngựa của

anh rất hay, tôi muốn thử xem nó nhanh hay tôi nhanh.

Huệ nghe chuyện lạ rất thích thú nhưng vẫn nói:

- Làm như vậy coi sao được.

- Có gì mà không được. Anh sợ tôi chạy không lại con ngựa của anh hả? Lên đi.

Nguyễn Huệ đành lên ngựa, chưa kịp thúc ngựa thì Nguyễn Văn Lộc đã vác gậy lên vai, phóng người vun vút chạy đi. Huệ giục ngựa đuổi theo, chàng định cho ngựa chạy cầm chừng, nhưng khoảng cách của Văn Lộc phía trước mỗi lúc một xa dần ra. Huệ tăng vó ngựa, khoảng cách vẫn không thay đổi, chàng thúc ngựa chạy nhanh hơn, con Ô Truy sải bốn vó phóng nước đại mới có thể thu dần khoảng cách đó. Huệ hết sức kinh ngạc trước sức chạy kinh hồn của Nguyễn Văn Lộc, chàng cho ngựa chạy ngay sau lưng của Văn Lộc cho đến khi tới quán rượu, cả người và ngựa cùng dừng chân một lúc trước quán. Nguyễn Huệ nhảy xuống, thấy Văn Lộc mặt không đổi sắc, chạy đua với ngựa mấy dặm đường dài như kẻ đi dạo chơi. Chàng ôm quyền cúi đầu bái:

- Anh xứng đáng với hai chữ Thần hành. Từ nay tôi gọi anh là Thần hành Nguyễn Văn Lộc nhé. Vào đây, tôi kính anh chén rượu để tỏ lòng bái phục.

Nguyễn Văn Lộc cười hề hề:

- Nhìn anh cũng hay hay. Tôi thích sự thẳng thắn và thành thật của anh. Tốt! Ta uống với nhau một bữa cho thật đã mới được.

Huệ vào quán, chọn một chiếc bàn sát cửa sổ, gọi hai cân thịt bê thui và một vò Bàu Đá loại ngon. Chàng rót ra đầy hai chén, nói:

- Kính anh chén này, ta uống cho hai chữ Thần hành.

Văn Lộc bưng chén uống cạn, khà một tiếng khen:

- Rượu ngon. Lần đầu mới uống được một chén rượu ngon thế này. Rượu ngon, bạn mới. Không ngờ cuộc đời tên chăn trâu, đốn củi như tôi lại có được giây phút sảng khoái thế này.

Huệ rót tiếp rượu vào hai chén:

- Tôi kính anh một chén nữa cho sự quen biết của chúng ta.

Văn Lộc đỡ chén rượu uống tràn một hơi xong đặt xuống bàn cười hề hề:

- Anh Huệ người ở đâu?

- Tôi ở Tây Sơn.

- Phải chi anh ở Kỳ Sơn thì hay biết mấy.

- Sao phải ở Kỳ Sơn mới hay?

- Ở Kỳ Sơn thì gần tôi, thỉnh thoảng anh mời tôi uống rượu ngon, không hay thì còn cái gì hay hơn nữa. Ha…ha….

Huệ cũng bật cười vì ý nghĩ ngộ nghĩnh của Lộc, bèn nói:

- Tôi cũng muốn được uống rượu với anh lắm. Có một cách chúng ta sẽ được ở gần nhau để cùng nhau hàng ngày uống rượu, không biết anh có thích nghe không?

- Cách gì anh nói nghe thử?

- Trước tiên tôi xin phép hỏi anh, vì sao một người tài ba như anh lại phải chọn cái nghề chăn trâu, đốn củi để mưu sinh?

- Ai khùng đi chọn cái nghề vừa hèn mọn vừa kiết xác này. Nhưng tôi vốn con nhà nghèo, cha bệnh chết, mẹ già lại đau yếu liên miên, từ nhỏ đã phải chăn trâu cho lão bá hộ Kỳ Sơn, lớn lên phải đi đốn củi thêm cho lò rượu lão Hai Phái mới đủ tiền thang thuốc cho mẹ. Cái nghề đốn củi quỷ quái lại tập cho tôi cái bệnh thèm rượu, nhưng lão Hai Phái bủn xỉn hết chỗ nói, thỉnh thoảng lão cho một bát rượu hạng bét, dở như nước đái trâu. Cũng may… hì…hì…

Huệ cười thích thú:

- Cũng may cái gì?

Lộc đỏ mặt:

- Cũng may cô Út thỉnh thoảng trút lén một vò rượu ngon của lão dấu ngoài bụi chuối sau vườn…

Huệ ngã người ra sau cười lớn:

- Ha…ha…Vậy mà anh khen rượu ở đây là ngon à? Mấy vò rượu ở gốc chuối đó là rượu tình, rượu nghĩa, mới đậm đà hương vị chứ. Đúng là anh hùng đoán giữa trần ai. Ha…ha…

Lộc mắt cỡ đến mặt đỏ như hơ lửa:

- Hê! Anh đừng ghẹo tôi. Tôi ngu quá tự dưng nói cái bí mật này ra. Cấm anh hớ ra với ai đó nhé, không tôi bằm thây anh ra.

- Được, được. Tôi hứa không bao giờ hé môi. Nhưng, như vậy thì anh cần gì tôi mời rượu nữa?

Nét mặt của Lộc bỗng dàu dàu:

- Hết rồi. Từ nay sẽ không còn chuyện ấy xảy ra nữa.

- Sao vậy? Có chuyện bất trắc à?

- Thằng con trời của lão bá hộ Kỳ Sơn mê mệt cô Út, nó đòi cưới nàng. Nàng cự tuyệt, cha nàng thương con gái cũng từ chối chuyện hôn nhân. Lão bá hộ giận, cậy đám lính Kỳ Sơn tới phá lò rượu, lão Hai Phái ức lắm chống lại, bị bọn lính đánh một trận tái tê. Lúc đó tôi mới để lộ thân thế, đập cho bọn lính một trận bò càng, nhưng cuối cùng lão Hai Phái sợ thế nên buộc cô Út phải đồng ý. Cô Út nhất định không nghe, hôm qua cô treo cổ tự vận, cũng may tôi phát hiện kịp nên cứu được, vậy mà đám lính chó hồi nãy còn định tới nhà nàng hoạnh họe nữa đấy. Bọn chó chết!

- Đúng là bọn chó chết, đáng ghét thực. Anh đánh lúc nãy hay lắm. Bây giờ thế nào rồi?

Lộc thở dài buồn bã:

- Cô Út bảo tôi đem nàng đi trốn. Anh coi, tôi một xu không dính túi, lại mẹ già đau yếu, giờ mang nàng đi, tôi biết về đâu, rồi lấy gì bảo bọc cho mẹ và nàng.

Huệ an ủi:

- Anh đừng buồn. Không gian nan đâu phải anh hùng. Mà anh có quyết tâm như nàng không?

Lộc uống hết chén rượu, dằn mạnh chén lên bàn nói:

- Anh còn phải hỏi tôi chuyện quyết tâm à? Con mẹ nó, đám lính hung dữ Kỳ Sơn tôi còn đánh cho tơi bời thì không quyết tâm là gì nữa.

- Vậy được. Tôi sẽ giúp anh đưa bá mẫu và cô Út của anh đến một nơi thật an toàn, tài năng của anh sẽ có đất dụng võ, tôi và anh còn có dịp gần nhau uống rượu thỏa thích nữa.

Văn Lộc trợn mắt hỏi:

- Thật chứ? Ở đâu có được những điều đó?

- Tây Sơn thượng đạo. Đất đai trù phú, mênh mông, không một tên lính chó nào dám bén mảng tới, anh em ở đó đều giống như chúng ta, thương yêu bảo bọc nhau như anh em ruột. Đó là miền đất dụng võ cho những người tài cao như anh. Chúng ta cùng nhau đem tài trai ra cứu bá tánh nghèo đói trong thiên hạ.

Lộc hừng chí nói:

- Được như vậy thì còn gì hay bằng. Tôi ngán cái kiếp sống ở đợ cho người quá rồi. Anh giúp tôi thay đổi cuộc đời, tôi dẫu chết cũng không quên ơn.

Nói xong đứng lên vái Nguyễn Huệ. Huệ vội đứng dậy chụp tay Lộc kéo ngồi xuống:

- Hê! Anh làm cái trò gì vậy? Anh muốn báo ơn tôi thì ráng đem tài mình ra giúp cho trăm họ. Mà này, hỏi thật lòng nhé. Anh nói từ bé đã chăn trâu, đốn củi thì cái tài thần hành và ngọn roi tuyệt diệu của anh ở đâu mà có vậy?

- Nói ra buồn cười, hồi nhỏ tôi chăn bò, con bò đực của lão bá hộ hôm đó tự dưng nổi điên dựng đuôi chạy miết, tôi cố sức rượt theo mà không kịp để con bò sổng mất tiêu luôn. Lão bá hộ đánh tôi một trận nên thân, bắt phải ở đợ ba năm không lương, về nhà cha tôi lúc đó còn sống, đánh thêm một trận nhừ tử nữa. Từ đó tôi quyết tâm tập chạy. Ngọn Kỳ Sơn kia tôi chạy lên chạy xuống thành đường mòn thì anh phải biết.

Huệ vỗ tay nói:

- Thật tuyệt. Tôi phục cho ý chí kiên cường của anh. Còn ngọn roi?

- Thầy tôi là một nhà sư trong núi Kỳ Sơn, một hôm thấy tôi tập chạy bèn gọi lại hỏi tôi muốn học võ không, tôi mừng quá lạy ông làm thầy. Từ đó tôi âm thầm tập võ mà cả làng không ai biết. Nay chỉ tại đám lính khốn kiếp kia mà lộ việc.

- Nhờ vậy mà tôi với anh gặp nhau, không phải là chuyện vui sao? Bây giờ ta tính chuyện kia đã. Có chỗ nào bán ngựa quanh đây không?

- Sơn trại của Tiểu Hiệp Võ Thăng ở Kỳ Sơn có nhiều ngựa lắm, toàn ngựa tốt nên nghe nói giá rất đắt.

- Không sao. Chúng ta mua một con ngựa, tối nay tôi chở bá mẫu, anh rước cô Út của anh. Chúng ta quất ngựa truy phong thì thằng con trời kia chỉ còn nước tức hộc máu ra mà chết. Ha…ha…

Lộc do dự nói:

- Chỉ sợ lão bá hộ mướn tụi lính phá nát nhà nàng, trả thù cha nàng thì…

- Sợ gì. Chúng ta cứ đem Bá mẫu và nàng đi trước. Sau đó tôi và anh trở lại, bọn lính Kỳ Sơn dám phá nhà nàng, ta cho chúng một trận nên thân cho bỏ ghét. Còn không thì…, nhà nàng còn ai nữa không?

- Nàng có người anh trai tham gia nghĩa quân Truông Mây bị chết trận hai năm trước. Mẹ nàng thương con trai, lâm bệnh mới chết năm ngoái, giờ chỉ còn cha nàng. Cũng vì anh nàng theo Truông Mây mà gia đình nàng bị quan quân ở đây hoạnh họe đủ điều.

- Vậy thì đơn giản lắm. Anh nói nàng năn nỉ cha bỏ đi luôn, về trên ấy ông ta có thể tiếp tục cái nghề nấu rượu. Không phải chúng ta sẽ có rượu uống dài dài hay sao?

- Được. Giờ cũng đã tối. Tôi về hỏi ý tứ nàng xem sao. Anh đi mua ngựa xong đến chờ tôi ở đình làng. Trên đường về tôi chỉ cho.

Hai người bèn quay trở lại Kỳ Sơn. Nguyễn Huệ tìm tới sơn trang của Võ Thăng, được ông ta tặng cho hai con ngựa thật tốt. Huệ bèn theo lời chỉ dẫn của Lộc, đem hai con ngựa đến chờ ở đình làng. Một lát sau đã thấy Lộc lưng cõng mẹ, vai gánh hai gói hành lý to tướng, cùng hai cha con Hai Phái vai nải kè kè đi tới. Huệ bèn đỡ Hai Phái lên ngựa hỏi:

- Bác cỡi ngựa được chứ?

Hai Phái đáp:

- Được, cảm ơn cậu.

Huệ nói với cô Út:

- Cô đi cùng với bác trai nhé. Đưa gói đồ tôi giữ, xin phép đỡ cô lên.

Cô Út lí nhí:

- Cảm ơn anh.

Huệ đỡ cô Út lên xong qua phụ Lộc cột mấy gói hành lý vào con ngựa rồi phóng lên ngựa của mình, Lộc trùm chăn kín người mẹ xong bế bà nhún chân nhẹ nhàng phóng lên lưng con ngựa còn lại. Hai Phái nhìn thấy cách lên ngựa của Lộc không khỏi hãi thầm trong bụng, ông gục gật đầu mỉm cười trong bóng tối. Huệ nói:

- Chúng ta đi. Cứ theo quan lộ lên thẳng Tây Sơn.

Bèn giục ngựa đi trước, hai con ngựa kia cũng phóng theo sau. Trời cuối đông, gió bấc thổi lạnh như cắt, ba con ngựa trong đêm trăng lờ mờ giữa tháng Chạp vừa qua khỏi Kỳ Sơn đến Phụng Sơn thì có một toán lính đi ngược lại, hai tên thủ lĩnh cưỡi ngựa đi trước. Một tên hách dịch quát hỏi:

- Bọn kia đang đêm đi đâu đây? Ăn cướp phải không?

Huệ cho ngựa tiến tới trước một chút lên tiếng đáp:

- Chúng tôi là dân lành, không phải cướp bóc gì đâu. Xin quan nhân nhường đường cho.

Lúc đó Lộc cũng cho ngựa mình đến cạnh Nguyễn Huệ. Đám lính đốt mấy cây đuốc lên soi, tên đội trưởng vừa thấy Lộc liền lớn tiếng quát:

- Thì ra là thằng chăn trâu. Mày cả gan đả thương quan lính rồi đang đêm định bỏ trốn hả? Bắt lấy nó cho ta.

Huệ quay sang nói nhanh với Lộc:

- Anh phá vòng vây đưa tất cả đi trước đi, bọn này để tôi.

Nói xong rút cây roi quanh bụng ra, lớn tiếng:

- Đám lính chó tụi bay chuyên hà hiếp dân chúng, hôm nay ta sẽ dạy thêm một bài học nữa cho bỏ cái tật hống hách, quan liêu.

Cả hai liền kèm con ngựa của Hai Phái vào giữa, ba con ngựa cùng nhau lao tới, hai cây roi trong tay tung ra hai đường sấm sét vào hai tên cỡi ngựa. Hai tên này không kịp trở tay, mỗi tên trúng một roi nhào xuống đất giãy tê tê. Bọn lính thấy vậy vội vung đao xông vào chém ba con ngựa, Huệ và Lộc lại vũ lộng cây roi trong tay, hàng loạt những thanh đao bị đánh văng xa, rơi xuống mấy đám ruộng hai bên đường. Huệ nói lớn:

- Hai người chạy trước đi. Để tôi đoạn hậu.

Lộc và Hai Phái nghe nói liền giục ngựa phóng đi. Huệ đảo ngựa một vòng, cây roi trong tay quất ra vun vút, bọn lính bị cây roi quất ngã nhào ra đất miệng la bai bải. Nguyễn Huệ cất tiếng cười ha hả:

- Cho các ngươi ăn một trận đòn để nhớ. Sau này đừng ỷ thế hà hiếp dân lành nữa. Ha…ha…

Rồi quay ngựa phóng đi, mất hút trong đêm khuya sương lạnh.

*****

HỒI THỨ BA

Tây Sơn Quán anh hùng vui tương ngộ
Bến Côn Giang, Giáo Hiến luận chữ "thời"

Ba con tuấn mã phóng một mạch đến tờ mờ sáng thì tới chợ Nước Mặn. Bà mẹ của Lộc vì đang bệnh, lại phải đi ngựa trong đêm gió lạnh nên lên cơn ho liên tục. Lộc ôm mẹ sát vào lòng lo sợ nói:

- Mẹ ráng chịu đựng, để con vào chợ tìm mua thuốc cho mẹ uống.

Huệ nói:

- Anh đưa bác vào tiệm thuốc nam đàng kia cho thầy coi mạch rồi nhờ thầy hốt thuốc luôn.

Bèn dẫn Lộc đến tiệm thuốc. Tiệm còn đóng cửa, Huệ xuống ngựa đến gõ mạnh cửa xong đứng chờ. Một lát sau có tiếng đàn ông làu bàu:

- Ai mới sớm gõ cửa ầm cả lên vậy?

Tuy làu bàu nhưng cửa vẫn mở. Huệ vui vẻ chào:

- Chào thầy Năm, cháu là Nguyễn Huệ đây, xin lỗi đã phá giấc của thầy Năm.

Ông thầy Năm tuổi trạc bốn mươi ngoài, vừa thấy Huệ đã niềm nở:

- Cháu Huệ đó à! Sao xuống đây sớm vậy? Có ông Biện đi cùng không?

- Dạ không. Nhưng có người bác gái bị ho dữ quá nên cháu tìm tới nhờ thầy coi mạch, hốt cho ít thuốc.

Thầy Năm vui vẻ nói:

- Đem vào đây. Bệnh bao lâu rồi?

Lộc ẵm mẹ vào trong nhà. Bà cụ vẫn ho sù sụ không dứt, có cả máu trào theo cơn ho. Thầy Năm bắt mạch hồi lâu, thở dài nói:

- Bệnh này chí ít đã kéo dài bốn, năm năm rồi phải không?

Lộc đáp, giọng lo lắng:

- Dạ đúng, thưa thầy. Là ho gì vậy thầy? Có sao không thầy?

Thầy Năm đáp:

- Tôi nghĩ lúc đầu chỉ bị cảm lạnh mà ho, nhưng không chịu uống thuốc, kiêng gió để cơn ho kéo dài làm phổi bị sưng. Phổi sưng lâu ngày nên biến chứng thành lao rồi.

Lộc nghe nói mẹ bị lao là một trong tứ chứng nan y nên tái mặt hỏi gấp:

- Có thể chữa được không thầy? Mong thầy làm phước, cháu nguyện suốt đời làm trâu ngựa…

Thầy Năm xua tay:

- Cậu có hoảng hốt cũng không thay đổi được gì đâu. Tôi làm thầy thuốc thấy bệnh thì cứu, đâu cần cậu phải làm này nọ. Nói thật cậu nghe nhé. Tôi có phương thuốc này có thể kéo dài tính mệnh của bà cụ, nhưng bệnh đã quá nặng, dẫu có uống thuốc cũng không quá ba tháng nữa đâu.

Lộc kinh hãi hỏi nhanh:

- Thầy nói sao? Không quá ba tháng thôi à?

Thầy Năm điềm đạm nói:

- Là tôi nể mặt cháu Huệ đây mới bốc liều thuốc này để bà cụ cầm thêm hơi, người khác tôi đã khuyên đem người bệnh về chuẩn bị hậu sự rồi. Tôi làm nghề này mấy mươi năm, chưa có ai lâm vào tình trạng này mà qua được cả. Cậu đừng buồn.

Mẹ Văn Lộc thều thào nói:

- Thầy Năm nói đúng đó con, mẹ biết mình yếu lắm rồi, không qua khỏi đâu. Thôi con đừng nhận thuốc làm gì, để thuốc đó thầy cứu người khác.

Lộc ôm mẹ khóc to:

- Con làm sao ngồi nhìn mẹ chết mà không cứu. Mẹ cứ ráng đi, được lúc nào hay lúc đó mẹ à. Chỉ tại con là một đứa vô dụng.

Bà cụ lắc đầu thều thào hỏi:

- Con là đứa có chí, cố gắng lên sẽ thành hữu dụng.

Lộc nức nở:

- Con hứa. Con hứa với mẹ sẽ cố gắng để thành người hữu dụng.

Giọng bà Lộc yếu ớt hỏi:

- Ông Hai Phái đâu?

Hai Phái nghe hỏi liền bước tới lên tiếng:

- Tôi đây chị. Chị có gì căn dặn tôi?

- Tôi muốn hỏi cưới cô út Hương nhà ông cho thằng Lộc, mong ông chấp thuận cho.

Hai Phái cầm tay bà cụ nói:

- Tôi chịu trốn đi theo nó là chị biết rồi. Tôi đồng ý.

Bà cụ nở nụ cười héo hắt trên môi nói:

- Vậy ngay từ giờ phút này hai đứa nó đã thành vợ chồng, ông bằng lòng không?

- Được, chị an tâm, tôi bằng lòng.

- Út Hương đâu?

Út Hương vội bước tới quỳ xuống nắm tay bà cụ:

- Dạ con đây.

- Con đã là con…dâu của…mẹ rồi…nhé. Lộc, con nhớ…chôn mẹ…cạnh.. cha…con

Bà nói những tiếng cuối cùng rất nhỏ rồi ngoẹo đầu nhắm mắt. Lộc ôm mẹ khóc òa. Út Hương cũng thít thít khóc theo. Huệ nói với thầy Năm:

- Xin lỗi đã quấy rầy thầy. Thầy có thấy chiếc thuyền nào của anh Cả cháu ở bến không?

- Có, hôm qua chú Năm Ngạn vừa lấy thuốc men ở đây. Chắc còn ngoài bến.

Huệ mừng rỡ nói:

- Vậy thì hay quá. Đang lúc giữa đường gấp rút, mong thầy Năm cho phép bà cụ nằm đỡ đây một lát, cháu chạy đi mua chiếc quan tài về liền nghe thầy.

Thầy Năm nói:

- Không có gì đâu. Cháu cứ lo cho đủ đồ tẩm liệm đi. Tiệm thuốc chứa người bệnh chết là chuyện thường mà.

Huệ bèn nói với Lộc:

- Thôi anh đừng buồn nữa, tôi và chú Hai đi mua mọi thứ để liệm bác gái. Anh đợi nhé.

Rồi cùng Hai Phái đi ra bến sông, may mắn, mấy chiếc ghe của Năm Ngạn vừa chất hàng xong sắp sửa trở lên Tây Sơn. Năm Ngạn gặp Huệ mừng rỡ hỏi ngay:

- Ủa! Sao chú Huệ lại ở đây?

- Em có ít chuyện dưới vùng này, không ngờ gặp lúc mẹ người bạn mất, đang định ghé tiệm hòm sắm quan tài và các thứ. Anh Năm còn thì cho em xin một ít ngân lượng, nhờ anh em theo phụ em một tay. À, đây là chú Hai Phái ở Kỳ Sơn, cha vợ của bạn em.

Năm Ngạn và Hai Phái chào nhau, sau đó ông gọi thêm mấy người trên ghe đi theo Nguyễn Huệ. Họ mang mọi thứ về tiệm thuốc, ông chủ tiệm hòm đi theo giúp phần sự tẩm liệm. Mọi việc xong, Huệ nói với Hai Phái và Năm Ngạn:

- Bây giờ chú và chị Hương đi theo đoàn thuyền của anh Năm lên Tây Sơn, anh Cả cháu sẽ thu xếp mọi việc cho chú. Cháu và anh Lộc chôn bác xong sẽ về trên đó sau.

Hai Phái hỏi:

- Hai cháu trở lại Kỳ Sơn lỡ gặp bọn lính ở đó thì sao?

- Bọn cháu đợi đến tối trở về chắc không có gì đâu. Bọn ôn thần này khôn hồn thì đừng ra mặt phá rối.

Năm Ngạn nói:

- Xong việc chú Huệ về liền nghen, anh Cả có ý trông chú lắm.

Huệ nói:

- Dạ, bọn em sẽ về ngay. Anh Năm chu tất mọi thứ cho chú Hai nhé.

Tối đến Lộc đai quan tài của mẹ trên lưng, Huệ cột những dụng cụ đào huyệt vào ngựa rồi cả hai trở lại Kỳ Sơn, tìm đến khu gò mả tập thể. Đến nơi, hai chàng thanh niên hì hục cũng phải mất mấy canh giờ mới đắp xong ngôi mộ. Lộc thắp nhang đèn cho hai ngôi mộ của cha, mẹ xong quỳ dưới đất nức nở không cùng. Huệ để bạn khóc cho vơi niềm đau, đến gần sáng mới vỗ vai Lộc bảo đi. Hai người phóng ngựa trở lại Nước Mặn, sang sông tìm quán ăn lót dạ, sau đó lên đường về Tây Sơn. Khi đi qua khu chợ, Huệ thấy một đám đông bu quanh một cô gái đang ôm xác một ông già khóc lóc thảm thiết. Thoáng thấy dáng cô gái hơi quen, Huệ bèn ra dấu cho Lộc xong nhảy xuống ngựa bước lại gần nhìn vào. Vừa thấy mặt cô gái chàng đã kinh ngạc la lên:

- Liên nhi. Là em phải không? Ủa! Ông Sáu bị sao vậy?

Cô gái nghe tiếng gọi ngẩng lên nhìn, vừa thấy Nguyễn Huệ cô mừng quá reo lớn:

- A, anh Huệ. Trời ơi! Ông nội em chết rồi.

Huệ vẹt mấy người đang bu quanh bước vào ngồi xuống đỡ thân hình cứng đơ, lạnh ngắt của ông già đang nằm dưới đất mà trên tay vẫn còn giữ cứng cây đàn nhị. Chàng hỏi nhanh:

- Vì sao nội chết? Sao hai người lại ở dưới này? Hai người không theo đoàn hát nữa sao?

Cô gái tên Liên sụt sùi đáp trong nước mắt:

- Đoàn hát tan rã nửa năm nay rồi. Từ đó đến nay nội và em lang thang ca hát khắp nơi, hai tháng nay trời lạnh quá nên nội bị nhiễm lạnh, ho mãi, sáng sớm nay thì nội chết.

Cô nói xong lại nức nở khóc. Huệ an ủi:

- Liên nhi đừng buồn nữa. Bây giờ phải lo chuyện chôn cất cho nội trước đã.

Liên nhi sụt sùi:

- Chôn nội ở đâu bây giờ. Tiền đâu mua hòm mà chôn?

Huệ nói:

- Những chuyện ấy để anh lo. Em đừng khóc nữa. Chúng ta đi.

Bèn bồng xác ông cụ lên, ra dấu cho Liên nhi và Lộc đi theo rồi giới thiệu với Lộc:

- Ông cháu Liên nhi là người đánh đàn cho gánh hát bội Nhưng Huy, Tứ Linh. Ngày xưa có một thời gian tôi ham vui theo đoàn hát nên quen. Chúng tôi lúc đó như hai anh em vậy. Liên nhi, anh Lộc là bạn của anh, mẹ Lộc cũng mới mất hôm qua.

Liên nhi lau nước mắt chào. Lộc vội chào đáp lễ. Chàng thấy Liên nhi trạc mười sáu, trông tiều tụy nhưng vừa xinh đẹp vừa thùy mị, dịu dàng. Lộc an ủi:

- Liên nhi đừng buồn nữa. Chúng ta là hai người cùng cảnh ngộ.

Liên nhi nói:

- Cảm ơn anh Lộc. Mẹ anh cũng mới mất à?

Lộc thở dài:

- Mới mất sáng qua.

Huệ nói:

- Chúng ta sang sông đến tiệm hòm. Tối nay chắc phải trở lại Kỳ Sơn lần nữa để an táng cho ông nội.

Bèn kéo nhau sang sông mua quan tài tẩm liệm. Ông chủ trại hòm bán được hàng, nét mặt vui lắm nhưng giả bộ nói:

- Tội nghiệp. Thời buổi này thiếu ăn, người cao tuổi một chút dễ chết đói, chết lạnh lắm. Dạo này hòm đóng không kịp bán, có người phải bó chiếu chôn vì không có hòm hoặc không đủ tiền mua. Để tôi giúp các cô cậu liệm ông già giùm cho. Liệm cây đàn nhị theo ông ấy luôn nhé?

Huệ mỉm cười:

- Vậy là tiệm chú phát tài rồi. Chú cần phải cúng vái ông thần tài cho kỹ đó nhé.

Ông chủ tiệm hòm cười hề hề:

- Ậy, cái nghề này mới nhìn thì thất đức nhưng nghĩ kỹ là nghề tạo phúc cho thiên hạ đấy. Cậu coi, không có tôi, có phải cụ già này chết không có quan tài chôn không. Mà rồi định đem chôn ông cụ ở đâu?

Huệ nói:

- Họ ở tận miền ngoài. Cháu định đem vào gò mả công ở Kỳ Sơn an táng. Được không chú?

Ông chủ tiệm hòm nói:

- Ở tận miền ngoài à? Thật là cảnh tha phương cầu

thực, bỏ thây xứ lạ, tội nghiệp quá. Cậu đâu cần mang vào Kỳ Sơn chi cho xa, ở đây cũng có gò mả công cộng vậy, để tôi tới nói với ông hương chỉ một tiếng là được ngay thôi. Chôn ở đây cho gần, đỡ mất công.

Huệ hỏi Liên nhi:

- Chôn nội ở đây được không em?

Liên nhi buồn bã nói:

- Em không biết nữa. Mà có đất để chôn là quý rồi, em đâu có quyền lựa chọn. Tùy anh Huệ.

Huệ nghe cô bạn gái nói bỗng mủi lòng, nước mắt anh hùng chợt lưng tròng. Chàng vỗ nhẹ vai Liên nhi nhỏ nhẹ:

- Tạm thời chôn nội ở đây, mai này có điều kiện mình cải táng đến nơi mình muốn. Liên nhi đừng buồn nữa.

Liên nhi bỗng động lòng ôm mặt nức nở. Huệ quay qua nói với ông chủ tiệm:

- Chú làm ơn thử hỏi ông hương chỉ xem được không chú. Nếu được cháu sẽ chôn nội ở đây.

Ông chủ tiệm cũng tốt bụng, nghe Huệ nói liền vội vã đi ngay. Lát sau ông trở về nói:

- Được, ông hương chỉ nói đất ở gò mả còn rộng, cứ chôn. Đi! Tôi chỉ chỗ cho đào huyệt mộ. Để tôi gọi mấy đứa người làm theo phụ đào huyệt cho nhanh.

Lộc trên đầu còn vấn khăn tang mẹ, chàng thông cảm với nỗi buồn của kẻ mất người thân nên xung phong vác quan tài, Huệ thu thập các dụng cụ đi theo chủ tớ trại hòm. Đắp xong nấm mộ, ông chủ trại hòm đang định trở về bỗng nhìn quanh quất một lúc rồi nói với Huệ:

- A! Ông cụ này vậy mà tốt phước ghê, khi không nằm đúng địa thế thật tốt. Này nhé ngôi mộ đầu thì gối lên Kỳ Sơn, mặt nhìn ra dòng Côn Giang rộng lớn, xa hơn nữa là biển Đông mênh mông, hai chân một gác lên hòn Triều Châu, một gác lên hòn Bà. Huyệt này năm bảy năm sau, con cháu sẽ phát lớn đấy.

Huệ mỉm cười nói:

- Ông chủ nói chuyện vui cho khổ chủ đỡ buồn rồi. Cả họ Phạm nhà người ta chỉ còn mỗi một cô cháu gái này đấy. Bây giờ chỉ mong có miếng ăn chỗ ở là quý rồi, nghĩ gì đến chuyện phát lớn hả chú?

Ông chủ tiệm hòm cười:

- Đó là theo kinh nghiệm phong thủy mà nói, còn tin hay không là tùy ở các cô cậu. Thôi tôi về.

- Cảm ơn chú nhiều lắm. Chú tốt bụng như vậy sẽ được phúc lớn, giàu to.

Liên nhi đầu vấn khăn tang, quỳ trước mộ ông nội khóc hoài không nín, có lẽ nàng đang nghĩ đến tình cảnh bơ vơ không người thân, không nơi nương tựa của mình. Huệ và Lộc đến quỳ hai bên nàng, Huệ an ủi:

- Em đừng khóc nữa. Dù sao nội cũng đã chết rồi. Khóc mãi sinh bệnh đó.

Một lúc sau Liên nhi thôi khóc, nàng lau nước mắt nói nhỏ:

- Đời em chỉ có mình nội là người thân duy nhất, nội đi rồi, chỉ còn lại một mình em trơ trọi giữa đời. Em phải làm sao đây?

Huệ nói:

- Để anh tính xem. Trước mắt, anh đưa em về nhà thầy anh ở tạm. Ngọc Lan con thầy cũng cỡ tuổi em, hai người làm bạn với nhau cho em đỡ buồn, sau đó anh đưa em lên An Khê sống với chị Cả hai của anh, chị Da Đố rất tốt bụng. Vậy là ổn rồi. Em đừng lo nữa.

Liên nhi nhìn Huệ bằng ánh mắt biết ơn:

- Em cảm ơn anh Huệ. Nếu không gặp anh ở đây, không biết đời em sẽ ra sao.

- Kể anh nghe đi. Tại sao em và nội phải đi hát rong thế này?

- Hai chú Tứ Linh và Nhưng Huy thấy bà con đói khổ quá không có tiền coi hát nên nửa năm trước đã rã gánh. Nhưng khi rã gánh rồi lại không biết làm gì nên rủ nội lên An Tượng làm ăn cướp. Nội không chịu theo, dẫn em đi hát rong độ nhật. Nội nói, ngày xưa khi còn ở Hải Dương dòng họ Phạm của nội là dòng thư hương, danh đệ, chỉ vì bạo chúa đày ải mới ra thân phiêu dạt vào đây. Tuy cùng đường nhưng khí tiết nội vẫn phải giữ. Thà chết đói chứ không chịu để nhơ danh tiên tổ.

Giọng nói của Liên nhi pha miền ngoài nên vừa nhẹ nhàng vừa ngọt ngào nghe thật êm tai. Văn Lộc nghe kể khen:

- Nội của Liên nhi thật là người tiết tháo. Tôi phải học cách làm người như nội.

Liên nhi nói:

- Cảm ơn anh. Nội vẫn thường nói, sống tục thì dễ, sống thanh rất khó. Mẹ anh Lộc bị bệnh mất à?

Giọng của Lộc buồn buồn pha chút hổ thẹn:

- Cũng chỉ vì tôi bất tài vô tướng nên không thuốc thang được cho mẹ để bệnh ho kéo dài đến biến chứng thành lao.

Huệ nói:

- Không phải anh bất tài mà do cái xã hội thối nát này nó bó chân con người lại. Mẹ anh từng nói anh là người có chí, anh phải làm cái gì đó để bứt cho đứt sợi dây trói anh và mọi người đi để tất cả đều được no cơm, ấm áo, giảm bớt cảnh chết chóc vì người bệnh không thuốc uống, người đói không cơm ăn.

Huệ nói mà ánh mắt sáng ngời niềm tự tin và cương quyết. Lộc nhìn thấy ánh mắt đó bầu nhiệt huyết cũng sôi lên, giọng phấn khích:

- Anh nói hay lắm. Anh đi trước, tôi nguyện theo sau anh cho đến chết, quyết không chùn chân.

Huệ đưa bàn tay ra, Lộc vỗ mạnh vào đó rồi siết chặt. Liên nhi chẳng hiểu hai chàng thanh niên đang có dự tính gì nên hỏi:

- Anh Huệ có việc gì gấp hay không?

- Chi vậy?

- Em muốn ở lại thắp nhang cho nội vài ba ngày. Được không anh?

- Cũng được. Chúng ta thuê phòng trọ ở bến sông, nơi ghe hàng bọn anh vẫn thường thuê.

Lộc nói:

- Như vậy cũng hay. Tôi cũng muốn nhang khói cho mẹ tôi vài hôm nữa.

Huệ nói:

- Nhưng anh phải cẩn thận đừng để bọn lính Kỳ Sơn gặp, khỏi phiền phức.

*

Ba hôm sau họ rời Nước Mặn lên đường trở về An Thái. Liên nhi từ bé chưa cưỡi ngựa nên Huệ phải để nàng ngồi phía trước lòng mình, nàng thẹn quá nói:

- Nam nữ ngồi kiểu này thiên hạ cười chết.

Huệ cười:

- Thiên hạ cười mặc họ, ngộ biến tùng quyền, quý hồ anh em mình thanh bạch là được rồi. Phải rồi, để anh dạy em cưỡi ngựa, như vậy là em chở, anh ngồi sau chứ đâu còn anh chở em ngồi trước nữa mà sợ cười.

Liên nhi nhoẻn miệng cười thật tươi:

- Anh lúc nào cũng có ý lạ để làm vui lòng thiên hạ.

Huệ giao cương cho Liên nhi, chỉ cách cho nàng thúc ngựa và giữ cương. Sau một lúc bỡ ngỡ, Liên nhi cũng đã điều khiển được con ngựa, nó từ từ đổi nước kiệu sang nước đại phóng đi. Lộc cũng phóng ngựa đuổi theo. Xế hôm đó họ về đến trường học của Giáo Hiến ở An Thái. Ngọc Lan đang quét dọn trước sân, chợt hai con ngựa to lớn phóng vào sân thì sững người một lát khi thấy một thiếu nữ ngồi trên lưng ngựa, đến khi nhận ra Nguyễn Huệ ngồi phía sau, nàng reo lên:

- Anh Huệ đó à? Làm Lan hết hồn, tưởng là ai? Ơ… bạn của anh Huệ hả?

Nàng nhìn cô gái lạ đầu vấn khăn tang ngồi trong lòng Huệ trên lưng ngựa, phần đuôi tóc rối tung vì vó ngựa đường dài nên không khỏi ngạc nhiên và bối rối. Nhìn sang chàng thanh niên trên con ngựa thứ hai cũng đầu vấn khăn tang càng khiến nàng ngạc nhiên hơn. Huệ phóng người xuống đất, nở nụ cười bẽn lẽn nói:

- Chào Ngọc Lan, là tôi đây. Để tôi giới thiệu với Lan người bạn này.

Vừa nói chàng vừa đưa tay đỡ Liên nhi xuống đất. Lộc cũng nhảy xuống ngựa cúi đầu chào Ngọc Lan. Huệ nói tiếp:

- Đây là Liên nhi, người bạn của tôi trong gánh hát bội lúc trước, anh Nguyễn Văn Lộc, bạn mới của tôi. Đây là Ngọc Lan, tiểu thư của thầy tôi.

Liên nhi cúi đầu chào:

- Liên nhi xin chào chị Ngọc Lan. Liên nhi không biết cưỡi ngựa nên phải ngồi chung ngựa với anh Huệ, bêu xấu với chị rồi.

Ngọc Lan chào hai người:

- Chào anh Lộc, chào chị Liên. Xin chia buồn với anh và chị. Chúng ta vào trong nhà đã, Lan lấy nước uống, đi đường xa chắc mệt lắm phải không chị Liên?

Rồi nắm tay Liên nhi thân mật kéo vào nhà. Huệ hỏi:

- Thầy, cô và mấy anh em đâu hết mà vắng tanh vậy Ngọc Lan?

- Ông Biện mời cha và anh hai lên Kiên Thành, các anh khác về quê ăn tết hết rồi. Mẹ em và hai đứa nhỏ đang ở phía sau. Anh Lộc và chị Liên ngồi nghỉ chân. Lan đi lấy nước.

Nàng quay ra sau bếp. Huệ giới thiệu với Lộc:

- Đây là nhà thầy tôi, mé bên kia là lớp học, phía sau

nữa là chỗ ở của đám học trò chúng tôi. Tôi và những anh em khác học văn, học võ với thầy ở đây.

Lộc nói:

- Thích thật. Bạn học đông chắc vui lắm hả? Thầy tôi chỉ có một mình tôi, còn phải học ban đêm nữa, nhưng tôi học võ thì nhiều chứ chữ nghĩa ít lắm.

Ngọc Lan bưng nước ra, đi sau nàng là bà Giáo và hai đứa em trai nàng. Huệ vội vòng tay chào:

- Con xin chào cô. Đây là hai người bạn của con, anh Lộc và Liên nhi.

Lộc và Liên nhi cũng vội vàng đứng lên vòng tay chào. Bà Giáo vui vẻ nói:

- Tụi con tự nhiên. Hai đứa mới có chuyện buồn gia đình à?

Huệ đáp thay:

- Thưa cô, mẹ anh Lộc mới mất năm hôm trước. Ông nội là người thân duy nhất của Liên nhi cũng mất hôm sau đó. Tụi con vừa an táng cho họ xong mới về đây.

Bà Giáo kéo tay Liên nhi lại gần an ủi:

- Cháu xinh đẹp thế này, chả trách trời cao ganh ty. Phần số cả cháu ạ, đừng buồn. Bây giờ các cháu dự tính thế nào?

Huệ đáp:

- Vợ anh Lộc và cha của chị ấy đã lên Kiên Thành cùng anh Năm Ngạn trước rồi, con nhờ anh Cả đưa họ lên An Khê. Chỉ còn Liên nhi, con muốn thưa với thầy cô…

Bà Giáo nói thay:

- Con muốn xin cho Liên nhi ở lại đây với cô phải không? Được, nếu cháu thích Liên nhi ạ. Cô ngày xưa cũng là một đứa cô nhi lưu lạc từ Nghệ An vào. Tình cảnh cơ cực, lẻ loi chẳng khác gì cháu đâu.

Liên nhi rưng rưng nước mắt nói:

- Con cảm ơn cô. Ông nội bất ngờ mất đi, con thật bơ vơ, may gặp lại anh Huệ. Nếu cô thương, con xin nương tựa thầy cô một thời gian.

Huệ nói:

- Con định về nhà xem anh Cả có sai bảo gì nữa không, xong việc, con đưa Liên nhi lên An Khê sống với chị Da Đỏ, thưa cô.

Bà Giáo vuốt mái tóc rối của Liên nhi nói:

- Con cứ ở lại đây đến khi nào muốn đi thì đi, không ngại gì cả. Lan à, con đưa Liên nhi vào trong thay đồ đi con.

Ngọc Lan "dạ" rồi nắm tay Liên nhi thân mật kéo vào trong. Bà Giáo nhìn theo mỉm cười nói:

- Hai đứa giống như hai chị em sinh đôi vậy. Tụi con ăn uống gì chưa, cô dọn cơm ăn nhé, Huệ?

- Dạ chưa. Cô có gì cho tụi con ăn cũng được.

Bà Giáo quay vào trong, hai đứa em trai của Lan bây giờ mới chạy tới kéo tay Huệ huyên thuyên hỏi:

- Anh Huệ đi đâu mấy tháng nay vậy? Anh không học với cha nữa à? Anh không được bỏ học đâu đó. Tụi em thích anh học ở đây, có anh vui hơn.

Huệ ôm hai đứa nói:

- Anh đâu có bỏ học, anh chỉ có chút việc phải làm. Nay mai anh trở lại học tiếp.

Thằng Chí lớn hơn, nheo mắt tinh nghịch:

- Anh mà không trở lại học, có người buồn ghê lắm đó.

Huệ hỏi:

- Ai buồn?

Thằng Thành nhanh miệng:

- Thì chị Ba chớ còn ai nữa.

Ngọc Lan từ phía sau bước lên hỏi:

- Hai đứa lại thóc mách cái gì đó?

Thằng Chí nói:

- Thằng Thành nói nếu anh Huệ không trở lại học thì chị Ba buồn chết đó.

Thành cãi:

- Ai biểu anh Bốn nói trước chi, em nói theo.

Chí cãi:

- Tao đâu có nói chị Ba buồn, tao chỉ nói có người buồn thôi chứ, tại mầy thày lay…

Ngọc Lan thẹn đến đỏ mặt nạt hai đứa:

- Hai thằng ranh con nhiều chuyện, có đi ra ngoài mau không hay chờ ăn roi.

Chí và Thành làm mặt ngáo ộp rồi chạy ù ra phía sau. Mặt Lan vẫn còn đỏ ửng, nàng nhìn Huệ nói:

- Anh đừng nghe hai thằng nhỏ nói bậy. Anh học hay không đâu có mắc mớ gì tới Lan mà buồn. Mẹ nói mời hai anh xuống ăn cơm.

Huệ từ lâu vốn rất có cảm tình với Ngọc Lan, nàng là chiếc bóng đầu tiên in trong trái tim ngây thơ của chàng sau vài năm xuống ở học với thầy Giáo Hiến. Nhưng những rung cảm đầu đời thật lạ, chàng vốn là một thiếu niên hoạt bát, vui vẻ với tất cả mọi người, chỉ riêng với Lan, mỗi khi có mặt nàng thì không hiểu sao một người không sợ trời sợ đất như chàng lại cứ như một tên quê mùa, ngáo ộp, tay chân luống cuống, mặt đỏ nhừ lên không nói được điều gì suông sẻ cả. Ai nhắc đến chuyện tình cảm giữa chàng và Lan, chàng cứ một mực chối phăng, chả thế mà đã không biết bao nhiêu lần chàng phải tự nguyền rủa mình đần độn mỗi khi thấy Trần Lập, một thằng bảnh trai học dốt cùng lớp, tự do thoải mái nói cười với nàng. Cũng may, mấy tháng trước, Lập vì gia thế khó khăn đã nghỉ học xin lên làm việc với anh Lữ, nhờ vậy mà Huệ đỡ phải gặp cảnh bực mình, tuy nhiên sự vụng về của chàng đối với Ngọc Lan vẫn không thể nào biến cải được. Có lẽ trời gán cho chàng cái khuyết điểm đó để bù trừ bớt những ưu điểm ở những lĩnh vực khác mà chàng đã thụ hưởng chăng? Hôm nay cũng không ngoại lệ, vừa nghe Lan nói chàng đã lúng túng phân bua:

- Ờ… Tôi không nghe bọn nhỏ đâu. Lan ăn cơm cùng chúng tôi chứ?

Rồi không chờ nàng trả lời, Huệ ra dấu cho Lộc đi ra sau bếp. Lan nhìn theo mỉm cười lẩm bẩm: *"Con người trời đất không sợ lại nhát như thỏ, miệng cứ như là hến, chả bù với anh Lập, lúc nào cũng rôm rả nói cười. Mà sao thấy anh ấy lại có vẻ rất tự nhiên với Liên nhi thế nhỉ?"*. Nghĩ thế nhưng nàng lại thấy trong lòng vui vui, có lẽ sự nhút nhát của một chàng trai kiêu hùng và thông minh nhất trong số những học trò của cha càng khiến nàng thích thú và mến hơn. Nàng theo sau hai chàng trai xuống bếp.

Liên nhi sau khi chải chuốt và thay bộ đồ mới của Ngọc Lan trông xinh hẳn lên. Ngọc Lan mỉm cười khen:

- Chị Liên đẹp hơn em tưởng tượng nữa. Chị mặc bộ đồ của em đẹp quá.

Bà Giáo nói:

- Con nói đúng. Hai đứa cùng tặng với nhau, tạm thời Liên nhi mặc đỡ của Ngọc Lan, mai mốt cô mua vải mới may cho vài bộ khác.

Liên nhi cảm động đến rưng rưng:

- Cảm ơn cô và chị Lan. Con xin tạc dạ vậy.

Ngọc Lan cầm tay Liên nhi nói:

- Chị đừng ngại. Thôi ăn cơm đi kẻo hai anh ấy đói chết mất.

Bữa cơm không chuẩn bị trước nhưng với Lộc và Liên nhi lại là bữa ăn rất ngon miệng. Sau bữa ăn, Huệ nói với bà Giáo:

- Con và Lộc phải về ngay Kiên Thành, chắc anh Cả có việc cần đến con. Cảm ơn cô đã nhận lời cho Liên nhi ở lại.

Bà Giáo ôm ngực ho mấy tiếng, dứt cơn ho bà nói:

- Hai đứa đi đi, đừng lo cho Liên nhi.

Huệ hỏi:

- Cô bị ho à? Lâu chưa cô?

Bà Giáo đáp:

- Cũng mới đây thôi, có lẽ mùa đông năm nay trời lạnh

hơn mọi năm.

Lộc nói:

- Cô nên cẩn thận, đừng để ho lâu ngày. Mẹ con...

Lộc nghĩ lại nên im lặng không nói tiếp. Bà Giáo mỉm cười:

- Không sao đâu, hai đứa đừng lo. Người lớn tuổi nào chẳng ho khi trời lạnh.

Huệ và Lộc chào bà Giáo cùng hai cô gái xong cả hai ra ngựa phóng thẳng lên bến Trường Trầu. Họ qua đò về đến Tây Sơn Hội Quán đã thấy trong quán khách khứa rất đông, tiếng nói cười râm ran vọng ra tới bên ngoài. Thấy Huệ và Lộc bước vào, Nguyễn Nhạc đang ngồi cạnh Giáo Hiến ở đầu chiếc bàn lớn đã reo lên:

- À, chú Út nhà tôi đã về tới. Huệ đưa người bạn mới vào đây, Nguyễn Văn Lộc ở Kỳ Sơn phải không?

Nói rồi đứng lên bước tới niềm nở đón Lộc vừa cùng Nguyễn Huệ vào đến nơi. Nhạc nắm tay Lộc nói:

- Chia buồn cùng anh về việc bác gái mất. Tôi đã nhờ Năm Ngạn đưa anh Hai Phái và cô Hương lên An Khê, thu xếp chỗ ở cho họ rồi. Nay mai anh đi với chú Lữ nhà tôi lên đó để trang bị lại nhà cửa cho tươm tất hơn.

Lộc chắp tay nói:

- Cảm ơn anh Cả và anh Huệ. Nguyễn Văn Lộc này suốt đời không quên.

Nhạc cười:

- Đừng bận tâm những chuyện nhỏ nhặt ấy.

Huệ quay lại cúi đầu chào Giáo Hiến xong nói lớn:

- Nguyễn Huệ xin chào các huynh trưởng. Ủa! Anh Quang Diệu, anh đã đến rồi à? Rất mừng được gặp lại anh ở đây.

Trần Quang Diệu vội đứng lên ôm quyền chào:

- Mừng được gặp lại anh Huệ. Cũng nhờ lời giới thiệu của anh mà Diệu tôi hôm nay mới có cơ hội quen biết rất nhiều anh hùng hào kiệt.

Huệ nói:

- Anh hùng vốn có sức hút với nhau, nếu tôi không giới thiệu cũng sẽ có lúc anh gặp những vị này. Chào chị Xuân, anh Văn Sở. Anh Dũng, giới thiệu cho em hai vị huynh trưởng này đi.

Võ Văn Dũng ngồi cạnh Trần Quang Diệu liền nói:

- Đây là Phi Vân Báo Lý Văn Bưu ở Đại Khoang, bạn săn bắn của tôi và cô Xuân. Hôm cô Xuân và anh Diệu đánh chết cọp, chúng tôi có đi chung nên quen nhau từ đó. Còn con người suốt ngày ôm đống sách vở này là người em cùng họ của tôi, Võ Đình Tú bên Phú Phong.

Lý Văn Bưu vội đứng lên ôm quyền chào Huệ:

- Nghe danh không bằng gặp mặt. Lý Văn Bưu này rất hân hạnh được biết anh em Tây Sơn Tam Kiệt.

Võ Đình Tú cũng đứng lên chào:

- Hân hạnh.

Nguyễn Nhạc cười ha hả nói:

- Khách sáo cả rồi. Huệ, chú giới thiệu người bạn mới này với anh em đi.

Huệ vịn vai Nguyễn Văn Lộc nói với mọi người:

- Đây là Thần hành Nguyễn Văn Lộc ở Kỳ Sơn, tôi cũng mới quen năm sáu bữa nay.

Nhạc bảo:

- Nói thêm về hai chữ Thần hành cho mọi người biết với được không?

Huệ nói lớn:

- Chúng tôi gặp nhau ở Kỳ Sơn khi anh Lộc một mình đánh với ba, bốn chục tên lính vũ trang. Sau khi bọn lính bỏ chạy hết, tôi đến làm quen và mời Lộc ra Nước Mặn uống rượu. Tôi cưỡi con Ô Truy ra sức phóng nước đại, anh Lộc chạy bộ theo. Hai chúng tôi tới quán rượu cùng một lúc đấy.

Lý Văn Bưu đứng lên vỗ tay nói lớn:

- Đúng là Thần hành, Bưu tôi mang tiếng là Phi Vân Báo nhưng chỉ nhờ ngồi trên lưng thần mã mới có được sự mau lẹ mà thôi. Anh Lộc, Bưu tôi phải kính anh một ly mới được.

Nhạc vội nói:

- Không được, không được.

Bưu chưng hửng, bưng ly rượu trên tay hỏi lớn:

- Sao lại không được?

Nhạc đáp:

- Phải để tất cả mọi người cùng kính vị Thần hành của chúng ta một ly với chứ, anh dành một mình anh sao được.

Nguyễn Văn Lộc từ nhỏ quen với kiếp sống tôi đòi, nay bỗng chốc đứng trước mặt bao nhiêu anh hùng hào kiệt, đường đường tướng mạo, lại nghe họ nói lời chúc tụng thì không khỏi bỡ ngỡ và bối rối đến đỏ mặt. Lộc vội ôm quyền nói:

- Là anh Huệ nói thêm cho lâm li câu chuyện mà thôi. Các anh đừng làm tôi hổ thẹn.

Huệ nói:

- Anh Lộc đừng từ chối nữa. Nào chúng ta uống với nhau một ly hội ngộ.

Tất cả mọi người nâng ly lên uống cạn, bầu không khí thật vui vẻ. Kéo Lộc đến ngồi cạnh Bảy Lữ và Trương Văn Đa, Huệ giới thiệu:

- Đây là anh Bảy Lữ của tôi, sư huynh Trương Văn Đa là anh lớn của Ngọc Lan.

Rồi để cho ba người chào hỏi nhau, quay sang Trần Quang Diệu, Huệ nói:

- Rất mừng khi gặp lại anh. Câu chuyện giết hổ của anh và chị Xuân thế nào kể nghe với?

Nghe nhắc đến Bùi Thị Xuân, Quang Diệu thoáng đỏ mặt, chàng lén liếc về phía nàng ngồi một cái, sau đó đem việc mình tìm vào Tây Sơn, giữa rừng gặp cọp kể lại cho Huệ nghe. Cuối cùng Diệu nói:

- Anh Bưu mời chúng tôi ở lại trại huấn luyện ngựa của ảnh chơi một thời gian, sau đó anh Dũng lại mời chúng tôi sang Phú Phong ở lại nhà anh ấy và giới thiệu tôi với Đình Tú và Ngô Văn Sở. Cuối cùng họ mới đưa tôi sang đây gặp anh Cả Nhạc.

Huệ nghe kể thích thú nói:

- Anh phải cảm ơn tôi đó.

Diệu nói:

- Tất nhiên là phải cảm ơn anh rồi. Nếu không tôi đâu được quen biết với bao nhiêu tay hào kiệt đất Tây Sơn này.

Huệ cười:

- Không phải cảm ơn vì chuyện đó.

Diệu ngơ ngác hỏi:

- Vậy chứ về chuyện gì?

- Về chuyện gặp người giải cứu anh đó.

Trong khi sắc mặt Quang Diệu đỏ lên thì Huệ làm ra vẻ mặt thất vọng nói với sang Võ Văn Dũng:

- Anh Dũng. Anh thật tệ!

Dũng ngạc nhiên hỏi:

- Sao chú nói vậy?

Huệ làm mặt giận nói lớn:

- Anh Diệu và chị Xuân cùng nhau giết cọp, giống như sống chết có nhau, vậy mà anh giữ anh Diệu ở nhà anh cả tháng, chỉ giới thiệu với anh Tú và anh Sở chứ không đưa người ta sang thăm người bạn đã vào sinh ra tử kia. Như vậy không tệ là gì?

Quang Diệu vội vã phân bua:

- Ô không, không… Anh Dũng có đưa tôi sang thăm nhà … Cô…Xuân… đó chứ.

Huệ làm như thật nói:

- Vậy sao? Tại anh không kể tới nên tôi tưởng… Làm tôi trách lầm anh Dũng.

Võ Văn Dũng và Lý Văn Bưu hiểu ý của Huệ nên cả

hai cùng cười lớn, trong khi Trần Quang Diệu mặt đỏ hơn trái táo, lúng ta lúng túng trông rất buồn cười. Huệ nói xong liếc nhìn Bùi Thị Xuân đang ngồi gần Nguyễn Nhạc, vừa lúc Bùi Thị Xuân cũng nhìn về phía Huệ. Nàng quắc mắt lên hỏi lớn:

- Anh Huệ đang nói xấu gì tôi mà mấy anh kia cười ầm lên cả vậy?

Huệ vội xua tay nói:

- Không có gì đâu. Ai dám động tới bà Trưng Trắc. Chị đừng có tật rồi giật mình.

Mặt Bùi Thị Xuân bỗng đỏ lên. Lý Văn Bưu cười lớn hơn:

- Bà Trưng Trắc đã gặp khắc tinh là Thi Sách rồi. Anh Huệ đừng sợ. Ha... ha...

Bùi Thị Xuân hôm nay đang mặc chiếc áo khoác da con cọp trắng vằn đen mà nàng đã giết cùng Trần Quang Diệu hôm trước, Lý Văn Bưu mới khâu xong đem tặng, trông nàng như một vị nữ chúa rừng xanh, vừa xinh đẹp vừa uy hùng. Nghe Bưu nói, nàng nhớ lại chuyện hôm trước nên trừng mắt nhìn Bưu:

- Anh nói nữa tôi phóng chiếc đũa này vào miệng anh liền.

Bưu làm ra vẻ sợ hãi, đưa bàn tay hộ pháp che miệng mình lại. Nguyễn Nhạc lên tiếng can:

- Thôi, thôi, cho tôi xin. Nhạc tôi có mấy lời muốn nói với anh em.

Tất cả mọi người nghe nói đều yên lặng hướng mắt về phía Nguyễn Nhạc. Nhạc chờ cho mọi người yên lặng, cất tiếng chậm rãi nói:

- Nhạc tôi tuy từ nhỏ đã phải ngược xuôi buôn bán mưu sinh nhưng lúc nào cũng trải lòng kết giao cùng bằng hữu. Hôm nay tại đây, ngoại trừ Thầy Giáo cùng một số thân hữu quen biết từ lâu, Nhạc tôi lại có cơ duyên hội ngộ với nhiều người bạn mới như anh Diệu, anh Tú, anh Bưu, anh Lộc, ai nấy đều là tay hào kiệt một phương khiến Nhạc tôi cao hứng vô cùng. Trước tiên mời tất cả nâng ly uống mừng sức khỏe của Thầy Giáo, người đã đem lại trí tuệ và phong hóa cho cái vùng biên tái thô lậu này của chúng ta.

Mọi người đồng loạt đứng lên nâng ly chúc mừng thầy Giáo Hiến. Giáo Hiến đứng dậy uống cạn ly rượu của mình:

- Cảm ơn ông Biện và các bạn trẻ. Xin cứ tự nhiên cho.

Nhạc lại cho người rót đầy các chung rượu, nói tiếp:

- Nếu tất cả không chê tôi là một tên buôn trầu, Biện lại thì cùng nhau ta uống ly rượu này, từ nay xem nhau là bằng hữu chi giao.

Nói xong nâng ly rượu lên. Lý Văn Bưu tay bưng ly rượu đứng lên nói:

- Không được, không được.

Nhạc ngạc nhiên hỏi:

- Anh Bưu nói không được là sao?

Bưu cười nói:

- Bưu tôi tuy mới gặp anh nhưng tiếng đồn Nguyễn Nhạc ở Tây Sơn trọng nghĩa khinh tài, nghĩa khí can vân chẳng thua gì Tống Giang ở Lương Sơn Bạc thuở xưa bên Tàu. Chỉ nội "vùng đất tình thương" trên An Khê của anh thôi đã đủ cho Bưu tôi cúi đầu bái phục. Ly rượu này Bưu tôi xin được uống cùng với anh nhưng không phải để kết tình bằng hữu mà để kính anh như một người anh khả kính, một bậc trưởng thượng. Chuyện bằng hữu chi giao chỉ để cho đám bạn trẻ chúng tôi nói tới mà thôi. Các bạn trẻ chúng ta nghe tôi nói có đúng không?

Võ Văn Dũng đứng lên nói:

- Lời nói của anh bạn chăn ngựa hôm nay thật không sai một mảy may. Nào, anh em chúng ta nâng ly uống mừng anh Cả Nhạc.

Nguyễn Nhạc cười ha hả nói:

- Vậy là các bạn chê tôi già rồi phải không?

Bùi Thị Xuân lên tiếng:

- Anh Nhạc phải nhận ly rượu này để còn có người cầm chịch, nếu không với bao nhiêu ông tướng nhà trời này, vùng đất Tây Sơn của chúng ta sẽ bị nổ tung lên đấy.

Lý Văn Bưu cười lớn nói:

- Cô Xuân nói hay lắm. Mừng anh Cả Nhạc. Mời!

Tất cả đều cạn ly rượu của mình. Nhạc uống xong ly rượu ngồi xuống vui vẻ nói:

- Các anh em đã nói vậy từ nay Nhạc tôi xin nhận lấy vai trò anh cả. Nhơn hỷ sự này, Cả Nhạc tôi có mấy lời tâm huyết muốn chia sẻ với anh em.

Võ Văn Dũng nói:

- Chúng tôi đang lắng nghe.

Giọng nói của Nhạc chậm rãi nhưng có mãnh lực thu hút sự chú ý của người nghe:

- Vùng đất tình thương ở An Khê mà lúc nãy anh Bưu vừa nhắc tới, đó là tấm lòng cũng như sự cố gắng tối đa của ba anh em chúng tôi để, trong muôn một, cứu lấy sanh mạng của một sốt ít bà con nghèo khó đang cận kề cái chết. Nhưng một cây làm chẳng nên non, thêm vào đó số bà con nghèo đói ngày một nhiều, những kẻ bị triều đình bạc đãi ngày một đông, mà năng lực của chúng tôi thì đã tới hạn. Nếu anh em chúng ta ở đây đồng tâm hiệp lực góp thêm nhiều bàn tay vào thì vùng đất tình thương nhỏ bé kia sẽ lớn hơn lên, số bà con sắp chết sẽ được cứu sống nhiều hơn. Anh em thấy thế nào?

Lý Văn Bưu sốt sắng nói:

- Bưu tôi sẵn sàng, anh Cả cần gì cứ sai bảo, góp của, góp người, tôi nhất quyết không cau mày.

Võ Văn Dũng tiếp lời:

- Dũng tôi sẽ ở ngay phía sau anh Bưu.

Võ Đình Tú nói:

- Cả tôi nữa.

Nguyễn Văn Lộc hăng hái lên tiếng ứng theo:

- Lộc tôi xuất thân chăn trâu, đốn củi không có gì ngoài hai bàn tay thịt này nhưng cũng xin đứng sau lưng anh Tú.

Lý Văn Bưu cười nói:

- Anh Lộc còn có cặp giò thần hành nữa chứ.

Tất cả mọi người cười ồ lên. Ngô Văn Sở tiếp lời:

- Tôi cũng theo sau anh Lộc.

Trần Quang Diệu ứng tiếng:

- Tôi theo sau anh Sở.

Bùi Thị Xuân nói:

- Nếu không chê tôi là phận nữ nhi, tôi cũng xin được đứng sau anh Diệu.

Nói xong thấy bị hớ, mặt nàng đỏ ửng lên. Lý Văn Bưu không bỏ qua cơ hội nói ngay:

- Tất nhiên cô Xuân phải đứng ngay sát sau lưng anh Diệu rồi.

Mọi người lại được dịp cười ầm lên, trong khi đó gương mặt cả hai người Trần Quang Diệu và Bùi Thị Xuân đỏ phừng lên vì thẹn. Bùi Thị Xuân chụp chiếc đũa trên bàn phóng vút vào miệng Lý Văn Bưu. Bưu nói xong biết sẽ có chuyện nên đã đưa sẵn bàn tay che miệng, chiếc đũa vừa lao vút đến, chàng đã nhanh chóng dùng hai ngón tay kẹp lại rồi giả bộ ngã ngửa ra "a!" một tiếng giống như bị thương nặng lắm. Bùi Thị Xuân lườm mắt lớn tiếng:

- Con người cọp vật không chết như anh mà làm bộ đau, ai tin mà giở trò.

Bưu bật dậy, ném chiếc đũa xuống bàn, cười ha hả khiến mọi người phải cười theo. Khi tiếng cười vừa lắng, Võ Đình Tú bỗng lên tiếng:

- Tôi tin anh Cả không chỉ dùng những bàn tay chúng tôi để phát rừng phát rẫy cho rộng thêm ra phụ bà con phải không?

Nhạc đáp:

- Hỏi hay lắm. Trước tiên cho tôi cảm ơn sự ủng hộ của tất cả anh em. Câu trả lời cho anh Tú là, nếu chỉ để phá thêm rừng, cuốc thêm rẫy thì những bàn tay của anh em đây làm sao bằng bàn tay của những người nông dân chuyên cày sâu cuốc bẫm.

Văn Bưu hỏi:

- Vậy thì sẽ dùng vào việc gì?

- Anh em đều là hào kiệt một phương, bàn tay hào kiệt phải được dùng vào những việc to lớn hơn, nếu không, sao xứng với hai tiếng anh hùng.

Bưu lại hỏi:

- Việc to lớn là việc gì?

Nhạc nghiêm sắc mặt đảo mắt nhìn mọi người, trịnh trọng nói:

- Nếu tôi nói, tôi định nhờ bàn tay của anh em để trói tay bọn ô lại, cắt cổ những tên cường thần, xô ngã những tên vua hôn, chúa ám, các bạn có dám đứng lên cùng tôi không?

Tất cả gần như đồng thanh lên tiếng:

- Sao lại không dám.

Nhạc lớn tiếng hơn:

- Nếu tôi nói, tôi muốn nhờ bàn tay của anh em để mở rộng vùng đất tình thương không chỉ ở Tây Sơn này mà phải làm cho nó rộng khắp cả tỉnh nhà, để bà con trong tỉnh được cơm no áo ấm, không còn cảnh quan lại bức hiếp dân lành. Các bạn có dám đứng lên đi tới cùng tôi không?

Tiếng nói của Nguyễn Nhạc sang sảng như chuông đồng, ánh mắt ông ta ngời lên một tia sáng của niềm tự tin mãnh liệt. Khuôn mặt hơi vuông với hàm râu đen cứng toát lên vẻ uy nghi, cương liệt đã tạo nên một mãnh lực vô hình kích thích bầu nhiệt huyết của người nghe. Lý Văn

Bưu hào khí bốc cao, vỗ tay đứng lên cười lớn:

- Ha...ha... anh Cả Nhạc quả nhiên là anh Cả Nhạc. Nói nghe rất đã. Phi Vân Báo tôi xin góp cả hai tay và giục ngựa đi đầu.

Nguyễn Văn Lộc đứng lên, Trần Quang Diệu tiếp liền theo, rồi tất cả đứng lên, trên gương mặt mọi người đều biểu lộ một sự cương quyết. Giáo Hiến ngồi quan sát diễn tiến đang xảy ra quanh bàn tiệc, trong bụng nghĩ thầm: *"Nguyễn Nhạc quả có tài lãnh đạo. Uy thế và sự khôn khéo của ông ta đã nhiếp phục được những người đối mặt. Khí thế này tất làm nên đại sự".* Võ Đình Tú nói:

- Chúng tôi nguyện sát cánh bên anh để thực hiện chí nguyện anh vừa nói. Xin anh Cả nói rõ hơn về phương lược hành động để anh em hiểu rõ hơn.

Nguyễn Nhạc hớn hở:

- Cảm ơn sự ủng hộ của anh em một lần nữa. Mời tất cả ngồi xuống. Hôm nay là lần gặp mặt đầu tiên, tôi nêu ra vấn đề như thế chỉ để cùng nhau hiểu rõ mục đích chung mà chúng ta phải đến, chí hướng chúng ta phải theo. Về phương lược, cũng như vấn đề hoạch định chi tiết con đường đến đích thế nào hãy để mai mốt nhờ Thầy Giáo đây chỉ vẽ cho rồi chúng ta bàn thảo kỹ hơn. Hôm nay anh em cứ uống một bữa với nhau cho thỏa tình sơ ngộ trước đã. Nào, cùng nhau cạn ly này mừng cho chí hướng của chúng ta.

Nhạc nói xong nâng ly mời Giáo Hiến cùng anh em rồi ngửa cổ uống cạn. Mọi người cũng uống cạn ly rượu của mình, bầu không khí trở nên vui vẻ, thân tình, mọi người râm ran vừa uống rượu vừa bộc lộ tâm tình.

Đến khuya, lúc tiễn cha con Giáo Hiến và Bùi Thị Xuân ra bến sông, Nguyễn Nhạc nói:

- Thầy về nghỉ, sáng mai ba anh em tôi sẽ ghé xuống thăm thầy để nghe về chữ "thời".

Giáo Hiến vui vẻ:

- Ba anh cứ xuống. Tôi biết gì sẽ nói nấy.

*

Dòng Côn Giang cuối đông nước đang cuồn cuộn chảy. Trên chiếc thuyền có mái che, bốn bên để trống vách, neo tại một bến vắng bên bờ gần làng An Thái, cha con Giáo Hiến, Văn Đa và ba anh em Nhạc, Lữ, Huệ đang ngồi uống rượu luận bàn thế sự. Nguyễn Huệ châm rượu ra năm chiếc ly mời thầy và các anh. Nhạc nói:

- Mời thầy. Trong năm chữ mà hôm trước thầy nhắc đến, chữ "thời" là chữ mà chúng tôi chưa được nghe giảng. Hôm nay thầy có thể giảng cho chúng tôi nghe được không?

Giáo Hiến uống xong ly rượu hỏi:

- Ông Cả chỉ hỏi về chữ thời tất bốn chữ kia đã có, tôi muốn biết các anh đã làm được những gì?

Nhạc đáp:

- Về "nhất vận", tôi và chú Huệ vừa vô tình mà cùng một lúc thu về thanh thần kiếm của Vua Hỏa và bí kiếp Ô Long đao cùng cuốn Binh Thư Yếu Lược của Đức Thánh Trần. Thầy nghĩ xem như thế có phải đã được chữ "vận" chưa?

Giáo Hiến nghe Nhạc nói không khỏi ngạc nhiên hỏi:

- Thật thế ư? Nói xem các anh đã được những báu vật

này như thế nào?

Nguyễn Lữ mở gói vải quấn quanh thanh kiếm ra, Nhạc cầm đưa sang cho Giáo Hiến xem. Giáo Hiến rút kiếm ra khỏi vỏ quan sát thật kỹ, nét mặt không dấu được sự vui mừng, trong khi Nguyễn Huệ từ từ kể những sự việc xảy ra cho Giáo Hiến và Văn Đa nghe. Giáo Hiến nghe xong nói:

- Thật là một vận may hiếm có. Cơ duyên này ngàn năm chỉ có một. Chữ "vận" như vậy là quá đủ rồi. Chữ "tam phong thủy" thì khỏi phải nói tới, nhưng "tứ âm công" thì sao?

Huệ lại đem những việc anh Cả mình tráo long huyệt ở Hoành Sơn như thế nào kể cho thầy nghe. Giáo Hiến mừng rỡ nói:

- Thật vừa hay vừa may. Nếu không, địa linh của chúng ta lại trở thành lợi khí cho bọn Tàu thì nguy hiểm vô cùng. Còn "ngũ độc thư"?

Nhạc nhìn Giáo Hiến nghiêm trang nói:

- Có Thầy Giáo đây mà ngũ độc thư còn chưa đạt được hay sao?

Giáo Hiến mỉm cười đáp:

- Anh coi trọng tôi quá rồi. Một mình tôi cáng đáng sao hết việc của các anh đề ra. Phải có ít nhất năm sáu người như tôi mới tạm gọi là đủ, sau đó thì phải có hàng trăm người nữa mới gọi là đạt.

Nhạc nói:

- Tôi có một vài người bạn thân là Trương Mỹ Ngọc ở An Nhơn, La Xuân Kiều ở Phù Cát, Nguyễn Văn Kim ở

Quảng Ngãi. Mới đây Võ Văn Dũng lại giới thiệu tôi anh Võ Xuân Hòe ở Phú Phong, họ đều là những người có khả năng, đáng mặt kẻ sĩ trong thiên hạ.

Huệ chen vào:

- Hôm trước em có gặp bốn anh em của Kỳ Sơn Tiểu Hiệp Võ Thăng. Mấy anh Võ Thục, Võ Chất ở Nhạn Tháp có nhắc tới chuyện họ là bạn chữ nghĩa của mấy anh Mỹ Ngọc, Xuân Kiều, qua đó rất hâm mộ thầy.

Giáo Hiến nói:

- Cảm ơn anh. Như vậy cũng tạm đủ cho bước khởi đầu nhưng các anh không được lơ là việc tìm cầu kẻ sĩ trong thiên hạ. Việc trên Tây Sơn thượng thế nào?

Lữ hớn hở thưa:

- Thưa thầy rất tốt ạ. Chúng ta hiện đã có hàng ngàn mẫu đất canh tác, số lương thực thu hoạch có thể vừa nuôi bà con vừa nuôi một đội quân hai, ba ngàn người trong vòng nửa năm. Về lực lượng thanh niên có thể trở thành chiến binh nay lên đến hơn ngàn người, chưa kể số chiến binh của các tộc thiểu số Tây Nguyên tình nguyện theo ta. Gom họ lại cũng phải trên ngàn người thiện chiến.

Giáo Hiến hỏi:

- Như vậy là các anh đã thu phục được tất cả các sắc tộc ở Tây Nguyên rồi phải không?

Lữ đáp:

- Thưa thầy đúng vậy. Cả bộ tộc Sê Đăng cũng đã bị anh Cả làm cho quỳ xuống tung hô "Đức Thầy Cả vô thượng", "Đức Thượng Sư vô thượng" rồi.

Trương Văn Đa hỏi:

- Các anh làm thế nào thu phục người Sê Đăng được vậy? Nghe nói bọn chúng rất hiếu chiến và cứng đầu vô cùng.

Lữ bèn kể lại chuyện Nhạc dùng bầy ngựa cái đã thuần hóa để dụ đàn ngựa thần ở núi Hiển Hách thế nào cho cha con Giáo Hiến nghe. Kể xong Lữ nói:

- Mà cũng lạ lắm, thưa thầy. Con ngựa trắng đầu đàn từ lúc bị anh Cả thu phục nó bỗng ngoan ngoãn vô cùng, y như là ngựa được chủ nuôi dưỡng thuần hóa từ nhỏ trong chuồng vậy. Con ngựa thật kỳ vĩ, đúng là thần mã.

Giáo Hiến thầm phục cơ trí và sự quyền biến của Nguyễn Nhạc. Ông nói:

- Ngựa hay cũng như hào kiệt thường chọn đúng chủ để thờ. Ông Cả là người có đại mạng nên con Bạch mã bất trị kia mới bị oai khí trấn áp.

Nhạc nghe Giáo Hiến nói không khỏi mừng thầm trong bụng, vội nói:

- Thầy quá khen rồi.

Ông Giáo lại hỏi:

- Nghe nói lực lượng của Nguyễn Thung và Huyền Khê ở Tuy Viễn và Phù Ly khá lớn, anh Nhạc đối phó với họ thế nào?

- Tôi giao thiệp với họ trong tư thế thân hữu, đôi khi phải nhún mình cố tránh những điều đụng chạm dù nhỏ nhặt để tránh hiềm khích hầu thu phục họ dễ dàng hơn sau này. Trong khi đó tôi đã thuyết phục được anh em Chu Văn Tiếp ở Phú Yên và bà chúa Chàm Thị Hỏa ở miền núi trong đó.

Giáo Hiến hỏi tiếp:

- Anh định dùng cách gì để thu phục bọn Nguyễn Thung?

- Nguyễn Thung có tiền, có tài, lại có lực lượng, nhất là sau ngày hắn chiêu dụ được bọn cướp biển Lý Tài, Tập Đình để thao túng nguồn muối lậu nên rất tự tin và đã lộ rõ tham vọng. Tôi sợ rằng hắn sẽ sanh tâm khởi sự trước mình thì mối nguy không nhỏ. Lúc trước tôi có hơi lo, nhưng đến hôm nay thì tôi đã có chủ kiến rồi.

Giáo Hiến hỏi:

- Chủ kiến thế nào?

Nhạc quay qua bảo Huệ:

- Chú kể lại những thành quả trong chuyến đi của chú vừa rồi cho thầy Giáo nghe trước đi.

Huệ đem những điều mình thu được trong thời gian qua kể lại cho mọi người nghe, xong chàng nhìn Giáo Hiến nói:

- Hai việc mà con đánh giá cao đó là sự hợp tác của bang Hành Khất của anh Tiểu Phi và đội thám báo của Tín Nhi. Với hai lực lượng này, nếu làm cho họ lớn mạnh hơn nữa, huấn luyện thêm võ nghệ cho họ, ta sẽ biết được mọi động tịnh của những kẻ đối lập, từ đó mới có thể áp dụng câu "biết địch biết ta trăm trận trăm thắng" được.

Văn Đa hỏi:

- Tín Nhi có phải là đệ tử của bác Hồng Liệt không?

Huệ đáp:

- Đúng rồi.

Giáo Hiến nghe nhắc đến người bạn thân thuở trước, ngậm ngùi cất tiếng thở dài:

- Bác Liệt của con là một người sống hào hùng, chết lẫm liệt. Tín Nhi cũng đáng khen không kém gì thầy của anh ta. Tín Nhi bây giờ ở đâu anh Huệ?

- Anh ta đang trên đường vào Nam lùng tìm tên phản bội Chú Nhẫn và hứa khi nào đem được trái tim hắn về tế mộ anh em Truông Mây xong sẽ lên An Khê tìm con.

Huệ quay sang Nhạc hỏi:

- Còn kho vũ khí ở Truông Mây và kho bảo vật của bác Hồng Liệt ở Trưng Sơn anh Cả tính sao?

Nhạc đáp:

- Chú Lữ về trên đó bảo Tuyết mang theo một số anh em và ngựa thồ, bí mật xuống mang hết về An Khê. Còn bọn Hồ Thiết Thủ thì sao? Chừng nào họ mới về với chúng ta?

Huệ đáp:

- Chờ hết mùa xuân mà Tín Nhi vẫn chưa về theo lời anh ta nói, em sẽ ra Phù Ly mời anh em Hồ Thiết Thủ. Người này đúng là một thợ rèn tài ba nhất thời đại này, anh ta đang nghĩ cách sáng chế một loại vũ khí đa dụng, chưa biết thế nào.

Nói xong Huệ rút thanh trủy thủ Thiết Phụng trong ống giày ra đưa cho Giáo Hiến xem. Giáo Hiến khen:

- Đúng là bậc thầy trong nghề luyện kiếm. Tôi còn giữ cây Thanh Long kiếm của Cao Lỗ, nó được rèn cùng lúc với Ô Long đao. Lê Thái Tổ được thanh kiếm này dựng nên nhà Lê, tôi định khi nào các anh khởi sự sẽ trao cho ông Cả đây.

Giáo Hiến dứt lời, Văn Đa mở một gói vải lấy thanh kiếm ra. Giáo Hiến đưa tay rút thanh kiếm khỏi vỏ, một ánh sáng xanh biếc rực lên, hàn khí tỏa ra lạnh buốt. Nhạc mừng rỡ nói:

- Vậy là chúng ta đang giữ cả những báu vật trong thiên hạ rồi còn gì nữa. Nhưng Nhạc tôi đã được Thần Hỏa ban cho thanh thần kiếm, thanh kiếm Thanh Long thầy cứ trao cho chú Huệ. Làm tướng lãnh chỉ huy hàng vạn binh lính và tướng tá phải có thanh kiếm báu này trong tay, nhờ anh linh tổ tiên tăng thêm uy thế cho vị chủ soái chứ.

Huệ nói:

- Anh Bảy chuyên về kiếm, nên giữ thanh kiếm đó đi.

Bảy Lữ nói:

- Anh phụ trách việc hậu cần lấy kiếm báu làm gì. Anh Cả đã giao cho chú tức là giao luôn cả trách nhiệm lớn điều binh khiển tướng sau này, chú nhận là phải rồi.

Giáo Hiến nói:

- Như vậy cũng hay. Một vị tướng lãnh giỏi không cần phải ra giữa chiến trường mà phải biết vận trù quyết sách, hoạch định cơ mưu, uy nghiêm tướng lệnh cho thuộc hạ thi hành. Đó là điều người xưa thường nói *"Ngồi trong màn trướng quyết thắng ngoài ngàn dặm"*. Ông Cả đã nói vậy thì anh Huệ cứ nhận lấy để làm thanh kiếm lịnh trước ba quân.

Huệ nói:

- Thầy và hai anh đã bảo thế, con xin nhận lấy kiếm và

trách nhiệm này.

Giáo Hiến nghĩ thầm: *"Đây có lẽ là sự sắp xếp của tổ tiên Việt tộc chăng?"*. Ông thở ra một hơi khoan khoái nói:

- Lúc nãy ông Cả nói đã có chủ kiến đối phó với Nguyễn Thung là sao, xin nói rõ cho?

Nhạc đáp, không dấu được vẻ hân hoan trên nét mặt:

- Thầy đã nhìn thấy sáu người anh em mà chú Huệ giới thiệu về hôm qua rồi phải không? Thêm Nguyễn Văn Tuyết, bảy người họ như bảy con mãnh hổ, thêm một con phụng hoàng Bùi Thị Xuân nữa, mỗi người một vẻ, một tính cách nhưng đều là tay kiệt hiệt đời nay. Người bạn tôi là Nguyễn Văn Kim ở Quảng Ngãi cũng là tay văn võ song toàn. Nguyễn Thung và Huyền Khê chỉ thị vào đám cướp biển hung dữ Lý Tài để lên mặt. Tôi dự tính sang năm mới sẽ mời họ và bọn Chu Văn Tiếp đến Kiên Thành gặp mặt một lần. Nguyễn Thung nhìn thấy lực lượng chủ chốt của chúng ta mà không bở vía, xếp mình thì thầy phạt sao tôi cũng chịu.

Giáo Hiến mỉm cười:

- Đúng là một chủ kiến hay. Tôi tin anh đúng.

Nhạc nói:

- Tôi chỉ còn chờ thầy nói rõ về chữ "thời" nữa là tôi vững chí tiến hành thực hiện câu sấm *"Tây khởi nghĩa, Bắc thu công"* của thầy truyền rao.

Giáo Hiến bưng ly rượu Huệ vừa rót hớp một hơi, chậm rãi nói:

- Cuộc chiến Truông Mây tuy thất bại nhưng đã để lại

những hệ quả to lớn, có lợi cho những người muốn kế tục cuộc đấu tranh chống bọn cường thần. Những hệ quả đó như sau:

- Thứ nhất: Hào khí Truông Mây vẫn còn hừng hực trong lòng người dân Đàng Trong, đặc biệt là tầng lớp bá tánh cùng khổ đông đảo. Tạo cho họ một mối hận thù sâu sắc với triều đình và sự tin tưởng đối với những nghĩa sĩ đã vì họ đứng lên. Hệ quả này giúp các anh có thể thu phục họ dễ dàng hơn nếu mình chứng tỏ cho họ thấy mục đích cuối cùng việc làm của mình hoàn toàn là vì hạnh phúc của họ.

- Thứ hai: Sau cuộc chiến Truông Mây những đội quân tinh nhuệ của triều đình bị tổn thất rất lớn, nhất là quân đội ba phủ Quy Nhơn, Quảng Ngãi và Phú Yên. Đám lính mới bổ sung sau này toàn là bọn lão nhược hay là con cái của những người cùng đinh không có tiền lo lót bọn quan trên. Bọn lính già thì sức đâu mà đánh, còn đám lính con nhà nghèo họ thù triều đình thấu xương nên khi ra trận họ không hết lòng. Chưa kể bọn quan tướng đều là những kẻ bất tài, vô học nhờ có tiền mua chức nên được lãnh đạo. Tóm lại, một đội quân như vậy thì chúng ta chỉ cần la ó ầm lên chúng đã quẳng giáo chạy dài, chưa cần xáp chiến.

Huệ nghe Giáo Hiến nói đến đây chợt mỉm cười. Giáo Hiến hỏi:

- Anh Huệ có ý gì hay muốn nói phải không?

Huệ đáp:

- Dạ không, con chỉ nghĩ đến sự trùng hợp về chữ la ó mà Tín Nhi và thầy đã dùng giống nhau khi nói tới vấn đề này mà thôi.

Giáo Hiến nói:

- Sau này anh lệnh cho quân sĩ mỗi khi xung trận cứ la ó lên để tăng uy thế cho mình, gây khiếp đảm cho địch cũng là một lợi khí về tâm lý đó chứ.

- Dạ.

Ông Giáo nói tiếp:

- Thứ ba: Sau khi chiến thắng Truông Mây, bọn Quốc phó hể hả, mặc sức làm càn, tạo thêm sự thù hận trong dân chúng. Lòng dân càng hận triều đình, sự lôi kéo của họ về phía chúng ta càng dễ. Điều quan trọng hơn là lòng kẻ sĩ trong thiên hạ cũng bắt đầu ngán ngẩm với nhà Chúa bây giờ. Thu phục lòng dân ta dễ thắng lợi. Thu phục được kẻ sĩ, thắng lợi của ta sẽ vững chắc, không bị hụt hẫng như Truông Mây. Muốn vậy, cuộc nổi dậy của các anh phải có chính nghĩa, không có chính nghĩa thì kẻ sĩ sẽ phản đối hoặc quay lưng. Với bá tánh cùng khổ, hãy đem cơm no áo ấm đến cho họ, còn với kẻ sĩ, phải mang lẽ phải, mang chính nghĩa để thu phục.

Giáo Hiến dừng lại bưng ly rượu Nguyễn Huệ vừa châm vào uống một hớp. Nhạc nóng ruột hỏi:

- Còn những gì nữa thầy?

Giáo Hiến để ly rượu xuống nói tiếp:

- Thứ tư: Trong khi triều chính Đàng Trong mục rữa vì Quốc phó Trương Phúc Loan thì ở Đàng Ngoài, Trịnh Doanh lại rất cường thịnh, dẹp yên những cuộc nổi loạn trong nước. Kế đến, ba năm trước, Trịnh Sâm lên ngôi chúa (năm 1767) thì năm ngoái (1769), ông ta cũng đã dẹp yên hai cuộc nội loạn lớn của Hoàng Công Chất và Lê

Duy Mật. Nói chung tình hình quân sự Bắc Hà nay rất hùng mạnh, họ đang có ý dòm ngó Nam Hà. Tôi tin rằng một khi Đàng Trong có biến, Đàng Ngoài họ sẽ dấy động can qua, chừng đó Chúa Nguyễn sẽ lâm đại họa.

Huệ lên tiếng:

- Như vậy, chúng ta nên tiên hạ thủ vi cường, đánh chiếm ngay toàn dinh Quảng Nam và miền Diên Khánh, Trấn Biên. Chừng đó quân Trịnh thấy Đàng Trong đang loạn tất thừa thế tràn vào, quân Nguyễn buộc phải lo chống đỡ đại thù mặt Bắc, chúng ta ở trong này củng cố cơ cấu hành chánh và quân sự ngồi chờ làm ngư ông thủ lợi. Phải vậy không thầy?

Giáo Hiến mỉm cười nhìn Huệ gật đầu khen:

- Anh nhìn ra điều này quả là người có tầm nhìn chiến lược lớn. Đúng vậy. Nhưng mà vị ngư ông này sau đó sẽ phải đối đầu với một con sóng dữ, đó là cả xứ Bắc Hà đang hùng mạnh tràn vào.

Ánh mắt Nguyễn Huệ long lanh một tia lửa, giọng quả quyết:

- Cho con thời gian vài ba năm nữa để chuẩn bị thì con sóng Bắc Hà kia dù dữ đến đâu con cũng sẽ đạp nhầu.

Giáo Hiến nhìn Nguyễn Nhạc gật đầu rồi quay sang Huệ hỏi:

- Anh vừa đi từ Quảng Nam vào phủ Quy Nhơn, tình hình dân chúng lúc này ra sao?

Huệ đáp:

- Xóm làng xơ xác, nhà nhà nghèo đói, người người khổ cực, ăn mày nhan nhản khắp nơi. Có điều lạ là người dân bây giờ không còn than vãn nữa, họ sống im lặng và cam chịu.

Nét mặt Giáo Hiến lộ rõ sự vui mừng, ông nhìn Nguyễn Nhạc nói:

- Anh bắt đầu khởi sự được rồi đó.

Nhạc hơi ngạc nhiên hỏi:

- Thầy nghe nói dân chúng im lặng không phản đối triều đình nữa thì thầy hớn hở bảo tôi khởi sự ngay là sao?

- Bá tánh một khi đã im lặng và cam chịu sống dưới ách bóc lột và áp chế hiện nay của triều đình, tức là sự phản đối và căm hận trong lòng họ đã lên đến cùng cực, nó như một ly nước đầy vun chỉ cần có một viên sạn nhỏ bỏ vào cũng sẽ tràn ra rồi nổ tung.

Nhạc vỡ lẽ, phấn chấn hỏi tới:

- Như vậy chữ "thời" chúng ta cũng đã đạt được rồi phải không thầy?

- Năm ngoái sao chổi xuất hiện, những điều truyền tụng trong dân gian nay đã hội đủ. Các anh đã thêm được chữ thời nữa rồi.

Nhạc hỏi:

- Chúng ta bắt đầu thế nào?

- Đẩy mạnh sự kêu gọi bá tánh và anh hùng về Tây Sơn tụ nghĩa. Chuẩn bị lương thực, rèn thêm vũ khí, huấn luyện binh sĩ và tướng lãnh cầm quân. Khi điều kiện chín muồi thì như một tiếng sét không kịp bưng tai phải lấy cho được ba phủ Quy Nhơn, Quảng Ngãi và Phú Yên làm căn bản cho phong trào, sau đó tuần tự nhi tiến mà lớn mạnh lên.

Nhạc hỏi:

- Sao chỉ lấy ba phủ mà không lấy luôn Quảng Nam?

Giáo Hiến nói:

- Quảng Nam là nơi trọng binh Chúa Nguyễn trú đóng, lại gần Phú Xuân. Chúng ta lấy đất để làm căn bản trước rồi sau đó phát triển thêm ra. Lực lượng ta còn non yếu, nếu lấy nhiều mà không giữ nổi thì chỉ tốn công sức và nhân mạng mà thôi.

Nhạc nói:

- Nếu chúng ta khởi sự, tất cả những gia đình liên hệ buộc phải dọn hết lên Tây Sơn thượng để bảo đảm an toàn. Gia đình thầy cũng phải chịu khó vậy.

Giáo Hiến nói:

- Khi nào ông Cả nói đi, chúng tôi sẽ theo.

Huệ nhìn Nhạc hỏi:

- Gần đây mấy tay hát bội cũ là Tứ Linh và Nhưng Huy đã rã gánh bỏ lên An Tượng tụ tập đồ đảng làm ăn cướp, em định ghé lên mời họ về hợp tác với mình, anh Cả thấy sao?

Nhạc nói:

- Được đấy. Hai tên này nghe nói võ nghệ rất khá lại quen biết nhiều. Xong việc, chú lên trên thượng chuẩn bị việc huấn luyện quân sĩ là vừa.

Nhạc lại hỏi Giáo Hiến:

- Số học trò của thầy sẽ theo về với phong trào chứ phải không?

Giáo Hiến đáp:

- Tôi sẽ hỏi họ. Anh Huệ khi tuyển tướng nên chú ý đến Đặng Văn Long. Sau Lữ, và anh, Văn Long là đứa khá nhất.

- Dạ, con biết.

Nguyễn Nhạc bỗng sửa lại thế ngồi ngay ngắn, đưa mắt e dè nhìn Giáo Hiến. Giáo Hiến biết ý nên hỏi trước:

- Ông Cả có điều gì khó nói phải không?

Nhạc đáp:

- Có việc này muốn nhờ thầy thu xếp giùm nhưng hơi ngại nói.

Giáo Hiến mỉm cười:

- Giữa chúng ta, ông Cả không cần e ngại. Tôi giúp được sẽ không từ nan.

Nhạc nói:

- Chúng ta đang có trong tay những bảo vật trấn quốc của tổ tiên. Tôi muốn noi theo gương của Lê Thái Tổ để tạo thêm sự tin tưởng trong lòng dân chúng.

Giáo Hiến hiểu ý, vui vẻ nói:

- Việc này rất nên. Hơn nữa, hai thanh thần kiếm cùng lúc về tay chúng ta là điều chỉ có trời ban cho mới được, ông Cả đâu cần e dè. Tôi sẽ thu xếp vụ này giúp các người.

Nhạc mừng rỡ hỏi:

- Tôi cần phải chuẩn bị những gì?

Giáo Hiến hỏi:

- Hình như sắp đến ngày giỗ của cụ thân sinh ông Cả phải không?

- Đúng thế. Trí nhớ thầy còn tốt quá.

Giáo Hiến nói:

- Ông Cả cho tổ chức giỗ vào chiều tối tại nhà cũ ở Phú Lạc, mời đông đảo bà con đến dự, sau đó cứ làm như vầy… như vầy…

Nhạc nghe Giáo Hiến bày kế, mừng rỡ trong lòng.

*****

HỒI THỨ TƯ

Tống Kiến Hòa, Tín Nhi moi tim Chú Nhẫn
Rừng Truông Mây, Nguyễn Nhạc khóc tế oan hồn

Vượt đèo Cù Mông, leo qua đèo Cả, con Hãn Huyết câu đã chở Tín Nhi ngốn năm sáu trăm dặm đường để đến Trấn Biên. Càng vào Nam, tiết trời càng ấm áp dần lên. Tín Nhi hỏi thăm đường xuống đò sang Cù lao Phố để ghé thăm Thần Quyền Môn. Đại Kỳ gặp mặt Tín Nhi lần đầu không khỏi ngạc nhiên buộc miệng khen:

- Nhị đệ có được một người học trò quý hóa thế này chốn suối vàng hẳn cũng ngậm cười.

Tín Nhi nói:

- Cảm ơn sư bá nghĩ tốt cho con.

Trần Hồng Liên gặp lại Tín Nhi mừng lắm, nàng hỏi đủ thứ câu hỏi về trận chiến cuối cùng của Truông Mây, cái chết của sư thúc Hồng Liệt, sự mất tích của Trần Lâm và Chú Lía v.v... Đại Kỳ cắt ngang những câu hỏi của nàng:

- Con hỏi từ từ chứ, hỏi liên tục như vậy làm sao Tín Nhi nhớ mà trả lời.

Tín Nhi mỉm cười nói:

- Không sao đâu sư bá, con nhớ mà.

Rồi đem tất cả câu chuyện kể lại cho mọi người nghe,

cuối cùng Tín Nhi thở dài buồn bã nói:

- Con vì nóng lòng đi tìm tung tích của sư phụ nên thoát khỏi độc thủ của Chú Nhẫn. Có điều tất cả anh em đều hy sinh chỉ mình con sống sót, nghĩ lại đau đớn vô cùng. Bởi vậy con quyết chân trời góc bể phải tìm bằng được tên phản bội, moi tim hắn đem về tế trước nấm mồ tập thể Truông Mây.

Đại Kỳ hỏi:

- Lần này con vào Nam cũng vì việc đó phải không?

- Dạ. Con và anh em bang Hành Khất đã tìm khắp các phủ huyện miền ngoài đó, có lẽ hắn đang trốn trong miền Nam bao la, ít tai mắt của hành khất này.

Đại Kỳ gật đầu:

- Suy luận rất đúng. Con dự tính hành động thế nào? Cần gì thì nói sư bá giúp cho nhé.

- Cảm ơn sư bá. Con cần ít ngân lượng để chi phí dọc đường, khỏi phải ghé thăm mấy nhà trọc phú.

Hồng Liên cười khúc khích:

- Đệ vẫn còn giở ngón nghề đó để kiếm tiền à?

Tín Nhi mỉm cười:

- Chỉ nhắm vào bọn ác bá thôi, những khi cần thiết.

Hồng Liên hạ giọng:

- Trông đệ bây giờ thật khác xưa kia, ít nói, ít cười, tóc để dài như một đầu đà trẻ tuổi. Tín Nhi lúc trước đâu có như vậy.

- Đệ chỉ sợ nói cười nhiều, khối căm hờn trong lòng sẽ tiêu tán bớt đi. Còn mái tóc này đệ sẽ không cắt cho đến khi mang được trái tim tên phản bội về Truông Mây.

- Đệ định ở đây chơi bao lâu?

- Đệ ghé thăm sư bá và Hồng tỷ cùng các sư huynh đệ một hôm, sáng mai sẽ đi.

Hồng Liên ngạc nhiên:

- Gấp vậy sao?

- Ngày nào chưa trả được thù, đệ không thể an nhiên mà sống. Vả, đệ cũng có ít việc phải làm cho người bạn ở ngoài đó.

Hôm sau Tín Nhi từ giã mọi người ở Thần Quyền Môn lên đường xuống Nhà Bè. Chàng dừng ngựa ở tửu quán Bến Nghé bên bờ sông, khu phố cảng này bán buôn sầm uất chẳng kém Cù lao Phố. Vừa cột ngựa để bước vào quán, chợt một tên ăn mày nhỏ từ bên trong chạy ra đâm sầm vào người chàng. Thằng bé lên tiếng xin lỗi ríu rít rồi định phóng chạy đi. Tín Nhi mỉm cười vói tay thật nhanh chộp vào cổ nó kéo lại. Thằng bé bù lu, bù loa:

- Ơ cái anh này! Tôi lỡ đụng phải, đã xin lỗi rồi còn đòi gì nữa. Mau thả tôi ra, mẹ tôi đang bịnh nặng ở nhà đấy. Tôi xin lỗi anh lần nữa vậy. Làm ơn đi.

Nghe giọng nói của nó Tín Nhi biết ngay là người miền Quảng Ngãi, Quy Nhơn mới vào Nam. Chàng mỉm cười nói:

- Mẹ em đang bịnh nặng à? Thôi đi đi.

Rồi buông tay. Thằng bé ăn mày mừng quá ba chân bốn cẳng chạy tuốt. Tín Nhi mỉm cười bước vào trong quán tìm chỗ ngồi trong góc. Quán khá đông khách, chỉ còn lại vài bàn trống. Vừa ngồi xuống đã thấy thằng bé ăn mày quay trở lại, nó nhìn quanh rồi đi nhanh lại bàn Tín Nhi vòng tay lễ phép nói:

- Em có mắt không tròng, gặp cao nhân mà còn giở ngón. Em trót dại, xin đại ca tha tội, cho em xin lại cái túi nhỏ. Đó là di vật độc nhất của mẹ em để lại. Xin đại ca.

Giọng nói của nó rất thành thực. Tín Nhi vờ ngạc nhiên hỏi:

- Chú nhỏ mày đùa với anh hay sao? Chú mày đụng vào người anh mày, anh mày đã không bắt lỗi còn quay đòi của nữa là sao?

Thằng bé năn nỉ:

- Thôi mà đại ca, em lỡ dại mà. Túi tiền của đại ca em lỡ lấy, đại ca đã thu lại rồi. Cái túi kia không đáng giá gì đâu, chỉ là di vật của mẹ em nên em mới năn nỉ đó thôi.

Thì ra lúc nãy nó xông vào người Tín Nhi đã giở trò móc túi, nhưng vừa bỏ túi tiền của Tín Nhi vào túi mình thì nó bị Tín Nhi móc trở lại mà nó không hay, đến khi chạy đi một lúc, sờ lại túi mình nó mới hoảng lên nên quay lại tìm. Tín Nhi nhìn nó mỉm cười:

- Tài nghệ chú em mày còn non lắm, làm nghề này có ngày bị thiên hạ treo cổ lên đó. Bỏ đi, kiếm việc khác đàng hoàng hơn mà làm.

Rồi móc cái túi vải trả lại cho thằng bé. Thằng nhỏ mừng quá chắp tay vái dài:

- Hôm nay đệ mới sáng mắt ra. Tài nghệ của đại ca quả nhiên siêu quần bạt tụy, chẳng thua gì Tiểu Thâu Nhi ngày xưa.

Tín Nhi ngạc nhiên hỏi:

- Tiểu Thâu Nhi là ai?

Thằng bé vênh mặt lên:

- Đại ca ở trong nghề này mà không biết đến đại danh của Tiểu Thâu Nhi à? Kỳ thiệt!!

- Ta không biết thật, nói nghe thử coi.

Nó hít một hơi dài, mặt trang trọng:

- Tiểu Thâu Nhi tức là tiểu anh hùng Nhất Kiếm Chấn Mộ Hoa Tiểu Thâu Nhi Tín Nhi, một chiêu Nhất Điểm Hồng nhanh như sấm chớp, "véo!", đâm thủng yết hầu Quảng Ngãi Đệ Nhất Cao Thủ Quỷ Kiếm Ma Đao Lương Bát Vạn, thêm một mũi tên lửa nhanh như tên bắn đốt sạch kho lương Long Phượng khiến cho quân triều đình nhịn đói nhăn răng nên bị đánh tan tành.

Nó nói một hơi dài, nét mặt rất nghiêm chỉnh, tỏ rõ sự ái mộ và khâm phục nhân vật Tiểu Thâu Nhi. Lúc nói đến chiêu kiếm Nhất Điểm Hồng nó còn dùng ngón tay đâm vào yết hầu Tín Nhi làm ví dụ khiến Tín Nhi vừa buồn cười vừa lấy làm lạ hỏi:

- Chà! Anh chàng Tiểu Thâu Nhi này quả nhiên ghê gớm. Em gặp mặt anh ta chưa?

Thằng bé đáp, vẻ mặt hiu hiu tự đắc:

- Sao lại chưa? Trong nghề này mà chưa gặp mặt Tiểu Thâu Nhi thì chưa xếp vào hạng "thâu" được.

Tín Nhi mỉm cười:

- Em đã được xếp vào hàng "thâu" chưa?

Nó vênh mặt:

- Sao lại chưa?

- Vậy em là gì "thâu"?

- Hoàng Thâu Nhi. Em thèm cái biệt danh Tiểu Thâu Nhi lắm nhưng sợ mạo phạm nên tự đặt cho mình, à không, giang hồ tặng cho em danh hiệu là Hoàng Thâu Nhi.

Nó nói mà nét mặt tỉnh khô, ra chiều đắc ý. Tín Nhi cố nín cười, giả bộ như hâm mộ lắm:

- Hoàng Thâu Nhi cũng oai rồi. Mà em gặp Tiểu Thâu Nhi ở đâu? Có thể giới thiệu cho anh với, được không?

Hoàng Thâu Nhi vênh mặt làm ra vẻ quan trọng:

- Em thì sẵn sàng thôi, nhưng mà Tiểu Thâu Nhi như là…là… cái gì … long ẩn

- Là thần long lúc ẩn lúc hiện

- Đúng rồi, Tiểu Thâu Nhi như thần long lúc ẩn lúc hiện, khó mà gặp được. Mà còn phải xem đại ca đây có lớn phước không nữa. Còn em gặp ở đâu à? Bên hồ La Bích, lúc Tiểu Thâu Nhi bị thương hôn mê, em có đến cầm tay anh ta một lát để tỏ lòng ái mộ của mình.

Tín Nhi biết thằng bé nói láo, nhưng chàng tin chắc nó phải có người thân biết rõ việc Truông Mây. Chàng hỏi:

- Em là Hoàng Thâu Nhi, vậy em họ Hoàng phải không?

- Đúng vậy.

- Nhà em lúc trước ở Bồng Sơn, gần bến đò Lại Dương, cha em làm thầy đồ nhưng mất sớm phải không?

Thằng nhỏ trợn mắt ngạc nhiên hỏi:

- Sao đại ca biết hay vậy?

- Hoàng Bá là gì của em?

Mặt Hoàng Thâu Nhi bỗng đổi sắc, nó sợ hãi nói:

- Em không biết Hoàng Bá. Nhà em ở Bồng Sơn thật, nhưng em không biết người đó.

Tín Nhi đã đoán ra, chàng nói nhỏ:

- Em đừng sợ, anh là người của Truông Mây chứ không phải quan lính đâu. Nói thật đi.

Hoàng Thâu Nhi lắc đầu nói:

- Em đã nói em không biết thật mà. Đại ca không tin thì đành chịu.

Tín Nhi bèn cầm chiếc đũa trên bàn rồi nhanh như chớp dí đầu đũa vào yết hầu của Hoàng Thâu Nhi, thằng bé hết hồn, trợn mắt há hốc mồm, người như chết đứng. Tín Nhi hỏi:

- Có phải Lương Bát Vạn bị một kiếm nhanh như vậy đâm vào yết hầu không?

Hoàng Thâu Nhi hoàn hồn, nhưng miệng vẫn còn há hốc một lúc mới đáp:

- Hình như là vậy. Đại ca cũng biết chiêu Nhất Điểm Hồng nữa à?

Tín Nhi nhìn nó thân mật nói:

- Trả lời đi rồi anh nói cho nghe.

Hoàng Nhi bỗng ưỡn ngực lên nói:

- Thôi được. Cái mạng nhỏ xíu này kể bỏ. Tôi là Hoàng Nhi. Ừ, Hoàng Bá là anh của tôi đó. Nhưng ảnh chết trên đèo Thạch Tân rồi.

Tín Nhi mừng rỡ nắm tay Hoàng Nhi nói:

- Là thật ư? Rồi sao em lạc vào tận trong này? Mẹ em đang đau nặng à?

Hoàng Nhi ngạc nhiên hỏi:

- Sao anh hỏi kỹ vậy? Sao anh biết mẹ em?

- Anh là Tín Nhi đây. Hoàng Bá là bạn đồng đội thân thiết của anh, anh có nghe nói về mẹ em vài lần.

Hoàng Nhi trợn mắt ngạc nhiên:

- Anh là Tín Nhi?! Là Nhất Kiếm Chấn Mộ Hoa Tiểu Thâu Nhi ư?!!!

- Ừ. Hôm đó anh và Hoàng Bá suýt chút nữa đều bỏ mạng. Giờ anh ấy đã chết, đau thật. Mà Truông Mây ai cũng đều đã chết hết rồi, chỉ còn mình anh.

- Sao anh có thể thoát chết được? Nghe nói cả Truông Mây bị trúng độc chết hết mà?

- Từ từ có dịp anh kể cho nghe, giờ nói đi, mẹ em đang đau nặng à?

Hoàng Nhi dàu dàu nét mặt đáp:

- Đau nặng là lúc trước kìa, giờ mẹ đã chết rồi. Lúc nãy em nói dối anh đó.

- Vì sao mẹ em chết.

- Đói chết.

Tín Nhi thót người vì câu trả lời gọn trơn của thằng bé. Chính hai tiếng "đói chết" gọn lỏn kia mang nặng một nỗi hờn mát, đau buồn và uất hận vô cùng tận trong lòng nó. Chàng hỏi:

- Bây giờ em ở đâu? Với ai?

- Em ở khắp nơi, nơi nào cũng là nhà em cả. Em chỉ có

một mình với cái lược sừng này của mẹ để lại, mỗi lần chải đầu em sẽ nhớ mẹ.

Nó lấy trong chiếc túi lúc nãy ra một cái lược nhỏ bằng sừng, di vật quý nhất của mẹ nó, đưa lên chải mái tóc rối xù, bồng bềnh của mình. Tín Nhi thở dài:

- Sao em và mẹ lại bỏ Bồng Sơn vào đây?

- Thằng xã trưởng lúc trước bị anh Hoàng Bá đập cho một trận què mất một chân vì cái tội ăn hiếp dân lành. Sau Truông Mây tan rã, nó tới nhà tìm anh Bá trả thù, nghe nói ảnh đã chết, nó trút hận lên đầu mẹ con em. Mẹ sợ nó hại em nên dẫn em chạy trốn. Nghe nói miền Nam giàu có, mẹ vượt núi đưa em vào, dọc đường mẹ đói chết. Trước khi chết, mẹ căn dặn thế nào cũng phải vào cho tới miền Nam. Em lấp sơ xác mẹ rồi tiếp tục hành trình vào Nam. Tưởng đã chết đói dọc đường như mẹ, cũng may ăn cỏ gấu, uống nước sương một thời gian cũng vào được trong này. Tưởng gì, cũng chỉ làm kiếp ăn mày. Nhớ tới những chuyện anh Bá kể về đại ca, em học nghề móc túi kiếm tiền nuôi miệng.

Tín Nhi an ủi:

- Đừng buồn nữa. Từ nay đi với anh. Anh em mình có phúc cùng hưởng có họa cùng chịu.

Hoàng Nhi nhảy dựng lên:

- Em được đi với anh?!! Được cùng với Tiểu Thâu Nhi có phúc cùng hưởng có họa cùng chịu ư?

- Ừ.

Nó mừng quá cười toe toét:

- Vậy là có phúc không chứ làm gì có họa. Hi... hi...

Tiểu Thâu Nhi là vua kiếm tiền mà, làm gì có họa để cùng chịu. Hi… hi...

Tín Nhi cười:

- Chưa chắc đâu. Để anh gọi cái gì anh em mình ăn nhé. Mừng gặp mặt. Biết uống rượu chưa?

- Gặp mặt đại ca thì chưa uống sẽ được uống, không biết uống cũng phải biết chứ. Hì…hì…

Tín Nhi bèn gọi mấy món ăn ngon và một bình rượu Mai Quế Lộ loại nhẹ. Trong khi chờ thức ăn, Hoàng Nhi hỏi:

- Đại ca lặn lội vào Nam chắc có chuyện phải không? Nói xem em có giúp gì được không?

Tín Nhi nhỏ giọng:

- Đi tìm tên phản bội. Em biết chuyện đó mà, phải không?

- Biết chứ sao không? Mẹ em nguyền rủa lão quỷ đó cho đến lúc nhắm mắt. Mà đại ca có biết lão ta đang ở đâu không?

- Không. Anh đã tìm lão khắp cả miệt ngoài đó, giờ vào tìm trong này.

Bỗng Hoàng Nhi reo lên:

- A! Sao đại ca không tới hỏi lão thầy bói Vạn Sự Thông thử coi. Lão nổi tiếng ở xứ này, chuyện gì lão cũng biết, hỏi gì lão cũng đáp được hết.

Tín Nhi cười:

- Đại trượng phu, ai lại đi nhờ thầy bói, chú nhỏ?

- Ậy, ở đây ai có việc gì khó khăn, cuối cùng cũng phải

tới cầu lão cả đấy.

- Em có chắc là hỏi gì lão cũng đáp được không?

- Chắc chớ. Bởi vậy lão mới dám tự xưng là Vạn Sự Thông chớ.

- Được, ăn xong em dẫn anh tới chỗ lão thử xem.

Thức ăn dọn ra, Hoàng Nhi không khách sáo, nó ăn ngấu nghiến một lèo hết sạch phần thức ăn của nó, còn làm ra vẻ anh hùng uống với Tín Nhi một hơi mấy ly rượu khiến mặt mày đỏ ké trông rất hoạt kê. Ăn xong nó dẫn Tín Nhi đến nhà lão thầy bói ở cuối một con đường nhỏ. Tấm bảng Vạn Sự Thông rõ lớn treo ngay trên cửa. Đó là một người Hoa tuổi trạc năm mươi, râu dài, trông rất thông thái, nói tiếng Việt rất sõi. Chào khách xong ông ta hỏi:

- Công tử muốn nhờ tôi giải quyết chuyện gì? Nhìn sắc diện công tử, tôi đoan chắc không phải chuyện bình thường.

Tín Nhi đáp:

- Tôi đang tìm một kẻ thù nhưng đã một năm nay chưa tìm ra. Nhờ ông mách giùm hắn ta đang trốn ở đâu.

Vạn Sự Thông hỏi:

- Đàn ông à? Cỡ bao nhiêu tuổi?

- Hai vợ chồng giàu có, quyền thế. Chồng cỡ năm mươi, vợ khoảng ba mươi, rất xinh đẹp.

Vạn Sự Thông bèn dùng ba đồng tiền hai mặt, một mặt hào âm, một mặt hào dương để gieo quẻ. Lão nắm ba đồng tiền thật chặt giữa lòng hai bàn tay, nhắm mắt định thần một lúc mới gieo. Lần gieo thứ nhất theo quẻ Tiên thiên, được quẻ Đoài, lần thứ nhì theo Hậu thiên được quẻ Tốn. Tức được hai quẻ kép: Trạch Phong Đại Quá và Phong Trạch Trung Phu. Vạn Sự Thông nhìn Tín Nhi mỉm cười nói:

- Chúc mừng công tử, mọi việc ắt sẽ hanh thông, tuy nhiên, quẻ Đại Quá nói đến sự hung hiểm. Bởi vậy mọi sự công tử phải cẩn trọng, đừng hành động quá sức mình hoặc táo cấp sẽ gặp họa, nhưng trong họa có phúc. Riêng quẻ Trung Phu ở Hậu thiên rất tốt. Trung Phu nói: *"Trung phu: Đồn ngư cát, lợi thiệp đại xuyên, lợi trinh"*. Nghĩa là trong lòng có đức tin đến cảm được heo, cá, tốt như vậy thì lội qua sông lớn cũng được, giữ đạo chính thì có lợi. Công tử đã có lòng thành, nếu việc trả thù của công tử là việc chính nghĩa tất được như ý. Tượng quẻ này theo tôi suy đoán, kẻ thù của công tử đang ở hướng Đông Nam, công tử vượt qua sông lớn sẽ tới. Theo vị trí chúng ta đang ngồi mà suy, nơi đó tất thuộc tổng Kiến Hoà, trấn Định Tường bên dòng Tiền Giang. *(Gò Công bây giờ)*

Tín Nhi hỏi:

- Từ đây đi lối nào đến đó tiện nhất thầy?

- Miền này sông rạch rất nhiều, dùng thuyền ghe là tiện nhất. Cứ theo sông Nhà Bè này đổ xuống, rẽ phải vào sông Vàm Cỏ là đến Kiến Hưng, Kiến Hòa rồi. Nếu công tử muốn dùng ngựa thì phải xuống Long An, tới Cần Giuộc qua đò Vàm Cỏ tới Kiến Hưng. Đường bộ hơi xa một chút.

- Cảm ơn thầy. Tiền tổ bao nhiêu, tôi gửi lại?

- Gieo quẻ đại cát, mười quan ạ.

Hoàng Nhi nghe lão thầy bói đòi tới mười quan thì trợn

mắt la lớn:

- Mười quan?! Ông mới nói có mấy tiếng mà đòi tới mười quan. Ông biết tôi lang thang ăn xin suốt một ngày, năn nỉ hết nước bọt còn chưa được mười đồng kẽm nữa đấy.

Vạn Sự Thông cười nói:

- Chú bé mày không biết phân biệt sự việc nặng nhẹ, khó dễ gì cả. Này nhé, nếu công tử mất mười quan mà không được việc thì cứ quay lại lấy cái đầu tôi mà trừ nợ. Đền ơn chú mày dẫn công tử đến đây, tặng chú mày một quan, lần sau giới thiệu nữa sẽ được thưởng tiếp. Đó, chú mày thấy không, ở đời nhiều khi làm ít mà hưởng nhiều là vậy.

Hoàng Nhi cầm quan tiền cười nói:

- Lý lẽ đó đôi khi tôi cũng đã gặp, mà còn hưởng lớn nữa kìa. Hi … hi…

Nó đang nói tới những lần móc túi thiên hạ trúng lớn của nó. Tín Nhi chào ông thầy bói rồi kéo tay Hoàng Nhi ra đi. Chàng nói:

- Bây giờ em quanh quẩn đâu đây một thời gian, chờ anh xong việc trở lại tìm. Chúng ta sẽ trở về Quy Nhơn làm lại cuộc đời.

Hoàng Nhi la lên:

- Anh không cho em theo à? Em muốn giúp anh một tay.

- Không được, nguy hiểm lắm. Em đi theo chỉ làm anh bận tâm thêm.

- Vậy mà anh nói có phúc cùng hưởng, có họa cùng

chịu. Chưa gì đã đổi giọng rồi.

- Ê! Phải biết phân biệt nặng nhẹ chứ chú em. Đợi xong việc, anh dạy võ nghệ cho em đàng hoàng, chừng đó muốn hoạn nạn cùng chịu cỡ nào cũng được.

Hoàng Nhi sáng mắt lên:

- Vậy nhé. Anh phải dạy em chiêu Nhất Điểm Hồng, "véo" một tên địch nhào xuống. Hì…hì… Anh đi đi, cẩn thận nhé, chúc anh thành công. Em chờ anh ở quán Bến Nghé.

Nó nói xong đưa ánh mắt lo lắng nhìn Tín Nhi rồi quay đầu đi thẳng. Vừa đi nó vừa tung hứng quan tiền lão thầy bói mới cho, miệng nghêu ngao bài vè Chú Lía:

> *Có người ở phủ Quy Nhơn*
>
> *Quán Phù Ly huyện gần miền Bích Khê*
>
> *Cha xưa lính thú thải về*
>
> *Ăn cận nằm kề sinh được một trai...*

Tín Nhi nhìn theo hút bóng Hoàng Nhi, chợt thấy hình ảnh của mình ngày xưa nơi thằng bé nên thở dài lẩm bẩm: *"Đất nước này không biết còn có bao nhiêu đứa trẻ lạc loài như nó và mình nữa?"*. Chàng lên ngựa phóng đi. Thay vì đi ghe thuyền cho nhanh thì chàng lại chọn đường bộ, tuy xa hơn nhưng trên đường dò tìm các địa phương đi qua cho ăn chắc. Lão thầy bói có vẻ rất tự tin về điều ông ta nói, nhưng biết đâu được.

Kiến Hòa là một vùng đồng bằng phì nhiêu, bát ngát nằm giữa lưu vực ba con sông lớn, Nhà Bè, Vàm Cỏ và Tiền Giang, vùng cửa Tiểu, cửa Đại đổ ra biển Đông. Đồng bằng rộng lớn nhưng dân cư còn thưa thớt, Tín Nhi tìm đến thị trấn, ghé vào một tửu điếm nằm ngay ngả tư chính để thuê phòng. Một nhân viên phục vụ tửu điếm thấy khách lạ vội chạy ra niềm nở hỏi:

- Công tử chắc từ phương xa đến. Mời nghỉ lại với chúng tôi, ở đây được coi là tươm tất, tiện nghi nhất huyện này. Để tôi đưa ngựa ra sau. Chà, con Huyết câu này mới thật là hùng dũng. Mời công tử vào trong, ở đây chúng tôi phục vụ quý khách rất chu đáo, đừng lo.

Tín Nhi trao cương ngựa cho người phục vụ, bước vào trong. Thực khách của quán khá đông, ai nấy đều có giọng nói và nụ cười mộc mạc, thân thiện. Chủ điếm niềm nở chào hỏi:

- Chào mừng công tử tới thăm xứ sở đồng nước mênh mông này. Công tử định thuê phòng phải không? Tôi còn đúng hai phòng hạng nhất, chắc chắn công tử sẽ vừa ý.

Tín Nhi nói:

- Tôi lấy một phòng. Ông chủ giới thiệu món đặc sản của xứ này xem nào. Nghe nói rượu đế Gò Đen là tuyệt phẩm miền Nam phải không, tôi muốn thử.

- Công tử hỏi đúng rồi. Đế Gò Đen tuy mới ra đời nhưng đúng là hảo phẩm của miền sông nước này. Ở đây chủ yếu là hải sản cá, cua, tôm, mực. Nhưng tôi muốn mời công tử thưởng thức món nghêu đặc biệt ở đất Kiến Hòa này, sau đó cũng nên nhắm qua món vọp để biết thế nào là sản phẩm vùng nước lợ. Ăn hai món này uống đế Gò Đen là tuyệt hảo.

- Ông chủ cho tôi hai món đó và một hũ Gò Đen.

Chủ quán vui vẻ quay vào trong. Tín Nhi chợt nghe bốn

người đàn ông ngồi bàn kế bên, chắc là người bản xứ, đang nói chuyện huyên thuyên với nhau. Một người nói:

- Kỳ này lão tổng đốc bị một vố đau quá nên mới xử nặng như vậy chớ gì.

Một người khác cười:

- Còn cái gì đau hơn nữa chứ. Có bà vợ trẻ đẹp như vậy lại để một anh cai đội dưới tay lén phéng, thà chết sướng hơn. Mà anh chàng cai đội này bảnh trai thật, tôi nghiệp, ham của quý nên phải bị treo lên giá chờ hành quyết.

Người nữa chen vào, nhưng nhỏ giọng xuống:

- Ậy. Tôi mà ở vào trường hợp đó, treo cổ tôi cũng chịu. Hì..hì... Mấy anh không thấy bà tổng của chúng ta đẹp cỡ nào sao? Hề…hề…

Người thứ tư nói:

- Anh thì cái tật không chừa. Nhưng lão tổng đâu có xử chết viên cai đội vì tội lén phéng bà vợ bửu bối của mình. Ông ta buộc viên cai đội này về tội thông đồng với bọn cướp Phạm Chàm và bọn Chà Và Vinh Ly Ma Lô, bọn người Cao Mên Ốc Nha Ghê làm loạn ở Hà Tiên hôm tháng bảy vừa rồi. Viên cai đội này vốn quê ở Vũng Thơm, Cần Bột, cùng quê với Phạm Chàm nên lão tổng ghép vào tội thông đồng với giặc. Một tội vu khống lảng xẹt vậy mà trên trấn họ cũng tin để cho lão tổng xử chết người ta mới là oan chứ.

Tín Nhi hiếu kỳ hỏi với sang:

- Xin lỗi bốn chú, cháu từ xa mới tới nên không biết nội vụ. Xin hỏi chừng nào xử án vậy?

Một người trong bàn thấy Tín Nhi dáng cách phong trần

hiệp sĩ nên đem lòng ngưỡng mộ, lịch sự đáp:

- Ngày mai, ở quảng trường của tổng, cuối con phố này. Công tử từ xa đến đây có việc à?

Tín Nhi lễ phép đáp:

- Dạ, cháu ở miền ngoài vào thăm người bà con bên tổng Kiến Thuận, nghe nói Kiến Hòa phong vật xinh tươi, con người rất thân thiện, hiếu khách nên ghé thăm để mở rộng kiến thức. Vị tổng trấn của chúng ta tên họ là gì vậy chú?

Người nọ đáp:

- Trương Thiện Nhân. Ôi, xứ này xưa nay vốn rất hiền lành, yên ổn, nay mới có một vụ động trời thế này đó. Từ ngày lão tổng đốc mới này đổi về mọi chuyện bắt đầu xấu đi. Cứ xem bọn vệ sĩ của lão tên nào tên nấy mặt mày đanh ác như hung thần là phát khiếp rồi. Thiện Nhân đâu chưa thấy, chỉ thấy chuyện ác nhân.

Tín Nhi hỏi:

- Nghe các chú nói vị tổng đốc phu nhân rất xinh đẹp làm cháu cũng hiếu kỳ muốn nhìn qua cho biết.

Người thứ ba lên tiếng lúc nãy cười đáp:

- Công tử hiếu kỳ là phải. Bà tổng phải nói là sắc đẹp mê hồn. Người đẹp, cái tên Quỳnh Dao cũng đẹp nữa mới chết chàng cai đội trẻ kia đó chứ.

Tín Nhi nghe hai tiếng Quỳnh Dao thì thót người, chàng cố giữ bình thản nói:

- Cảm ơn mấy chú. Mai cháu phải ghé coi vụ xử án này mới được.

Quảng trường của tổng Kiến Hòa là một khu đất rất rộng, lúc Tín Nhi đi bộ đến nơi, bà con trong tổng đã kéo tới coi xử án đông nghịt. Chàng tìm cách len lỏi đến gần khán đài. Trên đài, ngồi giữa là vị quan Tổng đốc, sau lưng có hai tên vệ sĩ đeo kiếm, mặt mày hung tợn, hai bên còn có bốn viên chức trong tổng, dưới nữa là chiếc bàn của vị quan Án sát xử án. Trời cuối đông, gió lạnh, mưa lất phất bay nhưng bà con cũng bu chật quảng trường vì nghe nói đây là vụ xử chém đầu tiên ở tổng này. Tín Nhi đến được gần khán đài, vừa nhìn thấy mặt viên Tổng đốc thì máu trong người chàng đã sôi lên, mắt như tóe lửa. Chàng cố trấn tĩnh bằng cách hít vào một hơi thật sâu, hai bàn tay nắm thật chặt vào nhau, những móng tay bấm vào da thịt tạo cảm giác đau điếng để giúp tỉnh táo hơn.

Viên Tổng đốc không ai khác hơn là Chú Nhẫn, tên phản bội. Dù trên mặt ông ta nay để thêm bộ râu, áo mũ phẩm phục, nhưng Tín Nhi vừa nhìn đã nhận ra ngay. Gần đúng ngọ, viên Án sát đọc bản án xong ném lệnh xử trảm xuống quảng trường. Nơi bục trói tử tội, một ánh đao nhoáng lên, một chiếc đầu rời khỏi cổ lăn xuống nền đất, nhiều tiếng rú kinh hãi từ đám đông bà con đi xem vang lên. Gia đình nạn nhân bấy giờ đứng xa than khóc, lúc này mới được phép chạy vào thu nhặt xác đem về chôn. Bà con bắt đầu giải tán, họ không ngớt xì xào bàn tán về cái chết của tên tử tội. Sự bất mãn hiện rõ trên nét mặt và trong lời nói của mọi người.

Viên Tổng đốc có hai tên vệ sĩ đeo kiếm đi kèm hai bên cùng đoàn quan chức trở về tổng đường. Tín Nhi lặng lẽ đi theo sau đến khi viên Tổng đốc và hai tên vệ sĩ vào bên trong một ngôi nhà thật lớn, có tường cao bao quanh, toán quân canh vũ trang đóng cửa lớn lại. Tín Nhi nghĩ thầm: *"Ngươi cải tên đổi họ, lại mướn cả bọn sát thủ Trung Hoa theo bảo vệ, nhưng đêm nay sẽ là đêm cuối cùng của ngươi. Tên phản bội!".*

Màn đêm buông xuống. Lão chủ quán khá ngạc nhiên khi nghe Tín Nhi hỏi lấy ngựa để đi dạo, nhưng rồi ông ta cũng sai người dẫn ngựa ra. Tín Nhi lên ngựa, thả chầm chậm qua con phố, sau đó đem ngựa dấu ở một nơi cách mé đông tường nhà tổng đốc không xa, sau đó chàng nương theo bóng đêm băng mình đến ngôi nhà lớn. Mấy năm nay võ công của chàng đã tăng tiến vượt bực, nhất là thân pháp Truy Phong Vô Ảnh của chàng. Bọn lính canh không ngừng đi lại tuần tra nhưng Tín Nhi đã dễ dàng lọt vào bên trong, phóng người lên nóc nhà rồi băng mình tới nơi có ánh đèn lóe ra bên dưới. Chàng nép sát tai xuống mái nhà lắng nghe động tịnh. Bên dưới có tiếng cãi vả của phụ nữ vang lên:

- Ông định làm gì tôi? Ông chặt đầu hắn một cách vô cớ như vậy chưa đủ sao. Ông định giết tôi luôn phải không?

Tín Nhi trườn mình đến mép mái nhà định dùng thế Đảo quyển châu liêm nhìn vào trong thì nghe bên đưới mái nhà có tiếng đàn ông nói, giọng lơ lớ:

- Vợ chồng họ cãi nhau mình đứng ngoài nghe làm gì. Đi, chúng ta qua bên kia làm vài ly, hơi đâu chầu chực ở đây.

Hai tên vệ sĩ kéo nhau qua bên ngôi tiểu đình cạnh hàng rào bày rượu ra uống. Tín Nhi an tâm móc người ngược trên mái nhìn vào trong. Chú Nhẫn đang hầm hầm tức giận đi qua đi lại trong phòng, rồi đột nhiên đứng lại chỉ vào mặt một thiếu phụ trẻ đẹp ngồi trên chiếc ghế tràng kỷ, bà ta có lẽ là Quỳnh Dao, Tín Nhi chưa từng thấy qua nên không biết mặt. Hắn gằn giọng:

- Bà phải biết rằng chúng ta là những người đang lánh mặt. Bà lúc nào cũng muốn chường mặt ra cho thiên hạ biết cái nhan sắc của bà, nay lại còn dám qua mặt tôi đan díu với một thằng cai đội quèn. Bà làm nhục cái chức tổng đốc của tôi, bà là thứ…

Thiếu phụ hét lên:

- Tôi là thứ gì. Ca kỹ, gái lăng loàn phải không? Còn ông? Ông là thứ gì? Một tên cướp, một tên phản…

Chú Nhẫn không nhịn được nữa bước nhanh tới vung tay tát một cú như trời giáng vào mặt thiếu phụ. Bà ta ôm mặt la lớn:

- Ông giết tôi luôn đi để từ nay không còn ai ở đất này biết ông là một tên phản bội.

Chú Nhẫn lại vung tay tát thiếu phụ một cú nữa, gương mặt đẹp của bà ta giờ sưng húp, máu miệng trào ra hai bên mép. Bà đứng dậy xông sát vào Chú Nhẫn điên tiết gầm lên:

- Ông giết tôi đi. Giết tôi đi.

Chú Nhẫn thấy mặt thiếu phụ sưng húp, máu hòa nước mắt dàn dụa thì chùn tay, lão đặt hai tay lên vai thiếu phụ nhỏ nhẹ:

- Xin lỗi bà. Bà cũng biết tôi rất yêu quí bà, chỉ là đừng bao giờ nhắc tới chuyện đó. Tôi đã dặn bà bao nhiêu lần rồi.

Thiếu phụ thấy chồng xuống nước bèn lên giọng:

- Ông giỏi thì giết tôi luôn cho dứt chuyện. Tôi không muốn sống nữa. Từ ngày theo ông, đêm nào ông cũng uống rượu cho đến say rồi ngủ mê, ngủ sảng như một tên điên. Tôi còn trẻ, còn đẹp, sao lại phải sống cảnh phòng không lạnh lẽo ở cái xứ cò ho khỉ gáy này. Ông giết tôi đi.

Chú Nhẫn kéo vợ sát vào người, vỗ vỗ vào lưng năn nỉ:

- Bà bớt giận, tha lỗi cho tôi. Từ nay tôi sẽ chăm sóc bà tốt hơn. Thôi bà vào trong đi.

Ông dìu thiếu phụ vào bên trong. Tín Nhi vội thả người xuống đất, nhanh chóng bật cửa lẻn vào bên trong, ngồi chễm chệ trên chiếc trường kỷ. Vói tay lấy bình rượu đang để trên bàn, chàng rót ra hai chén ngồi chờ. Một lúc sau Chú Nhẫn bước ra, vừa nhìn thấy một tên thanh niên lạ mặt, tóc xỏa dài như người rừng thì giật mình đánh thót, nhưng rồi ông lấy lại bình tĩnh hỏi:

- Ngươi là ai? Sao vào được đến nơi đây?

Tín Nhi mỉm cười chỉ chiếc ghế trước mặt nói:

- Không cần vội. Mời ngài tổng đốc ngồi xuống trước đã.

Chú Nhẫn mắt vẫn nhìn chằm chằm vào khuôn mặt bị che khuất một nửa bởi mái tóc như cố nhận ra hắn là ai, trong khi chân bước đến ngồi vào ghế. Ông hỏi:

- Ngươi đang đêm đột nhập vào dinh tổng đốc, ngươi có biết tội gì không?

Tín Nhi mỉm cười đáp:

- Ông định kết tôi vào tội thông đồng với giặc để xử chém như tên tình địch của ông ban sáng phải không? Mời uống rượu.

Nói xong chàng bưng hai ly rượu lên, đưa một ly sang cho Chú Nhẫn. Chú Nhẫn cũng là tay gan dạ, hắn ung dung đỡ ly rượu rồi uống cạn. Tín Nhi mỉm cười hỏi:

- Ngài tổng đốc không sợ tôi bỏ chất độc Bán Nhật Vô Hương Nhuyễn Cốt Tán vào ly rượu vừa rồi à?

Chú Nhẫn vừa nghe nói tới tên thuốc độc đó thì hai mắt như đứng tròng nhìn sững vào người lạ mặt, tay run run, chiếc ly rớt xuống hai bắp đùi trên ghế ngồi. Một lúc lâu hắn cất tiếng run run hỏi:

- Anh bạn trẻ là ai?

Tín Nhi đưa tay vén phần tóc che một bên mặt ra mỉm cười hỏi:

- Chú Nhẫn có nhìn ra cháu không?

Giọng Chú Nhẫn vẫn run:

- Tín Nhi phải không?

- Trí nhớ của chú còn tốt đó chứ, cháu lại tưởng tiền tài, địa vị, mỹ sắc đã làm trí óc chú mờ mịt, lú lẫn hết rồi.

Chú Nhẫn như đã lấy lại được bình tĩnh, ông lấy ly rượu trong lòng đặt lại lên bàn, thở dài nói:

- Không ngờ cháu còn sống. Tôi biết ngày này rồi cũng sẽ đến. Cháu định trả thù cho anh em phải không?

- Chú có biết là ở Truông Mây, đêm đêm vẫn còn rất nhiều tiếng khóc than của những oan hồn chưa tiêu tán không? Họ còn ở lại để nhắc nhở cháu phải báo cho được mối thù này. Và cháu đã hứa với họ nhất định phải mang trái tim của kẻ phản bội về tế trước mộ để linh hồn họ siêu thoát. Vì vậy hai năm nay cháu đã đi khắp mọi nẻo đường đất nước để tìm kiếm chú.

Chú Nhẫn thở dài, nhắm mắt lại nói:

- Hai năm nay tôi sống không bằng chết. Đêm nào cũng gặp ác mộng thấy anh em về đòi mạng. Nay cháu đã đến thì cứ tự nhiên ra tay. Tôi chết ngàn lần cũng chưa đủ để đền tội.

Tín Nhi rót thêm rượu ra hai ly mời:

- Cháu uống với chú ly rượu này để nhớ một thời cùng nhau làm nghĩa sĩ Truông Mây.

Chú Nhẫn bình thản đưa tay đón ly rượu uống cạn, ông nói:

- Tôi có món quà này gởi lại nhờ cháu đem giùm về Truông Mây đặt trước mồ anh em.

Nói xong ông đứng lên bước lại giá sách gần đó. Tín Nhi lặng lẽ ngồi yên quan sát. Hai con dao nhỏ xíu đã nằm gọn giữa lòng hai bàn tay chàng. Chú Nhẫn lấy một cuốn sách trên giá rồi quay lại. Một khẩu súng hỏa điêu ngắn đã nằm gọn trong tay ông. Ông mỉm cười nói:

- Tôi định gởi món quà này nhờ cháu mang đi, nhưng thôi, tôi tự mang đi cũng được.

Tín Nhi liếc qua khẩu súng rồi nhìn thẳng vào mắt Chú Nhẫn mỉm cười:

- Chú thật đúng là chân nhân bất lộ tướng, đáng tiếc loại chân nhân như chú còn sống ngày nào, thế gian này khổ thêm ngày ấy.

Chú Nhẫn bình thản nói:

- Có điều sức mọn như cháu mà đòi đi trả thù cho anh

em thì hơi tự coi trọng mình quá đấy. Xin lỗi nhé. Cháu xuống gặp anh em cho tôi hỏi thăm. Vĩnh biệt!

Ánh mắt Chú Nhẫn láy động, ngón tay siết cò. Nhanh hơn ngón tay siết cò một chút, tay phải của Tín Nhi máy động, ánh chớp lóe lên, Tín Nhi phóng người sang bên. Một tiếng nổ chát chúa vang lên, Chú Nhẫn tay run run thả khẩu súng hỏa điêu rơi xuống đất, miệng thều thào:

- Vô... Ảnh... Phi... Đao...

Cả thân người của ông ta ngã xuống, một lưỡi phi đao nhỏ đã cắm sâu vào giữa trái tim. Tín Nhi tuy phản ứng rất nhanh nhưng viên đạn cũng đã trúng bên hông đau nhói, máu phún ra ướt cả vạt áo. Chàng phóng nhanh đến bên xác Chú Nhẫn dùng lưỡi phi đao đang găm nơi trái tim rạch một vòng rồi thò tay vào móc trái tim tên phản bội bỏ vào chiếc túi đeo xéo nơi bụng. Quỳnh Dao từ bên trong nghe tiếng súng nổ vội chạy ra, vừa nhìn thấy cảnh Tín Nhi móc trái tim của Chú Nhẫn bà kinh hãi rú lên một tiếng. Con dao nhỏ trong tay trái của Tín Nhi nhoáng lên, Quỳnh Dao ngã nhào lên xác Chú Nhẫn chết ngay lập tức. Tín Nhi nói:

- Các ngươi chết chung với nhau có đôi như vậy cũng đã tốt số lắm rồi.

Chàng sửa soạn phóng người ra thì có nhiều tiếng chân người chạy đến trước cửa. Cánh cửa mở tung, hai tên kiếm thủ người Hoa phóng vào, Tín Nhi vung tay một phát, lưỡi phi đao vô ảnh lại cắm đúng giữa trái tim tên đi đầu, hắn la lên một tiếng té nhào xuống đất, tên thứ nhì lao tới, thanh kiếm trong tay xuất một chiêu sấm sét bắn tới Tín Nhi. Phóng xong lưỡi phi đao, trong tay Tín Nhi đã có thanh nhuyễn kiếm, chàng vung kiếm lên đỡ thế công của địch thủ và xuất luôn chiêu Nhất Điểm Hồng. Tên kiếm thủ ặc ặc lên mấy tiếng rồi ngã lăn ra đất. Bên ngoài tiếng quân lính la ó vang trời, một toán xông vào. Tín Nhi không ham giết người vô tội, chàng phóng mình qua cửa sổ, nhảy lên nóc nhà rồi băng mình phóng đi trong đêm tối tìm đến chỗ con Huyết câu. Con ngựa cất cao bốn vó phóng đi, phía sau một toán lính chạy bộ đuổi theo nhưng chỉ sau một lát, những tiếng hò reo im lặng dần.

Tín Nhi rạp mình trên lưng ngựa phóng miệt mài trong đêm tối. Bầu trời đen kịt, thỉnh thoảng một vài tia chớp nhoáng lên từ phía biển Đông. Vết thương bên hông bị động mạnh nên máu ra rất nhiều, chàng vội dừng ngựa, lấy thuốc kim san bên mình ra, mò mẫm rịt vào vết thương rồi xé vải quấn ngang bụng để cầm máu. Không may, con Huyết câu trong lúc phóng đi thay vì chạy ra bến sông Mỹ Lợi trên sông Vàm Cỏ lúc vào Kiến Hòa, nó lại rẽ trái sang một lối khác, bởi vậy khi đến bờ sông, nhìn dòng nước mênh mông vắng tanh không một bóng thuyền chàng mới giật mình, biết mình đã lạc lối. Tín Nhi hơi lo trọng bụng vì vùng đất này bao quanh bởi sông rạch và biển cả, nếu không sang được bên kia bờ sẽ bị quan binh truy tìm đến nơi. Tín Nhi thả ngựa dọc theo bờ sông để tìm thuyền, nhưng đi mãi đến khi nghe tiếng gà gáy từ phía trước vọng lại vẫn không thấy một bóng thuyền hay nhà cửa. Phương Đông đã tờ mờ sáng. Chợt Tín Nhi thấy xa xa có một xóm nhà ven sông bèn giục ngựa chạy nhanh đến nơi. Ngôi nhà nằm gần bờ sông có ánh đèn le lói, có lẽ chủ nhân đã thức dậy. Tín Nhi cho ngựa vào sân nhà, ngôi nhà lá mái ba gian khá lớn nằm lọt trong một vườn cây anh đào rậm rạp. Chàng xuống ngựa bước đến gõ cửa. Trời bắt đầu đổ mưa tầm tã. Có tiếng của một thiếu nữ trẻ hỏi vọng ra:

- Ai đó? Sao gõ cửa sớm vậy?

Tín Nhi đáp:

- Tôi bị lạc đường, muốn sang sông nhưng không tìm ra thuyền nên ghé hỏi thăm.

Cánh cửa mở, một khuôn mặt xinh xắn của thiếu nữ hiện ra trong ánh sáng lờ mờ buổi sớm mai. Cô gái vừa trông thấy bộ dạng của người lạ thì hoảng kinh la lớn:

- A! Ông là ai?

Tín Nhi vội trấn an:

- Xin cô nương đừng sợ, tôi là người lương thiện lỡ đường, không phải giặc cướp gì đâu.

Có tiếng đàn bà phía sau vọng lên:

- Hoài Quân à, ai đến mà la hoảng lên vậy con?

Cô gái tên Hoài Quân đáp:

- Dạ, một người bị thương mẹ ạ. Mẹ lên xem.

Một thiếu phụ ăn mặc lối nhà quê nhưng không dấu được vẻ quý phái trên khuôn mặt xinh đẹp và phúc hậu từ nhà sau bước lên, tay bưng một cây đèn. Nhìn thấy chàng thanh niên máu nhuộm đỏ một bên người, bà hoảng hốt nói:

- Mau vào đây, công tử bị thương ở đâu, có nguy lắm không? Trời ơi, mất nhiều máu thế này, nguy quá. Hoài Quân, mau đi lấy thau nước sạch và muối vào đây.

Cô gái tên Hoài Quân "dạ" một tiếng rồi đi nhanh ra phía sau lấy nước. Thiếu phụ kéo Tín Nhi đến ngồi lên chiếc chõng tre đặt gần cửa sổ ra dấu bảo chàng nằm xuống, bà nói:

- Công tử vén áo lên tôi xem, trời ơi, bị súng bắn à? Viên đạn còn nằm ở đây, phải rạch da lấy ra mới được, để lâu thịt sẽ thối ra là nguy. Nhà lại không có con dao nào sắc mới hại đây chứ.

Tín Nhi nhìn thấy vẻ lo âu của thiếu phụ, trong lòng chợt trào dâng một cảm giác ấm áp lạ thường. Suốt đời chàng chưa bao giờ được một người đàn bà đáng tuổi mẹ lo lắng, chăm sóc như thế bao giờ. Chàng cảm động nói:

- Cháu có con dao nhỏ đây. Thím có thể dùng nó để mổ.

Bèn co chân lên, với tay lấy thanh trủy thủ Thiết Phụng ra đưa cho thiếu phụ, vừa lúc Hoài Quân mang thau nước muối lên. Thiếu phụ múc nước muối rửa sạch vết thương, sau đó dùng con dao cẩn thận rạch một đường nhỏ cạnh vết đạn, xong nhón hai ngón tay cắp viên đạn ra. Tín Nhi cắn răng chịu đựng không một tiếng rên. Thiếu phụ nói:

- Ráng chịu đau một chút, để tôi rửa nước muối sát trùng lần nữa rồi rịt thuốc vào. Công tử có thuốc dấu trị thương bên mình không?

- Dạ có.

Chàng lấy trong túi ra hộp cao lúc nãy đã dùng đưa cho thiếu phụ. Hoài Quân mang thau nước đỏ ngầu vì máu ra phía sau. Thiếu phụ nhìn hộp cao và ngửi mùi thuốc cao trong hộp liền nhớ đến việc cũ, bà vừa rịt thuốc vào chỗ vết thương vừa nói:

- Tình trạng công tử bây giờ giống năm năm trước tôi cũng đã từng cứu một thanh niên trạc tuổi công tử. Lần ấy còn nguy kịch hơn bây giờ, tôi cứ tưởng anh ta sẽ chết vì mấy vết kiếm chí mạng. Vậy mà nhờ vào mấy viên thuốc anh ta mang bên người cùng loại cao giống như hộp cao này, hai hôm sau Lâm nhi đã có thể ra đi. Cháu tên gì?

- Cháu là Tín Nhi. Thím cũng cứu anh ta ở đây à?

- Không, lúc ấy chúng tôi còn sống ở Cù lao Phố.

- Vậy ra thím là người trên thành phố. Vì sao thím và Hoài Quân lại bỏ phố về đây?

Thiếu phụ buồn bã đáp:

- Sau hai cơn biến loạn ở Cù lao Phố, tôi chán ngán cảnh thị thành nên đem Hoài Quân về quê. Đây là khu đất ông bà ngoại của Hoài Quân để lại.

Tín Nhi nhớ tới chuyện Trần Lâm bị thương ở Cù lao Phố năm xưa nên hỏi:

- Người thanh niên tên Lâm nhi họ gì thím?

- Họ Trần. Lâm nhi là một thanh niên tài giỏi, hiền hậu và tuấn tú vô cùng.

Tín Nhi nghe tên Trần Lâm thì "a!" lên một tiếng:

- Là Lâm ca à? Trần Lâm là đại ca của cháu.

Thiếu phụ mừng rỡ hỏi:

- Vậy sao? Lâm nhi bây giờ thế nào rồi?

Tín Nhi nhắm mắt thở dài buồn bã, thiếu phụ lo lắng hỏi:

- Lâm nhi gặp việc gì bất trắc hay sao?

Tín Nhi nghẹn lời đáp:

- Anh ấy đã chết cùng với mấy ngàn nghĩa sĩ Truông Mây hai năm trước rồi.

Hoài Quân từ dưới nhà sau vừa lên tới, nghe nói Trần Lâm đã chết cô hỏi nhanh:

- Anh Trần Lâm chết rồi à? Ôi, anh ấy thật hiền lành, dễ mến vô cùng.

Thiếu phụ thở dài nói:

- Người tốt thường hay yểu mạng, ông trời thật bất công. Tôi có nghe một vài bà con ngoài đó chạy vào đây định cư, họ hát bài vè Chàng Lía và kể lại câu chuyện hào hùng của các hiệp sĩ Truông Mây. Không ngờ kết cuộc lại thê thảm như vậy. Còn cháu, vì sao bị bắn đến trọng thương thế này?

- Anh em Truông Mây bị một kẻ đầu não phản bội bỏ độc ám toán nên tất cả đã hy sinh. Cháu may mắn thoát khỏi độc thủ nên đi tìm tên phản bội lấy tim hắn đem về tế mộ anh em. Đêm qua cháu giết được hắn nhưng bị bắn trúng một viên đạn. Trái tim của hắn cháu còn bỏ trong chiếc túi này.

Chàng lấy chiếc túi đeo bên hông phải cầm nơi tay. Mùi máu tanh từ chiếc túi bốc lên làm Hoài Quân phải nhăn mặt. Tín Nhi nói:

- Xin lỗi đã làm nhơ bẩn ngôi nhà xinh xắn của thím và Hoài Quân. Cháu muốn hỏi xin một ít muối để ướp trái tim này cho khỏi hư, thím còn nhiều muối không?

- Xứ này gần biển, muối đâu có hiếm. Đưa đây, tôi ướp cho. Cháu nghỉ ngơi, tôi nấu cháo ăn đỡ đói đã nhé. Làm sao cháu biết kẻ thù ở xứ này mà tìm tới? Là ai ở đây vậy?

- Cũng may mắn thôi. Hắn chính là quan tổng đốc Kiến Hòa này.

Thiếu phụ kinh ngạc la lên:

- Là quan tổng đốc mới đổi về đây à?

- Dạ đúng. Hắn phản bội anh em, triều đình ban hắn ngàn vàng, một mỹ nhân và cái ghế tổng đốc. Mất hai năm cháu mới tìm ra hắn.

Thiếu phụ lo lắng:

- Những tên phản bạn chết là đáng, nhưng cháu giết quan tổng đốc là có tội lớn với triều đình. Phải mau sang sông trốn đi thật nhanh. Xứ này bao bọc bởi sông nước, dùng ngựa không tiện lợi tí nào cả đâu. Chà! Nhưng đang bị thương thế này làm sao ra đi?

- Ở nhà có ghe thuyền gì không thím?

- Có một chiếc ghe nhỏ Hoài Quân dùng nó để chở trái anh đào xuống chợ bến Mỹ Lợi bán. Cháu đang bị thương nặng thế này không thể đi được, nếu gặp quan binh làm sao chống đỡ.

- Cảm ơn thím lo lắng, nhưng cháu ở lại đây sẽ liên lụy đến thím.

- Không hề gì. Nhà này quan quân không ai đến được đâu, cháu khỏi lo.

Tín Nhi ngạc nhiên hỏi:

- Sao vậy thím?

Thiếu phụ mỉm cười nói:

- Không có gì. Tiên phu tôi trước kia coi việc võ bị cho

Trấn Biên bị tử trận. Nay triều đình truy tặng đặc ân, hơn nữa quan tổng trấn Định Tường là chỗ thâm giao với tiên phu lúc sinh tiền nên ra lệnh địa phương phải bảo vệ chúng tôi và coi nhà tôi là nơi bất khả xâm phạm.

- Ra là vậy? Dù sao cháu cũng phải rời khỏi nơi này sớm chừng nào hay chừng ấy.

- Cháu đừng ngại, cứ tịnh dưỡng vài ba hôm rồi hãy tính. Để tôi xuống làm ít thức ăn, cháu cần phải ăn nhiều để bù vào số máu đã mất.

Bà đứng lên dặn Hoài Quân:

- Con lấy chăn đắp cho Tín Nhi kẻo bị gió lạnh. Trời đã tạnh mưa, con ra dắt con ngựa đem cột giữa vườn anh đào để người ta khỏi thấy, nhớ xóa các dấu chân ngựa cho sạch.

Rồi bà xuống nhà sau làm thức ăn, Hoài Quân vào trong mang ra một tấm chăn đắp lên người Tín Nhi, cô nở nụ cười thật tươi nói:

- Hồi đó anh Trần Lâm bị thương ngất xỉu ngoài tiểu đình cũng do Hoài Quân nhìn thấy, lần này anh bị thương cũng do Hoài Quân mở cửa, thật là ngộ.

- Lúc đó chắc Hoài Quân còn bé tí phải không?

Cô gái tròn xoe đôi mắt nói:

- Mười tuổi chứ bé tí sao được.

Tín Nhi mỉm cười:

- Ừ, mười tuổi là bé lớn rồi mới đúng chứ, tôi nói sai.

- Anh Tín Nhi năm nay bao nhiêu?

- Mười tám.

- Vậy là anh lớn hơn Hoài Quân ba tuổi. Để Hoài Quân dắt ngựa đi giấu đã, anh nằm nghỉ nhé.

Hoài Quân đi rồi, Tín Nhi đưa mắt nhìn hai bức tranh treo trên tường nhà. Một bức vẽ một vị tướng quân mặc võ phục, bức kia vẽ một đứa bé còn trong nôi. Cả hai bức vẽ, nét bút thật sinh động, tài tình. Bên ngoài mưa đã tạnh, mặt trời đã lên cao. Bỗng có tiếng vó ngựa vọng từ xa tới, lát sau có tiếng nhiều người nói chuyện ngoài đường. Tín Nhi nhổm dậy nhìn ra cửa sổ. Một đoàn quân kỵ khoảng mười lăm tên vũ trang đang dừng trước cổng sân nhà, một tên trong bọn đang nói chuyện gì đó với hai mẹ con Hoài Quân, sau đó chúng phóng ngựa đi mất hút. Lát sau thiếu phụ từ dưới bếp bưng lên một tô cháo khói bốc nghi ngút:

- Cháu ngồi dậy ăn bát cháo trứng gà này cho đỡ đói. Phải ăn nóng, nếu không trứng nguội sẽ tanh lắm.

Tín Nhi ngồi lên đỡ bát cháo hỏi:

- Bọn lính đi lùng tìm cháu ngoài kia phải không thím?

- Ừ. Chúng hỏi thăm thôi, bỏ đi hết rồi.

Ăn xong bát cháo, Tín Nhi hỏi:

- Con muốn biết tên của thím để ghi nhớ vào lòng.

Thiếu phụ mỉm cười:

- Võ Liên Chi.

Hai hôm sau vết thương bắt đầu khép miệng, Tín Nhi từ giã mẹ con Liên Chi ra đi. Hoài Quân dùng chiếc ghe nhỏ chở chàng và con Huyết câu sang sông. Dòng nước Vàm Cỏ êm đềm trôi xuôi với ngọn gió trong lành buổi bình minh. Xa xa từng đàn nhạn trắng bay lượn trên đồng lúa xanh bát ngát.

Hoài Quân vừa chèo vừa hát vang mấy câu hò miền đồng ruộng. Giọng nàng trong trẻo, êm ái như suối tóc nàng đang bay nhẹ trong gió sớm:

Hò... ơ... Sông nào sâu cho bằng sông Vàm Cỏ

Trái nào đỏ cho bằng trái anh đào

Anh sống sao cho đáng mặt anh hào

Thì dù con nước lớn..hờ...

Hò.. ơ.. ơ..Dù con nước lớn, em cũng chống sào đón anh .

Nàng hò xong, đôi mắt tròn xoe nhìn Tín Nhi cười khúc khích. Mấy hôm nay khối hận thù bấy lâu đè nặng trong lòng Tín Nhi đã được trút bỏ, sự chăm sóc thân tình như ruột thịt của Liên Chi và tính cách tự nhiên, thân thiết của Hoài Quân đã khơi mở trái tim chàng rồi đong đầy tình cảm vào đó. Lúc này ngồi phía trước mũi thuyền quay mặt lại chèo phụ, nhìn dáng người thon nhỏ với nét mặt xinh xắn và hồn nhiên của Hoài Quân khiến lòng chàng thấy nao nao. Cảm xúc chợt trào dâng, chàng vô tình ráp nối những hình ảnh trước mắt và những ý nghĩ đang hiện lên trong đầu thành một bài thơ và cất tiếng ngâm nga:

Anh về nhớ gái Gò Công

Nhớ đàn nhạn trắng nhớ đồng lúa thơm

Nhớ câu hò những chiều hôm

Tóc thề cô lái gió nồm nhẹ bay

Cho dù biển Bắc, trời Tây

Thế nào anh cũng về đây thăm nàng...[4]

Hoài Quân nghe Tín Nhi ngâm xong reo lên:

- Bài thơ hay quá. Không ngờ anh Tín Nhi lại biết làm thơ. Anh nhớ đấy nhé, anh hứa là sẽ trở về đây thăm Hoài Quân đấy nhé.

Tín Nhi cười nói:

- Lần đầu tiên tự dưng buộc miệng đọc tràn lại được bài thơ. Tôi sẽ trở lại thăm Hoài Quân và thím.

Giọng Hoài Quân bỗng trở nên buồn bã:

- Anh nhớ trở lại, không được như anh Trần Lâm đi là đi mãi chẳng bao giờ về thăm mẹ và Hoài Quân.

- Tôi hứa nhất định sẽ về thăm mà. Có dịp vào Nam, việc đầu tiên là ghé thăm Hoài Quân, chịu không?

- Hứa thì nhớ giữ lời đấy.

Chiếc ghe cập bờ bên kia, Hoài Quân tháo chiếc khăn đỏ quấn cổ của nàng đưa cho Tín Nhi nói:

- Khi anh trở lại không cần qua đò ở bến Mỹ Lợi, cứ đến chỗ này cột chiếc khăn đỏ trên nhánh cây kia, Hoài Quân nhìn thấy sẽ sang đón anh.

Tín Nhi cầm chiếc khăn hỏi:

- Lỡ như Hoài Quân hai ba ngày không nhìn sang đây, tôi phải đứng đây chờ hai ba ngày phải không?

Hoài Quân nói, giọng quả quyết:

- Hoài Quân nhất định sẽ nhìn thấy ngay mà. Hàng ngày Hoài Quân sẽ ra bờ sông nhìn sang thăm chừng.

---

[4] Trích Trường thi Hòn Vọng Phu - Vũ Thanh.

Tín Nhi xúc động nói:

- Tôi chỉ nói đùa thôi, chưa biết khi nào mới trở lại được, Hoài Quân đừng mất công trông chừng hàng ngày. Khi trở lại, tôi có đứng chờ hai ba ngày hay cả tháng cũng không sao mà.

Họ quyến luyến chia tay. Tín Nhi chờ cho con đò ra đến giữa dòng mới lên ngựa phóng đi. Chàng trở lại quán Bến Nghé tìm Hoàng Nhi, cả hai lên Cù lao Phố, ghé Thần Quyền Môn báo cho Đại Kỳ và Hồng Liên biết tin. Hồng Liên giữ hai người ở lại đón Tết Tân Mão. Khi vết thương Tín Nhi đã lành lặn, cả hai từ giã Thần Quyền Môn lên đường trở lại Quy Nhơn. Hoàng Nhi nay đã biết cưỡi ngựa, nó có lẽ là chàng kỵ sĩ nhỏ tuổi nhất vượt qua gần ngàn dặm đường xa.

Qua khỏi trấn Thuận Thành là nơi trước kia mẹ nó chết, Hoàng Nhi trở lại tìm nấm mồ định thắp cho mẹ nén hương nhưng mồ đã bị mưa gió làm mất đi dấu tích, chỉ còn lại hòn đá và khúc cây lúc trước nó đóng trước mồ. Nhìn những chiếc xương người vung vãi gần đó, nó hoảng hốt nói với Tín Nhi:

- Mồ mẹ em bị thú hoang bới lên ăn rồi. Trời ơi, chỉ tại em không chôn mẹ sâu hơn.

Rồi quỳ xuống vừa khóc nức nở vừa thu nhặt những lóng xương bỏ vào chiếc túi đeo bên hông. Tín Nhi ứa lệ nhặt phụ với nói. Hoàng Nhi nhặt xong ngồi ôm chiếc túi sụt sùi khóc mãi. Tín Nhi để cho nó khóc một lúc lâu mới bước tới đỡ đứng dậy an ủi:

- Người chết là hết, không bị thú hoang ăn thì dòi bọ cũng đục khoét, em đừng buồn nữa.

Hoàng Nhi mếu máo:

- Nhưng lỗi do em không đào nổi một cái huyệt cho sâu chôn mẹ, để mẹ chết mà không toàn thây.

- Em không có lỗi gì đâu, lúc đó em còn nhỏ quá mà. Dù sao em còn diễm phúc hơn anh, có mẹ để chôn, có hài cốt để lưu giữ, không như anh, cha mẹ là ai cũng chẳng biết, cứ như từ đất nẻ chui lên vậy. Thôi chúng ta đi.

*

Cả hai lại tiếp tục con đường thiên lý, vừa đi Tín Nhi vừa dạy võ nghệ cho Hoàng Nhi. Thằng bé thông minh và lanh lợi cực độ, lại có chữ nghĩa cha mẹ nó đã dạy và chút căn bản võ nghệ từ Hoàng Bá truyền lại nên tiến bộ rất nhanh. Về đến Quy Nhơn, Tín Nhi liền đến lò rèn của Hồ Thiết Thủ. Trên đường đi, chàng để lại ký hiệu cho toán thám báo cũ biết, lại nhờ anh em Hành Khất dùng bồ câu thông tin cho những anh em ở Thuận Hóa, Quảng Nam, Quảng Ngãi, hẹn nhau đúng ngày Truông Mây gặp nạn, hai mươi bốn tháng hai, về tế mộ anh em. Vừa hay năm nay tiết Thanh Minh lại rơi đúng vào hôm đó. Hồ Thiết Thủ bưng chiếc hộp có ướp trái tim Chú Nhẫn ngửa mặt cười ha hả:

- Trời xanh có mắt. Ha… ha… Tên phản bạn rồi cũng phải có ngày hôm nay. Cháu giỏi lắm Tín Nhi. Ha… ha…

Trong khi Năm Sức không cầm được nước mắt, hai hàng lệ mừng vui và thương tiếc chảy dài trên hai má phúng phính thịt của hắn. Dứt trận cười Thiết Thủ nói:

- Cháu đã liên lạc hết anh em cũ chưa? Phải cùng nhau tề tựu đông đủ để mừng ngày nhìn thấy trái tim thằng phản bạn bị ướp muối. Để chú nhắn bọn thằng Ba Lực và

Tư Lửa cho chúng biết. À! Còn thằng bé con này là ai đây?

Tín Nhi nói:

- Cháu đã nhờ anh em Hành Khất nhắn họ rồi. Đây là Hoàng Nhi, em của Hoàng Bá, cháu gặp nó lang thang một mình ở Nhà Bè nên rủ về đây.

Hoàng Nhi chào Thiết Thủ và Năm Sức, nó hỏi:

- Lúc trước có lần anh Bá khoe ở Truông Mây có bác Thiết Thủ tay không bốc được thanh sắt nung đỏ chắc là bác đây phải không?

Thiết Thủ khoái chí cười:

- Thằng Bá vậy mà cũng biết khen tao há. Đúng rồi đó bé con à. Có muốn học nghề bốc sắc nung đỏ của bác không?

Hoàng Nhi lắc đầu:

- Dạ thôi. Nghề của bác suốt ngày ở trong bếp lửa, chán chết. Cháu phải học cái nghề đánh kiếm, cưỡi ngựa ra trận giết giặc của anh Tín Nhi mới thích.

Thiết Thủ cười ha hả vỗ vai thằng nhỏ có vẻ chịu tính cách của nó lắm.

Giờ Tý hôm tiết Thanh Minh rừng Truông Mây nắng ấm rất đẹp, trên trời từng đàn én bay liệng ríu rít kêu vang. Hai năm qua nơi đây vắng vẻ không một bóng người, hôm nay lần lượt từng nhóm nhỏ nối tiếp nhau tránh mặt quan quân địa phương tụ về rất đông. Quan Quốc phó vốn rất hận bọn Truông Mây đã làm thiệt mất hơn vạn tinh binh của phủ Chúa nên dù đã hai năm nay, tại Lại Khánh vẫn còn nhiều toán lính vũ trang chia nhau đóng ở các đồn

Trường Tân, Đình Chí để chận bắt những nghĩa sĩ Truông Mây còn sống sót trở về tế mộ.

Hơn một trăm nghĩa sĩ Truông Mây, đa phần thuộc nhóm thám báo và thợ rèn, kẻ mang rượu, người mang nhang đèn, người mang thực phẩm cùng nhau bày bàn hương án trước nấm mồ chung chờ đúng Ngọ thì chính thức đem trái tim của Chú Nhẫn ra tế lễ. Mọi người đang chuẩn bị, bỗng một đoàn người ngựa ước mươi lăm người từ phía Kim Sơn tiến vào. Tín Nhi và anh em nghĩa sĩ hoảng kinh nghĩ rằng bọn quan binh kéo tới nên tất cả tay kiếm sẵn sàng chờ đợi. Khi đoàn người đến gần, Tín Nhi nhận ra người đi đầu là Nguyễn Huệ mới an lòng, vội chạy lại đón. Nguyễn Huệ nhảy xuống ngựa ôm chầm Tín Nhi giọng mừng rỡ:

- Anh Tiểu Phi dùng phi vũ truyền thư cho ta hay tin này. Ngươi giỏi thật, cuối cùng đã tìm ra tên phản bạn. Có gặp nguy hiểm gì không?

Tín Nhi nói:

- Cũng nhờ ngươi mách lối. Xuýt nữa bỏ mạng vì viên đạn súng hỏa điêu của hắn.

Huệ nói:

- Chúc mừng ngươi và anh em đã trả được thù, để ta giới thiệu với ngươi anh Cả Nhạc của ta, ảnh nghe nói anh em tế mộ Truông Mây nên muốn đến để thắp nén hương.

Lúc ấy đoàn người đã xuống ngựa, Huệ giới thiệu với anh em Truông Mây. Thì ra là nhóm Nguyễn Nhạc cùng bọn Võ Văn Dũng, Quang Diệu, Văn Bưu, Văn Lộc, Đình Tú, Văn Tuyết và Ngô Văn Sở cùng một số anh em trên Tây Sơn thượng. Nguyễn Nhạc ôm quyền nói với Tín Nhi và Thiết Thủ:

- Được biết anh em tế mộ các nghĩa sĩ nên chúng tôi cũng muốn đến để tỏ chút lòng thành kính và ngưỡng mộ những người anh hùng đã hy sinh, chắc không có điều gì phiền phức chứ?

Thiết Thủ cười ha hả nói:

- Sao lại có điều phiền phức chứ, chúng tôi rất hoan nghênh những ai nghĩa khí tương đồng. Anh là Cả Nhạc ở Tây Sơn à?

Nhạc nói:

- Nguyễn Nhạc chính là tôi. Nghe chú Huệ hết mực ngợi khen Hồ Thiết Thủ anh là tay luyện kiếm bậc nhất thời nay chẳng kém gì Cao Lỗ thời xưa khiến tôi náo nức muốn gặp cho biết mặt anh tài.

Thiết Thủ cười ha hả nói:

- Chú Huệ nó quá lời rồi. Ha… ha… Có điều tôi cũng có chút ngón riêng là có thể bốc sắt nung bằng hai bàn tay thịt này. Ha…ha…

Nhạc quay sang Tín Nhi:

- Những việc làm của huynh đệ, Nhạc tôi không thể chỉ một vài lời có thể nói ra được hết, sau lễ tế, mời ghé lại Tây Sơn hàn huyên một thời gian được chăng?

Tín Nhi nói:

- Anh Cả cứ coi em như anh Huệ là được rồi, không cần phải nhiều lễ như vậy đâu. Em sẽ đến cùng anh và các anh ở đây uống một bữa. Chú đi với cháu chứ chú Thiết Thủ?

Huệ không chờ Thiết Thủ trả lời vội nói ngay:

- Làm sao thiếu chú ấy được. Chú mà không đi thì cháu sẽ bám theo chú suốt ngày dùng nước dập tắt lò rèn của chú mỗi khi nhóm lên, chú nghĩ kỹ đi.

Thiết Thủ lại cười:

- Hai con Thiết Phụng này tụi bay định hùa nhau ăn hiếp ta sao. Được, đi thì đi chứ ngại gì. Có rượu uống là khoái rồi.

Tín Nhi nói:

- Đã đúng Ngọ, chú và anh Cả thay mặt anh em làm chủ lễ tế được rồi.

Thiết Thủ nói:

- Tao chỉ biết thổi lửa chứ chữ nghĩa đâu mà tế. Anh Cả Nhạc thay tôi việc này đi.

Nguyễn Nhạc ngần ngại nhìn anh em Truông Mây. Tín Nhi vội nói:

- Anh Cả đừng ngại, bọn em đều là những người tuổi nhỏ lại ít chữ, có anh thay cho việc này là may lắm rồi.

Nguyễn Nhạc nói:

- Đã vậy tôi xin thay mặt tất cả anh em.

Đoàn người Tây Sơn đem những đồ cúng tế họ mang theo bày chung lên mộ, sau đó tất cả đứng im lặng cúi đầu trước mồ. Nguyễn Nhạc đốt hương xong rót một bát rượu, lớn tiếng khấn:

Hôm nay nhằm Tiết Thanh Minh năm Tân Mão, trước nấm mồ chung của nghĩa sĩ Truông Mây, Nguyễn Nhạc tuy không có duyên đứng dưới cờ nhưng từ lâu chí vẫn đồng khí, nay xin thay mặt toàn thể anh em còn sống sót thành kính dâng hương, kính cáo cùng tất cả anh em dưới mộ:

Than ôi! Mới ngày nào thành Truông Mây sừng sững, rực rỡ tinh kỳ, anh em chung vai sát cánh thề đồng sinh tử, nguyện cùng nhau thực hiện câu tuyên ngôn "lấy của nhà giàu phân phát cho nhà nghèo, xóa sạch bất công, phá tan ách cường quyền bóc lột", thế mà nay âm dương đôi ngả, kẻ ra đi ngậm ngùi tức tưởi, người ở lại cánh cánh tiếc thương, lòng nặng trĩu khối căm hờn.

Thương thay! Chỉ vì lòng trời ghét bỏ khiến xui cho kẻ xấu xa đang tâm phản bạn, để cho thành Truông Mây sụp đổ, máu anh em hòa cùng gạch vụn xây nấm mồ chung.

Ô hô! Nơi đây ngày nào tiếng quân reo dậy đất, hào khí ngút trời, vậy mà nay chỉ còn văng vẳng tiếng khóc than của những oan hồn chưa tán chỉ vì chí cả chưa thành, lòng oán hận tên phản bội chưa nguôi.

May thay! Lưới trời lồng lộng tuy thưa, nhưng nghĩa khí phủ dày vũ trụ cho nên trái tim kẻ phản bạn dù đập lén tận chân trời cũng đã được anh em moi ra mang về trước mộ.

A ha! Hôm nay tất cả anh em còn sống sót tề tựu về đây cùng thắp nén nhang, dâng lên chén rượu, cầu mong anh em dưới mộ hiển linh trở về chứng giám.

Hôm nay thù nhỏ đã trả xong nhưng đại thù còn đó, chí nguyện xưa của anh em vì nửa đường gãy gánh nên vẫn dở dang. Bởi vậy những người có mặt nơi đây, mượn chén rượu này để thay lời nguyện. Nguyện rằng:

- *Dẫu tan xương cũng phải tiếp tục thực hiện chí hướng của anh em cho đến lúc hoàn thành.*

- *Dẫu nát thịt cũng phải đập tan bọn cường quyền tham bạo, đem ấm no cho những kẻ khốn cùng.*

Hồn tử sỹ hiển linh

Thỉnh đăng đàn thượng hưởng.

Giọng Nguyễn Nhạc càng về sau càng như bị tắc nghẹn vì cảm xúc trào dâng lên đến tận cổ, hai dòng lệ anh hùng chảy tràn xuống má khiến cho hơn trăm nghĩa sĩ đang quỳ sau lưng cũng lệ nhỏ ròng ròng. Nhạc khấn xong bưng bát rượu lớn rưới tràn trước mộ, sau đó phục lạy bốn lạy, anh em cũng đồng loạt làm theo. Sau đó lần lượt từng người bước lên thắp nhang vái lạy trước mồ.

Thù đã trả xong, lời nguyền đã thỏa, Tín Nhi rút thanh trủy thủ cắt mái tóc dài của mình đặt trước mồ, lệ anh hùng lại nhỏ ròng ròng. Chờ mọi người lễ xong, Hồ Thiết Thủ chắp tay xá Nguyễn Nhạc giọng khích động:

- Thiết Thủ tôi xin thay mặt anh em Truông Mây cảm ơn Cả Nhạc. Lời khấn tế của anh quá sức cảm động, hơn nữa lòng thành của anh đã làm chúng tôi không cầm được nước mắt.

Nhạc ôn tồn nói:

- Không cần nói vậy đâu. Nhạc tôi vốn chữ nghĩa không nhiều, cũng là nhờ trước khi đi thầy Giáo Hiến đã dạy cho cách khấn tế mới được như vậy mà thôi.

Thiết Thủ nói:

- Nhưng sự xúc động chân thành thì không thể nào giả được đâu.

- Tôi và Lía quen nhau từ lúc hai đứa còn ở truồng tắm sông Côn. Hôm nay đọc lời khấn tế, chợt nhớ tới những kỷ niệm xưa thật không khỏi thương tâm, sa lệ.

Hoàng Nhi là đứa trẻ lanh miệng, nó đang đứng cạnh Nguyễn Nhạc chợt lên tiếng hỏi:

- Anh Cả Nhạc là bạn thân của Chú Lía, sao lúc trước không lên Truông Mây giúp đỡ Chú Lía một tay?

Câu hỏi tuy ngộ nghĩnh nhưng rất hóc búa của thằng bé làm mọi người vừa ngạc nhiên vừa thích thú vì trong thâm tâm mọi người không ít thì nhiều đều thắc mắc như vậy. Nguyễn Nhạc mỉm cười đưa tay vịn vai Hoàng Nhi đáp:

- Câu hỏi của em có lẽ cũng là câu hỏi của bao nhiêu người khác ở đây, mà cũng là điều ray rứt của anh trong suốt thời gian qua.

Ông nhìn mọi người nói tiếp:

- Thật ra tuy là bạn cùng lứa nhau nhưng lúc đó hoàn cảnh của tôi và Lía có chút khác biệt, chính vì sự khác biệt đó, Lía lại là người tự trọng nên đối với tôi không thân thiết lắm, nhất là khi chúng tôi lớn lên. Khi Lía thành lập Truông Mây, cá nhân tôi rơi vào hoàn cảnh gia đình khó khăn, cha tôi mất sớm, tôi phải thay mặt đảm đương gia đình để lo cho mẹ già và ba đứa em nhỏ. Lúc tôi ra đời bươn chải, chú Huệ này mới có bảy tuổi.

Thiết Thủ vội kéo tay Hoàng Nhi ra sau, cười đỡ lời:

- Thằng bé vô tâm hỏi bậy, anh Cả Nhạc không cần quan tâm làm gì.

Nhạc cười:

- Không sao, tôi cũng muốn nói ra điều này để chúng ta

hiểu nhau hơn.

Tín Nhi nghe Nguyễn Nhạc nói, nghĩ thầm: *"Người này khí độ hiên ngang lại rất thành thật không ưa điều sỉ diện hão đáng để mình theo".* Bèn nói với anh em nghĩa sĩ cũ của Truông Mây:

- Giới thiệu với tất cả anh em, anh Cả Nhạc hiện đang có một vùng đất tình thương ở Tây Sơn thượng dùng làm nơi bảo bọc những người cùng khổ khắp thiên hạ. Anh Cả có chí muốn tiếp tục sự nghiệp dang dở của đại ca Lía, dựng lại ngôi thành khác như thành Truông Mây ở An Khê, anh em nào muốn tiếp tục dâng hiến sức mình cho trăm họ thì đi cùng tôi lên đó, còn không, chúng ta chia tay nhau tại đây.

Tất cả anh em Truông Mây khẳng khái lên tiếng:

- Chúng tôi sẽ theo đội trưởng về với Tây Sơn.

Đang nói chuyện bỗng phía đèo Màn Lăng có một viên pháo bắn vọt lên cao, phía sông Lại Dương cũng có pháo hiệu bắn lên. Nguyễn Nhạc hỏi:

- Pháo gì vậy?

Tín Nhi mỉm cười đáp:

- Là pháo hiệu anh em bắn lên cho mình biết hiện đang có hai toán binh triều tiến vào Truông Mây. Chúng ta mau giải tán nếu không muốn chạm trán với họ.

Bọn nghĩa sĩ Truông Mây lòng vẫn nuôi căm thù bọn quan binh nên lớn tiếng nói:

- Hãy chờ chúng đến giết một trận cho hả mối hận trong lòng. Sợ gì.

Nguyễn Huệ vội nói:

- Không nên. Mong anh em hãy giữ mối căm thù đó đến khi chúng ta chuẩn bị xong mọi sự, bạo động sớm sẽ có hại cho việc khởi sự của phong trào.

Tiếng nói của Huệ trước đám đông tuy nhỏ nhẹ nhưng người nghe có cảm tưởng chẳng khác nào một mệnh lệnh, tất cả đều có một cảm giác chung không thể không tuân theo. Lúc ấy ở cả hai phía lại có pháo hiệu bắn lên, Tin Nhi nói gấp:

- Đó là dấu hiệu báo quân địch rất đông. Chúng ta phải rút nhanh.

Huệ nói với Tín Nhi và mọi người:

- Tạm thời chúng ta rút về lò rèn. Hôm nay chúng ta mang hết số binh khí ở đó lên Tây Sơn.

Mọi người vội vàng theo Thiết Thủ rút nhanh về phía lò rèn, sâu trong núi. Trước khi đi, Tín Nhi lấy ra một mảnh giấy, dùng bút than viết mấy chữ *"Tặng trái tim tên phản bội Chú Nhẫn lại cho các ngươi"*, dùng chiếc hộp đựng trái tim đè lên, cùng Nguyễn Huệ phá lên cười ha hả phóng ngựa đi.

Mọi người vừa rút đi thì phía rừng Kim Sơn một toán kỵ binh khoảng hai trăm người phóng tới, dưới nhánh sông Kim Sơn năm chiếc thuyền cập vào bờ, một toán quân lính hơn trăm tên đổ bộ lên, tiến thẳng vào Truông Mây. Viên tướng đi đầu đoàn kỵ binh chính là tên đốc trưng Đằng, bên cạnh hắn là Thiết quyền Quách Triệu Dũng, cả hai đang lãnh nhiệm vụ giữ kho lương Càn Dương, và một võ tướng của đồn binh Phù Ly. Nhìn quang cảnh vắng tanh của Truông Mây, đốc trưng Đằng vỗ tay vào đùi tiếc rẻ:

- Bọn này nhanh chân thật, mới đây đã biến mất không còn tên nào. Tôi nghe báo có cả tên Nguyễn Nhạc ở Kiên Thành tới dự lễ tế mộ. Tiếc thật, dù sao lần này tôi cũng báo lên phủ để hạch tội tên Biện Nhạc này.

Một tên lính nhảy xuống ngựa lấy tờ giấy đặt dưới chiếc hộp đưa cho đốc trưng Đằng:

- Quan đốc coi, chúng để lại tờ giấy này.

Đốc trưng Đằng đọc xong sắc mặt đỏ lên vì giận, hắn nói với viên tướng Phù Ly:

- Bọn chúng đã tìm ra Chú Nhẫn và moi tim đem về tế mộ. Thật là một đám cướp vô thiên, chúng muốn làm loạn trở lại hay sao đây. Tướng quân phải báo lên huyện để có biện pháp truy lùng và bắt cổ hết bọn chúng mới được.

Viên tướng nói:

- Việc này tôi sẽ lo, đốc trưng an tâm.

Đốc trưng Đằng nhảy xuống đất, bước lại đá các đồ vật tế lễ tung tóe khắp nơi rồi hắn học phóng lên ngựa phất tay ra lệnh kéo về.

Trong khu lò rèn, Nguyễn Nhạc khi thấy số binh khí và các lò rèn thì không khỏi giật mình kinh ngạc. Ông nhìn Hồ Thiết Thủ bằng con mắt khâm phục:

- Chú Huệ đã không nói quá về anh chút nào cả. Tây Sơn nếu được anh về giúp cho một tay thì hiệu quả sẽ được nhân lên gấp bội.

Thiết Thủ cười hề hề nói:

- Thiết Thủ tôi không vợ, không con, suốt đời sống ở chỗ lò rèn. Nếu việc làm của Tây Sơn là vì hạnh phúc của bá tánh nghèo khổ thì anh Cả có đuổi tôi cũng không đi.

Nhạc cười nói:

- Anh đã nói như vậy thì Nhạc tôi có chết cũng phải làm theo. Hôm nay chúng ta dời toàn bộ vật dụng nơi đây lên Tây Sơn thượng chứ?

Thiết Thủ nói:

- Tất nhiên rồi.

Tín Nhi hỏi Nguyễn Huệ:

- Ngươi đã tới chỗ sư phụ ta chưa?

Huệ đáp:

- Chưa. Ta chờ ngươi.

Tín Nhi nói:

- Hôm nay mình ghé đó luôn thể.

*

Năm nay Nguyễn Nhạc tổ chức ngày giỗ cha mình lớn hơn mọi năm. Ông cho mời rất đông khách khứa mọi nơi và bà con quanh vùng Phú Lạc đến dự. Sau đêm dự đám giỗ, tất cả bà con vừa bàng hoàng kinh sợ, vừa mừng thầm trong bụng vì những chuyện xảy ra trong đêm hôm đó. Họ kể cho nhau nghe câu chuyện Nguyễn Nhạc được vị thần trên núi Trưng Sơn mang chiếu chỉ của Ngọc Hoàng xuống sắc phong "Nguyễn Nhạc Vi Vương", đồng thời trao cho Nguyễn Nhạc hai thanh thần kiếm, một thanh của Vua Hỏa Tây Nguyên, thanh thứ hai chính là Thuận Thiên bảo kiếm ngày xưa Lê Thái Tổ đã lấy được từ đó dựng nghiệp nhà Lê, dặn Nguyễn Nhạc dùng kiếm thay trời cai trị nhân dân miền núi và đồng bằng.

Câu chuyện như thần thoại kia nhanh chóng được loan

truyền khắp nơi, chẳng bao lâu cả xứ Nam Hà đều hay biết. Dân chúng bấy lâu nay sống khổ cực dưới ách tham quan, giờ nghe điềm trời báo có minh chúa ra đời nên người người lòng mừng khấp khởi, hướng về Tây Sơn trông ngóng ngày vị chân chúa kia khởi sự để giải phóng cuộc đời họ ra khỏi ách gông cùm, xiềng xích của chế độ mục nát nhà Nguyễn.

*****

HỒI THỨ NĂM

Giữa giáo trường, Lê Văn Hưng xứng danh Thất Hổ

Luyện hùng binh, Nguyễn Huệ đáng mặt Nguyên nhung

Mùa hạ năm Tân Mão, 1771, khí trời nóng như thiêu đốt làm ruộng đồng nứt nẻ, mùa màng, hoa quả đều thất thu, nạn đói khắp nước càng trầm trọng hơn. Quan lại thừa cơ luật pháp triều đình lỏng lẻo đã thẳng tay đàn áp, bóc lột dân chúng khiến cho đời sống người dân đen đắng cay chẳng khác gì nơi địa ngục. Khắp nơi, người ta truyền miệng nhau câu chuyện "Nguyễn Nhạc Vi Vương" và vùng đất Tây Sơn đang dang tay đón nhận những người khốn khổ về tá túc, cuộc sống ở đó vừa an toàn vì không có cảnh quan lại áp chế, lại có ruộng rẫy để canh tác mưu sinh. Thế là từng đoàn người đói khổ rủ nhau kéo về vùng đất tình thương tìm cuộc sống mới.

Mấy tháng qua, Nguyễn Lữ, Nguyễn Huệ cùng các thủ lĩnh Tây Sơn tăng cường việc tiếp nhận những người mới theo về, phân phối các vùng cư trú và đất canh tác cho họ. Chỉ trong vòng từ đầu năm Tân Mão đến mùa Thu, số người mới về theo lên đến hơn bốn nghìn, nâng tổng số cư dân Tây Sơn trung và thượng lên hơn vạn. Nguyễn Huệ và Nguyễn Văn Tuyết chọn những người trai tráng, khỏe mạnh sung vào đội nghĩa binh, đội quân Tây Sơn nay đã gần ba ngàn người, chưa kể số binh sĩ người Thượng ở các bản An Khê gần hai ngàn người ngựa. Đạo quân người Thượng này rất sùng kính Đức Ông Thầy Cả, Đức Thượng Sư Nguyễn Nhạc, họ lại rất khỏe mạnh và hung dữ, bởi vậy Nguyễn Huệ tách riêng và huấn luyện họ thành một đạo quân cảm tử đặt dưới quyền chỉ huy của Đức Thầy Cả, hầu bảo vệ thủ lĩnh phong trào.

Nguyễn Huệ dựa theo cách thành lập quân đội trong Binh Thư Yếu Lược của Hưng Đạo Vương, chia số quân người Kinh thành nhiều binh chủng khác nhau:

- Khinh kỵ quân, đặt dưới quyền chỉ huy của Phi Vân Báo Lý Văn Bưu

- Thám báo quân, đặt dưới quyền chỉ huy của Tín Nhi.

- Quân công thành phá trận, dưới quyền chỉ huy của Nguyễn Văn Tuyết. Đạo quân này quy tụ hầu hết những con người bạt mạng của phong trào, coi mạng sống nhẹ tựa lông hồng.

- Quân thủy chiến, dưới quyền chỉ huy của Võ Văn Dũng.

- Hỏa quân, dưới quyền chỉ huy của Nguyễn Văn Lộc.

- Tượng binh, dưới quyền chỉ huy của Bùi Thị Xuân.

- Bộ binh, dưới quyền chỉ huy của Nguyễn Văn Kim, Trần Quang Diệu, Võ Đình Tú và Ngô Văn Sở. Đây là đạo binh chủ lực có quân số đông nhất.

Nguyễn Huệ lập ra bảy cửa ải để thử thách và tìm kiếm nhân tài trong quân đội. Bảy cửa ải này dùng trắc nghiệm khả năng leo trèo, nhảy xa, bơi lội, gan dạ, lanh lợi, mưu trí, và võ nghệ. Tất cả nghĩa quân khi gia nhập quân đội đều phải trải qua các thử thách trên, từ đó, Huệ chọn ra những nhân tuyển thích hợp cho các đội quân đặc biệt, số còn lại sung vào bộ binh. Trong quá trình thử thách, Huệ phát hiện ra một người lính trẻ tên Lê Văn Hưng, người làng Kiên Dõng. Người này tính tình trầm lặng nhưng võ nghệ hết sức cao cường, cây thương trong tay anh ta như rồng bay phụng múa, đã loại hết các đấu thủ trong hàng binh sĩ khiến Võ Văn Dũng phải bước ra thử sức.

Văn Dũng cùng Trần Quang Diệu được Tây Sơn coi là hai tay đại đao hạng nhất trại. Nguyễn Nhạc vẫn từng nói: *"Phá trung sơn tặc dị, thắng Văn Dũng đao nan"*, vậy mà Lê Văn Hưng có thể giao đấu với thanh đại đao của Võ Văn Dũng suốt từ sáng sớm đến quá trưa vẫn bất phân thắng bại. Họ đấu nhau dưới đất hàng bốn, năm trăm hiệp chưa rõ hơn thua bèn lên ngựa quần nhau một trận kinh thiên động địa cũng bất phân thắng bại khiến cả giáo trường không ngớt reo hò, vỗ tay tán thưởng.

Nguyễn Huệ thấy họ đấu với nhau quá hăng sợ xảy ra điều bất trắc vội la lớn:

- Dừng tay! Như thế đủ rồi.

Cả hai lúc bấy giờ mới chịu ngừng tay, phóng xuống ngựa chắp tay vái đối thủ của mình. Võ Văn Dũng cười nói:

- Anh quả là tay thương vô địch thiên hạ. Dũng tôi từ khi học võ đến nay, ngoài lần thử đao bất phân thắng bại với Quang Diệu, đây là trận đấu thống khoái nhất đời.

Lê Văn Hưng từ tốn nói:

- Anh mới đúng là tay đao vô địch. Hưng tôi may mắn

giữ được tới lúc này tưởng đã đứt hơi rồi. Đường đao vừa rồi tôi chưa từng biết qua. Thật là tuyệt diệu.

Dũng cười:

- Đó là bài Lôi Long đao tôi vừa sáng chế, may mà không bị bại dưới tay anh.

Nguyễn Huệ mừng rỡ nắm tay Lê Văn Hưng nói:

- May mắn cho Tây Sơn đã phát hiện ra anh. Anh thật xứng với danh hiệu Thiên hạ đệ nhất thương. Tài nghệ của anh như vậy sao lúc lên trại không nói sớm lại phải chịu làm một người lính tầm thường?

Lê Văn Hưng nói:

- Đa tạ chủ tướng đã quá khen. Hưng tôi nghĩ tài năng phải được biết đến qua thử thách hơn là thân tình, bởi vậy tôi chờ đợi cơ hội chứng minh.

Huệ nói:

- Tốt lắm. Vậy là Tây Sơn đã có Thất Hổ tướng rồi. Từ nay anh sẽ cùng anh Kim, anh Diệu, anh Tú và anh Sở chỉ huy đội bộ binh.

Lê Văn Hưng cúi đầu nói:

- Đa tạ chủ tướng nâng đỡ.

Huệ nói:

- Trong kho binh khí cổ của Thần Thâu có một cây Luyện tử kim thương đời Lý, tương truyền là cây thương mà Lý Thường Kiệt đã dùng đánh đuổi quân Tống, nay tặng lại cho anh.

Rồi đích thân bước lên đài mang cây thương xuống trao cho Lê Văn Hưng. Hưng đỡ cây thương cầm tay thấy rất vừa ý, nhìn nước thép biết là cây thương quý, bèn chống thương xuống đất, quỳ một chân xuống nói:

- Ân tình này, Lê Văn Hưng trân trọng suốt đời, nguyện vì Tây Sơn đến chết không thôi.

Huệ vội đỡ Hưng đứng lên:

- Anh không nên đa lễ như vậy. Khó khăn trước mắt còn nhiều, chúng ta hãy cùng nhau đồng tâm hiệp lực giúp cho nghiệp lớn của Tây Sơn chóng thành là được.

Trong những đợt thử thách sau, Nguyễn Huệ lại phát hiện ra một tướng tài khác đó là Trần Bá Giáp. Bá Giáp người làng Nho Lâm, huyện Nam Xương, phủ Hà Nam, vì chán ghét quan lại địa phương nên bỏ vào Quy Nhơn mở trường dạy võ, sau lên An Khê đầu quân với Tây Sơn. Bá Giáp với tài nghệ phóng lao trăm phát trăm trúng, lại giỏi nghề huấn luyện voi nên được Nguyễn Huệ đưa vào đội tượng binh của Bùi Thị Xuân.

Sau một thời gian thử thách, các đạo quân đặc biệt đã đạt được quân số khá đông, Huệ bèn họp các chủ tướng học tập binh pháp, bàn bạc cách huấn luyện, sau đó mỗi đội tự lo việc rèn luyện toán quân của mình dưới sự giám sát của Huệ. Riêng bộ binh, Huệ chia ra ba toán: tiền quân, trung quân và hậu quân, theo cách của Binh Thư Yếu Lược mà tập luyện. Để kích thích lòng quân sĩ, Nguyễn Huệ cho làm một bộ trống bịt da trâu mười hai chiếc, gồm nhiều trống lớn, nhỏ tạo ra âm thanh khác nhau, sau đó đặt ra bài trống trận gồm ba hồi: xuất quân, công thành phá trận, và khải hoàn. Không có hồi trống thu quân, vì trong quân lệnh của Huệ, quân Tây Sơn chỉ có tiến lên chứ không được phép quay đầu tháo chạy, ai trái lệnh sẽ bị chém chết tại trận. Đặt ra nghiêm lệnh này, Nguyễn Huệ đưa quân Tây Sơn vào khí thế, chiến thắng hay chết.

Huệ lại đặt ra một bản quân lệnh, cho dán khắp nơi để toàn bộ quân sĩ đọc. Bảng quân lệnh và cách thưởng phạt trong quân như sau:

1- Nghe trống không tiến, phất cờ không dậy, ngã cờ không phục, đó là tội bội quân, phải chém..

2- Gọi đến không thưa, lúc điểm quân vắng mặt, sai hẹn, trễ nải, đó là tội mạn quân, phải chém.

3- Đêm nghe hiệu mõ không báo lại, giờ canh bỏ vắng, khẩu hiệu nói sai, cứng cổ khó răn, đó là tội hoạnh quân, phải chém.

4- Đem oán hờn rêu rao trong quân sĩ, nói xấu chủ tướng, không tuân mệnh truyền, đó là tội khi quân, phải chém.

5- Giáo gươm không sắc, cờ hiệu thất lạc, cung để đứt dây, tên bỏ mất cánh, đó là tội thất thoát, phải chém.

6- Bạ nói bạ cười, không tuân lệnh cấm, rượu chè be bét, tiết lậu quân cơ, đó là tội khinh quân, phải chém.

7- Đi đến đâu quấy nhiễu dân sự, hiếp chốc đàn bà, đó là tội gian quân, phải chém.

8- Đặt chuyện điêu ngoa ma quái làm loạn lòng quân đó là tội ngoa ngữ, phải chém.

9- Lấy tài sản người làm của mình, lấy công người làm công mình, đó là tội đạo quân, phải chém.

10- Lúc hành quân không chú ý để lạc hàng ngũ, trái hiệu lịnh là tội loạn quân, phải chém.

11- Giả ốm đau, lánh nặng tìm nhẹ, đó là tội trá quân, phải chém.

12- Không biết thương yêu, giúp đỡ đồng đội, để giặc uy hiếp mà không tiếp cứu là tội tệ quân, phải chém.

13- Nghĩa quân Tây Sơn chỉ tiến chứ không lùi. Kẻ quay đầu bỏ chạy sẽ bị đồng đội chém tại trận.

Mười ba điều cấm trên, kẻ nào vi phạm, chiếu đó xử trị.

Từ đó nghĩa quân không ngừng luyện tập, chưa đầy nửa năm, lực lượng tạp nham gồm những người xiêu tán, những kẻ bạt mạng từ bốn phương trời tụ lại, dưới sự huấn luyện gian khổ và khắc khe của Nguyễn Huệ đã trở thành một đạo quân hùng mạnh, kỷ luật nghiêm minh, quân uy sắt thép.

Nguyễn Nhạc cho nghĩa quân đắp một lũy đất hình bảy cạnh như con mương, mặt lũy rộng 30 thước (10m), chân rộng 36 thước (12m), phần lõm giữa lũy dùng để binh sĩ trú. Lũy dài hai dặm, nối liền hai hòn núi hai bên đèo Vĩnh Viễn, chắn ngang mặt đông trên con đường độc đạo từ đồng bằng lên cao nguyên An Khê, là bức tường thành bảo vệ cho hậu cứ của nghĩa quân. Lũy nhân đó mang tên lũy Ông Nhạc, và ngọn núi đầu phía Nam lũy là hòn Ông Nhạc. Ngọn núi đầu phía Bắc anh em đắp lũy gọi nó là núi Ông Bình vì ở cửa Hang Tối Trời đã có sẵn bút tích của Nguyễn Quang Bình ở đó.

*

Nhắc lại đốc trưng Đằng từ Truông Mây kéo quân về, trong lòng vẫn hậm hực vì bắt hụt đám nghĩa sĩ Truông Mây, nhất là tên Biện Nhạc, người mà hắn ta thù ghét từ lúc tóc còn để chỏm. Quyết không bỏ cuộc, Đằng bỏ thời gian truy tìm chứng cớ để buộc tội Nhạc cho bằng được. Khi đã có một số bằng chứng khả dĩ có thể bắt Nguyễn Nhạc, hắn vào tận phủ Quy Nhơn tìm gặp Nguyễn Khắc Tuyên để báo cáo. Khắc Tuyên truyền cho hắn vào gặp. Đằng vào đến nơi liền thưa:

- Trình lên ngài tuần phủ, hạ chức có tâm phúc báo cho biết tên Biện Nhạc ở Vân Đồn lúc trước đã kéo một lũ tay chân của hắn ở Tây Sơn về họp với dư đảng Truông Mây tế mộ. Chúng còn tìm giết và moi tim tổng đốc Hoàng Nhẫn, người có công hạ độc bọn Truông Mây, đem về làm vật tế. Đáng tiếc khi hạ chức kéo quân đến nơi thì bọn chúng đã bỏ trốn mất. Xin ngài tuần phủ cho bắt tên Biện Nhạc về đây vấn tội.

Khắc Tuyên hỏi:

- Ngươi không có bằng chứng trong tay thì lấy cớ gì để bắt hắn?

Đằng thưa:

- Mấy tháng nay dân chúng khắp nơi đồn ầm lên chuyện Nguyễn Nhạc được trời sắc phong làm vua và ban cho ấn kiếm, cho nên hắn chiêu mộ bá tánh trong thiên hạ lên An Khê tụ tập làm phản. Hắn còn dám về Truông Mây tế mộ bọn phản nghịch, công việc Biện lại của hắn cũng không làm tròn. Thuế má ở Vân Đồn hai năm nay hắn giao nộp khi thiếu, khi đủ. Từ hơn nửa năm nay hắn không nộp lên huyện xu nào. Với bao nhiêu việc đó, ý đồ tạo phản của hắn đã rõ, tuần phủ nên bãi chức và bỏ tù hắn ngay trước khi hắn trở thành một thằng Lía thứ hai.

Khám lý Phan Chính Trung nói:

- Đốc trưng nói đúng, thưa tuần phủ. Tên Biện Nhạc này đã nợ công quỹ một khoảng thu rất lớn chưa giao nộp, chúng ta nên lệnh bắt hắn giao nộp khoản tiền nợ ngay, nếu không nộp đủ, bãi chức và bỏ tù hắn lập tức, đừng để hắn trốn mất.

Khắc Tuyên nói:

- Nếu đúng như thế, ta giao việc này cho đốc trưng xử lý. Buộc hắn nộp trả số tiền nợ ngay lập tức, nếu không bắt hắn giải về đây cho ta. Việc hắn có ý đồ tạo phản để ta cho người dò xét rồi mới quyết định.

Đốc trưng Đằng mừng rỡ thưa:

- Xin tuần phủ yên tâm, hạ chức quyết hoàn thành nhiệm vụ trong thời gian ngắn nhất.

Hắn cúi đầu bái tạ lui ra, sau đó tức tốc kéo quân lên Kiên Thành tìm Biện Nhạc. Trong khi đó Nguyễn Nhạc đang ở An Thái cùng Giáo Hiến bàn bạc việc khởi nghĩa. Nhạc nói:

- Hôm trước tên đốc trưng Đằng bắt hụt chúng tôi chắc là hắn chưa chịu bỏ qua. Gần đây đồng bào đói khổ quá nên tiền thuế gần hai năm nay tôi không nỡ thu của họ, việc này thế nào thằng Đằng cũng lợi dụng để thóc mách quan trên. Người của tôi trên phủ mới báo về, e rằng chúng sẽ ra tay bắt tôi. Thầy coi thu xếp gia đình lên Tây Sơn thượng ngay, bọn chúng không bỏ qua cho thầy đâu.

Giáo Hiến nói:

- Tôi cũng liệu trước việc này nên đã chuẩn bị. Ông Cả về thu xếp việc nhà, chúng tôi tự lo được.

Đang nói chuyện thì có người từ Kiên Thành chèo

thuyền xuống báo:

- Bọn đốc trưng Đằng đang làm khó dễ mấy người ở nhà. Hắn đòi ông Cả Biện phải nộp hết số thuế nợ lên huyện ngay lập tức, nếu không chúng sẽ bắt ông Cả về phủ.

Nhạc mỉm cười nói với Giáo Hiến:

- Vậy là chúng chỉ mới nhắc tới chuyện nợ thuế chứ chưa biết việc mình làm. Thầy lo thu xếp đi ngay cùng với tôi, cả nhà tôi đã lên đó hết rồi. Cứ để mấy anh em ở nhà cò cưa với thằng Đằng.

Không mất bao lâu, cả nhà Giáo Hiến đã tay nải gọn gàng trên ba con ngựa cùng Nguyễn Nhạc và ba hộ vệ lên đường, nhắm Tây Sơn thượng thẳng tiến. Đó là ngày đánh dấu sự ly khai triều đình Chúa Nguyễn của ba anh em Tây Sơn để chuẩn bị cuộc khởi nghĩa, nhằm mùa Thu năm Tân Mão, 1771, Vua Lê Hiển Tông năm thứ 31, Chúa Trịnh Sâm năm thứ 4 và Chúa Nguyễn Phúc Thuần năm thứ 6.

Đốc trưng Đằng hay tin Nguyễn Nhạc đã đem cả gia đình lên Tây Sơn thượng liền cấp báo về phủ Quy Nhơn. Nguyễn Khắc Tuyên ra lệnh tịch thu hết nhà cửa của Nhạc và những người đồng lõa, lại sai tổng binh Phan Triều Long cùng hai phó tướng lãnh một đạo binh hai ngàn nhân mã tiến đánh Tây Sơn thượng cố ý dẹp tan bọn phản loạn từ trong trứng nước. Đốc trưng Đằng nghe lệnh liền tịch thu ruộng đất của Nguyễn Nhạc, lại cho phóng hỏa đốt sạch Tây Sơn Hội Quán và sòng bạc Phát Tài. Hắn còn truy lùng những người thân của Nhạc nhưng tất cả đã lên Tây Sơn thượng từ trước.

Phan Triều Long nhận lệnh của tuần phủ, điểm hai ngàn

nhân mã tiến đến gần chân đèo An Khê thì trời sắp tối nên cho hạ trại gần núi Đồng Phong nghỉ ngơi chờ sáng mai vượt đèo. Quân thám mã báo tin lên Tây Sơn thượng, Nguyễn Nhạc cho họp các tướng bàn việc đối phó. Nhạc hỏi Huệ:

- Bấy nay việc tập luyện nghĩa binh thế nào?

Huệ đáp:

- Em định chờ cho gia đình thầy ổn định xong sẽ tổ chức thao diễn quân sĩ để anh Cả và thầy duyệt qua xem có chỗ nào chưa vừa ý thì sửa đổi. Nhưng bọn giặc đã đến sớm, em xin anh Cả cho em đưa quân xuống thử sức trận đầu này để rút tỉa kinh nghiệm được không?

Nhạc nhìn Giáo Hiến dò ý. Giáo Hiến vốn hiểu rất rõ Nguyễn Huệ nên nói:

- Ông Cả cứ để cho anh Huệ thử nghiệm. Tôi tin mọi việc sẽ khả quan.

Nhạc nói:

- Chú cần bao nhiêu nghĩa binh để đối phó với đạo binh hai ngàn nhân mã của Phan Triều Long?

Huệ đáp:

- Phan Triều Long nhờ thân thế nên được thăng chức tổng binh, đạo binh ấy chỉ cần một ngàn nghĩa quân cũng đủ tiêu diệt. Có điều anh em bấy lâu luyện tập khó nhọc ai cũng nức lòng muốn ra trận, bởi vậy em xin hai ngàn nghĩa quân để đánh dẹp bọn giặc.

Nhạc nói:

- Được. Mai chú đem hai ngàn anh em xuống phá bọn giặc một trận tan tành để chúng kinh sợ không dám bén mảng lên đây. Có như vậy chúng ta mới an tâm chuẩn bị.

Huệ nói:

- Không phải ngày mai mà ngay đêm nay. Bọn giặc mới đến, lều trại vừa căng xong thế nào cũng mỏi mệt nghỉ ngơi. Chúng ta đánh ngay lúc này thì chỉ một tiếng hò reo là phá được giặc.

Giáo Hiến gật gù tán thành:

- Rất hay. Đánh ngay tối nay tất thắng lớn.

Huệ nhận lệnh cùng các tướng kiểm điểm binh mã tập họp tại giáo trường chuẩn bị xuất quân. Nguyễn Nhạc và Giáo Hiến đứng trên đài cao nhìn thấy đội nghĩa binh mới thành lập giáo gươm sáng lòa, hàng ngũ chỉnh tề, ngàn người bước đi như một, khí thế hùng dũng như một đạo binh thiện chiến từng trải qua trăm trận thì không khỏi ngạc nhiên và thán phục. Nhạc hớn hở nói với Giáo Hiến:

- Không ngờ mới mấy tháng mà chú Huệ có thể biến một đám đông ô hợp thành một đạo binh có quy củ như thế này, chú nó quả có tài làm tướng chỉ huy ba quân.

Giáo Hiến nói:

- Tướng lãnh có nhiều thứ bậc. Có người có thể chỉ huy ngàn quân, có người chỉ huy được vạn quân. Riêng đối với anh Huệ, quân càng đông càng thích hợp với khả năng của anh ta. Ông Cả có Huệ và Thất Hổ tướng dưới tay, tôi tin chắc đại nghiệp sẽ sớm thành.

Nhạc mừng rỡ:

- Chỉ mong được như lời thầy nói. Nhưng thầy nhìn xem, một đạo quân như thế nếu có thêm một rừng cờ phụ họa vào có phải uy thế sẽ tăng lên gấp bội không?

- Ông Cả đã hình dung ra hình thức và màu sắc cho lá cờ đó chưa?

- Để kích thích lòng hăng hái, không gì bằng màu đỏ. Tôi lại được Thần Hỏa giao cho thanh thần kiếm. Một lá cờ màu đỏ, khuôn vàng chữ nhật, chính giữa là một mặt trời vàng rực cho quân Tây Sơn, thầy nghĩ có thích hợp không?

Nét vui mừng hiện trên mặt Giáo Hiến:

- Quả là một sự ứng hợp lý thú do trời ban. Ông Cả khởi nghĩa ở Tây Sơn. Phía Tây thuộc Kim, rừng cờ màu đỏ thuộc Hỏa. Hỏa khắc Kim tất thành đại khí, ứng hợp với mạng Thủy của ông Cả. Hơn nữa, màu đỏ là màu của Vua Hỏa, ta dùng màu đỏ làm màu cờ và màu áo thì người dân tộc sẽ tin tưởng mà theo về.

Nguyễn Nhạc cố giấu niềm phấn khích nói:

- Tôi chỉ suy nghĩ theo con mắt thông thường không ngờ lại có sự ứng hợp như vậy.

- Đó là chữ vận. Vận đỏ. Người đang vận đỏ, nói gì, nghĩ gì đều hợp với lòng trời, lòng người, do đó chữ vận mới được xếp hàng đầu.

Nhạc nghe Giáo Hiến giải thích lòng mừng không kể xiết, niềm tin vào sự nghiệp đấu tranh mang hạnh phúc cho bá tánh càng vững mạnh. Trong khi hai người đứng trên đài nói chuyện, bên dưới Huệ phân phối kế hoạch tấn công. Huệ nói:

- Anh Lộc lãnh năm trăm anh em theo sườn núi Ông Nhạc qua dốc Trắc, xuống khỏi ngoẹo Cây Khế men theo mé núi chờ nghe tiếng trống vang lên thì la ó tấn công vào sườn phía Nam trại địch.

- Anh Tuyết lãnh năm trăm anh em theo lối Cửu An qua dốc Ván, eo Gió xuống dưới chân núi Ông Bình khi nghe tiếng trống trận vang lên thì tấn công vào hông phải của trại giặc phía Bắc.

- Anh Diệu và anh Hưng lãnh năm trăm anh em tấn công chính diện trại giặc.

- Anh Bưu lãnh ba trăm kỵ binh đi liền sau toán quân anh Diệu, đợi khi quân địch tháo chạy thì truy sát.

- Tôi, anh Tú, anh Sở và anh Kim sẽ cùng hai trăm anh em đoạn hậu thúc trống lệnh tấn công. Tất cả phải chờ nghe tiếng trống lệnh mới được xuất chiến, không nên vọng động sớm. Đây là lần ra quân thử nghiệm đầu tiên, anh em hãy cố gắng lên, đánh cho bọn binh triều không còn manh giáp để chúng đừng bao giờ héo lánh đến vùng Tây Sơn này. Xuất quân!

Tất cả nghĩa binh bấy nay luyện tập khổ cực, nay có dịp ra trận người người háo hức lập công nên lệnh xuất quân vừa ban ra, tất cả reo hò mừng rỡ theo chân chủ tướng hăng hái tiến phát. Toán hậu quân của Nguyễn Huệ đi sau, dùng một cỗ xe lớn chở một giàn trống mười hai chiếc, đích thân Huệ cầm dùi đợi đúng thời điểm sẽ thúc trống lệnh tấn công. Giáo Hiến và Nguyễn Nhạc đứng trên cao vẫy tay chào đoàn quân trẩy ngang trước mặt, hai ngàn người ngựa diễn qua rầm rập như cùng một bước đi. Nhạc hân hoan nói với Giáo Hiến:

- Quân uy và khí thế như thế này, bọn lính bát nháo dưới kia làm sao chống nổi. Hôm nọ chú Huệ nói cho chú ấy vài ba năm chuẩn bị thì con sóng dữ nào chú cũng sẽ đạp nhầu. Lời nói đó không ngoa chút nào.

Giờ Hợi đêm đó từ trên dốc đèo An Khê bỗng vang lên từng hồi trống trận, dội khắp cả núi rừng Tây Nguyên tĩnh mịch. Tiếp liền theo đó là tiếng quân la ó vang trời nghe như có cả hàng vạn người, từ ba mặt doanh trại của Phan Triều Long tấn công vào. Toán quân của Triều Long đã lâu không chinh chiến, lại toàn là bọn lính già, lính kiểng nên khi nghe tiếng trống trận và tiếng la ó vang trời của quân Tây Sơn, tên nào tên nấy hồn bất phụ thể, bỏ chạy tán loạn không còn hàng ngũ gì nữa. Phan Triều Long và hai phó tướng đêm đó không dám cởi chiến y, khi nghe tiếng quân reo vội vàng chụp lấy vũ khí lên ngựa xông ra hô hoán quân sĩ chiến đấu. Nhưng mặc cho tướng lệnh, đám quân sĩ vì quá đỗi kinh hoàng trước tiếng quân địch la ó và tiếng trống rền vang nên đa số cắm đầu bỏ chạy thoát thân. Quân Tây Sơn ba mặt tấn công vào, thế như thác lũ, chém giết quân triều không biết cơ man nào mà kể.

Nguyễn Văn Lộc từ phía nam cưỡi ngựa xông vào trại vừa gặp Phan Triều Long liền vung cây roi sắt tấn công ráo riết. Triều Long võ nghệ cũng khá nhưng vì trong lòng hoang mang, cây roi của Nguyễn Văn Lộc lại quá thần tốc, bởi vậy chưa đầy năm hiệp, Triều Long đã trúng một đầu roi vào ngực văng xuống ngựa. Đám anh em Tây Sơn đang hăng máu liền xông tới chém nhầu. Triều Long bỏ mạng tại trận.

Đám binh triều lúc này như rắn mất đầu, hai tên phó tướng phóng ngựa chạy trốn trước tiên, đám tàn binh kéo nhau chạy theo sau về Tây Sơn hạ. Toán kỵ binh của Lý

Văn Bưu rầm rập vó ngựa rượt theo chém giết thêm một trận nữa đến gần sáng mới kéo nhau về. Huệ kiểm điểm lại binh mã thấy có gần trăm anh em bị thương nhẹ, bên địch bỏ xác lại trận địa hơn ngàn tên, quân Tây Sơn thu được hơn ngàn vũ khí các loại cùng lương thảo. Huệ cho đào một hố lớn, thu dọn những thi thể chôn thành một nấm mồ chung dưới chân núi Ông Bình. Công việc xong ra lệnh rút quân về tới Tây Sơn thượng lúc trời vừa đúng Ngọ.

Trận ra quân đầu tiên thắng lợi một cách dễ dàng của nghĩa binh Tây Sơn đã làm cho hào khí của phong trào tăng cao ngùn ngụt, niềm tin của tướng sĩ đối với vị chỉ huy trẻ tuổi Nguyễn Huệ càng thêm mãnh liệt. Trong khi đó tại phủ Quy Nhơn, Nguyễn Khắc Tuyên kinh hãi rụng rời, ông vội vã ra lệnh tăng cường các đồn lính ở Xuân Huề, An Thái đề phòng quân Tây Sơn tấn công xuống phủ thành. Từ đó, đám quan binh tuyệt không dám bén mảng lên vùng rừng núi Tây Sơn. Nguyễn Nhạc an tâm xây dựng căn cứ địa, chiêu mộ thêm nghĩa quân và những người tài giỏi về Tây Sơn tụ nghĩa. Thanh thế Tây Sơn vang dội khắp dinh Quảng Nam.

Hôm sau, Nguyễn Nhạc cho người bí mật mang thư mời bọn Nguyễn Thung, Huyền Khê, anh em Châu Văn Tiếp và bà chúa Thị Hỏa ở Phú Yên sau bảy ngày nữa lên An Khê gặp mặt, mừng Tây Sơn khao quân. Mặt khác ông cho người xuống đồng bằng tìm mua thật nhiều vải đỏ, vàng, cấp tốc may một số đại kỳ và cờ nhỏ cho nghĩa quân. Ban bố xong mọi việc, Nguyễn Nhạc cho họp hết các tướng cùng Giáo Hiến bàn bạc. Ông nói:

- Lần này chúng ta mời bọn Nguyễn Thung lên dự buổi khao quân là có ý phô trương thanh thế Tây Sơn. Ngoài Châu Văn Tiếp ra tôi chưa dám chắc, bọn còn lại tôi tin với cá tính của họ và lực lượng của chúng ta hiện nay, không cần phải đôi co giành giật, bọn chúng cũng sẽ xếp giáo chịu theo dưới cờ một cách tự nguyện. Thầy Giáo có gì khuyên bảo không?

Giáo Hiến đáp:

- Ông Cả làm như vậy vừa tránh được mất hòa khí với các thủ lĩnh khác, vừa thu phục được bọn họ. Kế sách này rất hiệu quả.

Huệ nói:

- Nghe nói bọn Lý Tài, Tập Đình rất hung dữ và tự phụ. Lần này nếu chúng tỏ vẻ bất phục, anh Cả nên mớm ý để anh em đây ra oai một lần, nhiếp phục tinh thần bọn chúng trước, sau này dễ điều khiển hơn.

Nhạc cười nói:

- Ý hay. Lâu nay tài sức của những anh em khác đều đã phô diễn qua, chỉ có anh Tú và anh Sở là chưa lộ diện. Lần này giao cho hai anh nhé.

Võ Đình Tú điềm nhiên nói:

- Dạ, anh Cả.

Nhạc lại hỏi:

- Đôi tượng binh và nữ binh của cô Xuân đến nay thế nào rồi?

Bùi Thị Xuân đáp:

- Mới được hai mươi con voi và ba trăm nữ binh. Thời

gian tới, anh Cả phải vận động các buôn làng để có thêm voi chiến. Việc huấn luyện chúng để có thể ra trận chiến đấu mất khá nhiều thời gian.

Nhạc nói:

- Tôi sẽ giúp cô Xuân việc đó. Việc quân như vậy tạm ổn, bây giờ chúng ta nói đến chuyện vui. Cô Xuân muốn nghe không?

Bùi Thị Xuân ngạc nhiên hỏi:

- Chuyện vui của em à?

- Đúng vậy.

- Anh nói nghe đi.

Nhạc đổi sắc mặt nghiêm chỉnh nói:

- Bỗng dưng tôi lại muốn lãnh cái ngu thứ nhất trong thiên hạ nên hôm trước tôi có ghé nhà gặp ông bà thân của cô.

Bùi Thị Xuân nhướng mắt hỏi:

- Ngu thứ nhất là cái gì? Sao lại gặp cha mẹ em?

Lý Văn Bưu cười ha hả đáp thay:

- Người ta thường nói: "Ở đời có bốn cái ngu. Mai dong, lãnh nợ, gác cu, cầm chầu". Anh Cả đây muốn làm ông mai dong nên ghé nhà cô Xuân đấy. Ha… ha…

Sắc mặt Bùi Thị Xuân đỏ bừng lên vì thẹn. Cô hốt hoảng hỏi:

- Sao lại làm mai mà ghé nhà em?

Nhạc đáp:

- Vì tôi muốn làm mai cho cô Xuân.

Bùi Thị Xuân lạnh người, mặt càng đỏ hơn:

- Trời ơi, em chưa muốn lấy chồng đâu. Ai thèm lấy em mà anh Cả đi làm mai?

Lý Văn Bưu lại lên tiếng:

- Thì còn ai ngoài cái anh chàng mặt đỏ giết cọp chung với cô nữa mà hỏi.

Bùi Thị Xuân và Trần Quang Diệu nghe nói không hẹn mà bốn mắt nhìn nhau rồi cúi đầu xuống không dám nhìn mặt mọi người, cả hai mặt đỏ như gấc chín, ngồi chết lặng một lúc lâu không nói được tiếng nào. Nhạc nói nhanh:

- Chú thím rất vui lòng về sự tác hợp này. Ngày mai anh Diệu trở về quê mời hai huynh trưởng lên đây. Sau lễ khao quân chúng ta sẽ làm lễ cưới.

Đối với tất cả những người đang có mặt tại vùng An Khê, lời nói của Nguyễn Nhạc bây giờ là mệnh lệnh, hơn nữa Quang Diệu và Thị Xuân từ ngày gặp nhau trong lòng mỗi người đều yêu thích đối phương nhưng không dám nói ra. Nghe Cả Nhạc tuyên bố, cả hai vừa mừng vừa thẹn, Bùi Thị Xuân vội đứng lên cúi đầu chạy nhanh ra ngoài. Trần Quang Diệu đến một lúc sau mới hết thẹn, chắp tay xá Nguyễn Nhạc:

- Đa tạ anh Cả đã chu toàn.

Nhạc cười:

- Không cần đa lễ. Anh thu xếp lên đường ngay đi. Phải có mặt hôm khao quân đó nhé. Cả anh Lộc và cô Hương, anh Tuyết và cô Lan nữa, chúng ta mừng hỉ sự cho ba người cùng một lúc.

Nguyễn Văn Lộc và Nguyễn Văn Tuyết mừng rỡ nói:

- Cảm ơn sự quan tâm của anh Cả.

Sắc mặt Lý Văn Bưu bỗng đỏ gay, lên tiếng:

- Anh Cả đã làm mai cho ba người thì xin ra ơn giúp cho em luôn thể.

Mọi người đều ngạc nhiên nhìn Lý Văn Bưu. Nhạc cười ha hả hỏi:

- Chú cũng muốn cưới vợ luôn phải không? Là đám nào vậy? Tôi đã lỡ lãnh tiếng ngu thì ngu luôn thể cho xong.

Bưu nói nhỏ:

- Dạ, tiểu thư nhà họ La ở Phù Cát.

- Tưởng ai xa lạ. La Xuân Kiều với tôi là chỗ bạn thân. Được, tôi sẽ giúp chú. Muốn làm cùng một lúc hay là chậm lại mai mốt?

Bưu ngập ngừng:

- Chỉ sợ … anh Cả không có thời gian lúc này.

- Không sao. Tôi cũng đang muốn gặp La Xuân Kiều để mời về trên này tụ nghĩa. Một công hai chuyện, mai tôi sẽ đi.

Lê Văn Hưng nói:

- Em sẽ đi cùng anh Cả cho an toàn, nhơn tiện trên đường về em muốn ghé Kiên Dõng đón mẹ lên luôn thể.

Quang Diệu vỗ vai Lý Văn Bưu:

- Đó nhé, cười người hôm trước hôm sau người cười là vậy đó.

Mọi người đều vui mừng vì đại hỷ sự này.

*

Trước hôm khao quân, ông bà Bùi Đắc Chí, cha mẹ của Bùi Thị Xuân cùng hai người chú nàng là Bùi Văn Nhựt, Bùi Đắc Tuyên, vợ chồng La Xuân Kiều và tiểu thư La Bích Ngọc đã có mặt ở An Khê chuẩn bị cho hỷ sự. Đến trưa Trần Quang Diệu trở lại cùng hai người anh và một người thanh niên trẻ, nét mặt phương phi, tướng mạo đường đường. Diệu giới thiệu hai anh mình với Nguyễn Nhạc xong nói:

- Em giới thiệu anh Cả một vị anh hùng, coi như đền ơn ông mai.

Nhạc nhìn chàng thanh niên thầm khen trong bụng, hỏi:

- Là ai đây? Nhìn tướng cách, biết ngay anh hùng xuất thiếu niên.

Diệu đáp:

- Vũ Văn Nhậm, vốn là thuộc tướng của trấn thủ dinh Quảng Nam nhưng vì bất mãn quan trên nên bị bắt tội, bỏ trốn vào Quy Nhơn. Đến Phù Ly nghe có lão thổ hào ức hiếp con gái nhà lành, nổi giận giết chết, đang định trói mình nộp lên huyện thì gặp em. Em biết được bèn mời chàng ta về với Tây Sơn.

Nhạc mừng rỡ bước tới vịn vai Vũ Văn Nhậm nói:

- Tây Sơn may mắn được tráng sĩ theo về. Từ nay anh làm việc bên cạnh tôi, chúng ta đồng tâm hiệp lực mưu cầu hạnh phúc cho muôn dân.

Vũ Văn Nhậm cúi đầu bái tạ:

- Tiếng đồn Tây Sơn đãi sĩ chiêu hiền quả không ngoa. Vũ Văn Nhậm này nguyện theo dưới cờ, dẫu chết không từ để đền ơn tri ngộ.

Hôm sau nhóm người của Nguyễn Thung đã lên đến. Phạm Ngạn trước đó đã cho lập ở giáo trường ba khán đài có mái che, khán đài ở giữa cao hơn để quan khách ngồi xem duyệt binh, hai cái hai bên thấp hơn, để cho những người thân của các tướng lãnh. Trên khán đài, Nguyễn Nhạc ngồi giữa, bên trái có Giáo Hiến, bên phải có Nguyễn Lữ. Vũ Văn Nhậm, Ngô Văn Sở và Võ Đình Tú đứng vòng tay hầu phía sau. Tiếp theo, bên tả làm nhóm Nguyễn Thung, Huyền Khê, Lý Tài, Tập Đình, Nữ chúa Thị Hỏa và bốn anh em Châu Văn Tiếp. Bên hữu dành cho các tộc trưởng các tộc thiểu số vùng An Khê theo về với Tây Sơn.

Đúng giờ Ngọ, từ phía cuối giáo trường bỗng vang lên một hồi trống trận. Tiếng trống nghe hào hùng như tiếng sấm nổ vang, thúc giục lòng người. Đội kỵ binh của Lý Văn Bưu xuất hiện đầu tiên. Bốn trăm con ngựa cao lớn đồng loạt phi nước đại qua một quảng đường dài mà đội hình vẫn giữ nguyên không hề thay đổi, chứng tỏ cách điều khiển ngựa hết sức tài tình của các kỵ sĩ. Lý Văn Bưu và hai người khác phóng ngựa đi đầu, hai kỵ sĩ hai bên tay cầm hai lá đại kỳ đỏ chói có thêu chữ Tây bên phải và chữ Sơn bên trái, hai lá đại kỳ bay phần phật trong gió. Đoàn kỵ mã đang phi rầm rập với tốc độ kinh hoàng nhưng khi đến trước khán đài bỗng nhiên đồng loạt đứng yên lại. Bốn trăm con ngựa cất tiếng hí vang, tám trăm chiếc vó trước đồng cất cao trông hết sức ngoạn mục. Các kỵ sĩ vẫy tay chào quan khách trên khán đài, sau đó phóng nhanh về phía cuối giáo trường. Cũng may đêm qua có cơn mưa nhẹ, nếu không với cách dừng ngựa kiểu đó, cả giáo trường bụi đất sẽ phủ mờ.

Khi đoàn kỵ mã phóng trở lại họ đi theo hàng một, mỗi kỵ sĩ đã có trong tay một cây cung, đến trước khán đài, ở phía xa trước mặt đã cắm sẵn một dãy trụ bia nhỏ vẽ những vòng tròn với hồng tâm ở giữa. Đoàn kỵ mã đang lao đi vun vút, các kỵ sĩ trên lưng ngựa dương cung lắp tên bắn vào những hồng tâm. Ba trăm mũi tên xé gió cắm vào những tấm bảng không lệch một mũi tên nào. Từ vị trí ngựa đang phóng đến trụ hồng tâm, khoảng cách ít nhất hai mươi trượng (hơn 100m), ba trăm kỵ sĩ đã không bắn hụt một mũi tên nào, quả là một điều hiếm thấy xưa nay. Đến lượt một trăm kỵ mã sau cùng, họ dùng một loại nỏ liên châu, mỗi phát bắn ra được năm, sáu mũi tên, tuy ngựa đang phi với một tốc độ lớn, những mũi tên liên châu được họ bắn ra cũng chẳng trược ra ngoài bia mũi nào. Cả khán đài và những người đang xem duyệt binh đều đồng loạt vỗ tay tán thưởng vang động cả giáo trường.

Đoàn quân khinh kỵ vừa rút đi, một hồi trống trận thứ hai lại vang lên, đội Tượng binh mười con do Bùi Thị Xuân chỉ huy tiến tới trước khán đài, mỗi con voi do một nữ binh ngồi trên lưng điều khiển. Hai vị nữ tướng trên mình hai con voi đi kế sau Bùi Thị Xuân chính là Bùi Thị Lan và Trần Thị Lan. Đi sau đàn voi là một toán nữ binh một trăm người, vũ khí sáng giới, dẫn đầu là hai bé gái chừng mười hai, mười ba mặc võ phục. Đàn voi chiến đến trước khán đài, Bùi Thị Xuân bỗng hét to một tiếng, mười con voi đồng loạt quỳ xuống. Một tiếng hét nữa vang lên, đàn voi đồng loạt đứng lên, sau đó theo hiệu cờ trong tay Bùi Thị Xuân, mười nữ binh điều khiển voi đi theo những thế trận rất ngoạn mục, cuối cùng Bùi Thị Xuân lại phất cờ và hét lớn một tiếng, mười con voi bỗng vùng lên phóng chạy nhanh về phía cuối giáo trường, toán nữ binh rầm rập chay theo, trong sự kinh ngạc tột cùng của bao nhiêu người đang hiện diện.

Nhạc quay sang hỏi Lữ:

- Hai cô bé đi đầu con cái nhà ai vậy?

Giáo Hiến đáp thay:

- Cô bé bên phải lúc nãy là Nguyễn Thị Dung, em của Nguyễn Văn Xuân. Cô bên trái là Huỳnh Thị Cúc, em của Huỳnh Văn Thuận, cả bốn đều ở Quảng Ngãi. Xuân và Thuận đều là những người có tiếng ở Quảng Ngãi, họ hứa sẽ theo về với Tây Sơn khi nào chúng ta xuống đồng bằng. Đầu năm nay Xuân và Thuận có đưa hai cô gái vào xin theo học với tôi nhưng tôi không nhận học trò nữ nên giới thiệu lên cô Xuân. Cả hai tuy còn nhỏ nhưng căn bản văn, võ khá vững vàng, rất có triển vọng trong tương lai.

Đoàn Tượng binh vừa khuất dạng, đội Hỏa quân ba trăm người của Nguyễn Văn Lộc ào ào chạy tới với một tốc độ rất nhanh, họ dàn hàng ngang mười người, hàng trước cách hàng sau vài mươi thước. Trên tay họ cầm một loại vũ khí trông lạ mắt, vừa nhọn như cây giáo cán dài, lại có cả lưỡi câu liêm, thêm một sợi dây cột một đoạn lao ngắn vào cán giáo, đầu lao lại có một chùm như bùi nhùi. Khi đoàn hỏa quân đến trước khán đài, Nguyễn Văn Lộc vẫy tay chào Nguyễn Nhạc, sau đó phất cây cờ đỏ trong tay, hai người đi sau Lộc liền đốt hai trái hỏa pháo quảng ra xa. Hai tiếng nổ lớn vang lên khiến mọi người giật mình. Liền sau hai tiếng nổ, những người đi ở mé ngoài của từng hàng quân liền châm lửa vào cái bùi nhùi đầu ngọn lao, ngọn lửa vừa bốc cháy, người thứ hai liền mồi vào đầu cây của mình, sau đó mồi cho người thứ ba, cứ như vậy chỉ thoáng chốc, ba trăm cái bùi nhùi đều bốc cháy. Nguyễn Văn Lộc lại đưa cao cây cờ trong tay phất mạnh một cái, tức thì ba trăm cái bùi nhùi và đoản côn trong cây giáo bỗng bay vụt tới trước, sau một tiếng "tách" vang lên từ chiếc cò lẩy trên cán giáo, những hạt dầu rái ở đầu bùi nhùi đang cháy bắn ra tung tóe. Những hạt lửa bay ra mang theo mùi khét lẹt của dầu rái cùng khói dầu bốc lên tạo ra một khung cảnh vừa uy mãnh vừa khủng khiếp. Châu Văn Tiếp đang ngồi xem bỗng cất tiếng hỏi:

- Loại vũ khí gì mà ghê gớm quá vậy Cả Nhạc?

Nguyễn Nhạc mỉm cười, mặt không dấu được vẻ đắc ý, đáp lớn cho mọi người cùng nghe:

- Đó là Hỏa Hổ. Nó vừa có công dụng đánh trận, đốt địch ở tầm xa, lại có thể leo thành vượt lũy. Một sáng kiến mới của anh em thợ rèn Tây Sơn đó.

Nguyễn Thung nói, giọng kinh khiếp:

- Loại vũ khí này nếu có nhiều thì chiến trường nào mà không đánh thắng, quân địch nào mà không thảm bại.

Nguyễn Nhạc nói:

- Chúng tôi đang cố gắng chế tạo thêm nhưng không đủ nguyên vật liệu. Không dễ làm đâu.

Đoàn Hỏa quân vừa rút lui thì tiếng trống trận lại vang lên dồn dập, vang động cả thao trường. Toán bộ binh ba ngàn người vừa Kinh, vừa Thượng hùng dũng tiến tới theo nhịp trống. Đại quân chia làm ba toán, tiền quân có Nguyễn Huệ, Nguyễn Văn Tuyết và A Phàm của tộc

Sẻ Đăng cưỡi ngựa đi đầu, khi đến gần khán đài, Nguyễn Huệ tách ra, hướng về một chiếc đài cao, nhảy xuống ngựa rồi bước lên đài, tay cầm một lá cờ lệnh, thanh kiếm lệnh dắt bên hông trong thật oai phong. Toán trung quân có Trần Quang Diệu cưỡi ngựa đi đầu, hậu quân do Lê Văn Hưng, Nguyễn Văn Kim điều khiển. Khi cả đại quân đã dàn ngang trước vùng khán đài, Nguyễn Huệ tay cầm cờ lệnh phất lên, ba ngàn nghĩa quân theo hiệu cờ mà di chuyển, tạo thành những thế trận khác nhau, biến đổi từ Phương trận sang Viên trận, rồi trở thành Trường xà trận, Bát môn kim tỏa trận... thiên hình vạn trạng. Điều khiển cho số người quan sát kinh ngạc và thán phục nhất là ba ngàn con người dưới kia, từ động tác đến tiếng hô đều đồng nhất y như một. Châu Doãn Chữ buộc miệng khen:

- Nguyễn Huệ điều binh khiển tướng không khác gì các danh tướng thuở xưa ghi trong sách vở. Đời tôi được chứng kiến cảnh tượng này phải nói là một dịp may hãn hữu.

Lý Tài ngồi bên cũng lên tiếng khen:

- Hàn Tín ngày xưa luyện binh chắc cũng như thế này thôi.

Nguyễn Nhạc cười ha hả nói:

- Cảm ơn các vị quá khen. Đây chỉ là một đạo binh nhỏ nên mới được vậy mà thôi.

Doãn Chữ là người am hiểu binh pháp nên nói:

- Không hẳn thế. Điều binh ăn thua ở cái uy và tài trí của người chủ soái, một vạn cũng vậy mà trăm vạn cũng vậy, bậc thần tướng trong thiên hạ coi như nhau. Nguyễn Huệ, theo tôi, có đủ khả năng này.

Phía bên khán đài thấp hơn, ba cô gái Ngọc Lan, Liên nhi, Út Hương đang ngồi với nhau theo dõi duyệt binh. Liên nhi nói nhỏ:

- Chị Hương coi anh Lộc kìa, thật là một trang hổ tướng. Chị có một đấng trượng phu như thế thật không bỏ công giấu rượu cho chàng đó nhé. Sau duyệt binh là phải nhanh chân về nhà sửa soạn cho tối tân hôn.

Út Hương đỏ mặt vì sung sướng nói:

- Chị Liên ghẹo em hoài.

Liên nhi cười nói:

- Cả chị Ngọc Lan nữa, xem con người anh Huệ trước thiên binh vạn mã oai phong như thế mà gặp chị thì cứ như chú thỏ đế, nói chẳng nên lời. Hi… hi…

Ngọc Lan cả thẹn dùng cùi chỏ thúc nhẹ vào hông Liên nhi:

- Chị chỉ khéo tài chọc ghẹo thiên hạ mà thôi. Em để ý khi anh Huệ đứng trên kỳ đài điều khiển ba quân, ánh mắt của chị mới say đắm làm sao ấy.

Liên nhi đỏ mặt chối:

- Làm gì có, chị đừng suy bụng ta ra bụng người.

Út Hương mỉm cười chồm tới giữa hai người thầm thì:

- Trai năm thê bảy thiếp, em thấy hai người về sống chung một nhà là hay nhất, khỏi cãi nữa.

Hai cô gái nghe nói thẹn quá cùng đấm túi bụi vào lưng Út Hương.

Buổi chiều hôm đó Tây Sơn mở tiệc khao quân vừa mừng chiến thắng đầu tiên vừa mừng hỷ sự của bốn vị tướng chỉ huy. Rừng Tây Nguyên đêm đó vui như mở hội. Tiếng cồng, tiếng chiêng vang động núi rừng, các cô sơn nữ và trai bản làng múa hát suốt đêm. Suốt thời gian đó Nguyễn Nhạc không hề đá động đến việc hợp tác với các thủ lãnh các nhóm khác. Hôm sau, lúc tiễn khách ra về, Nhạc nói với Nguyễn Thung và Huyền Khê:

- Tôi cần một thời gian nữa để chuẩn bị binh mã, vũ khí, hai ông về dưới đó tích trữ lương thảo và khí tài. Nhất là việc trợ giúp muối và đồ biển khô lên cho chúng tôi, Phạm Ngạn sẽ liên lạc với các ông. Ngày tôi kéo quân xuống Tây Sơn hạ sẽ thông báo cho hai ông hay.

Đúng như dự đoán của Nhạc, hai người vâng dạ không ngớt miệng. Quay sang Lý Tài và Tập Đình, Nhạc tươi cười nói:

- Nhị vị tướng quân đang có trong tay hai đạo quân thiện chiến, Tây Sơn rất cần sự giúp đỡ của nhị vị. Mong sự hợp tác của chúng ta mãi tốt đẹp.

Lý Tài ôm quyền đáp:

- Ông Cả an tâm mà chuẩn bị, anh em chúng tôi sẵn sàng.

*

Mùa đông năm đó, khí trời vùng núi rừng An Khê rất lạnh, chứng ho của bà Giáo bấy lâu, nay trở nên trầm trọng hơn khiến bà ngày càng suy nhược. Đôi khi bà ho ra máu, Giáo Hiến biết vợ mình đã mắc chứng lao phổi, nhưng điều kiện thuốc men ở núi rừng chỉ cho phép ông điều trị vợ mình một cách cầm chừng. Trong lòng ông rất lo nhưng ngoài mặt cố giữ sự bình thản. Hàng ngày ngoài việc thỉnh thoảng giúp Nhạc và Huệ một số ý kiến, ông dạy học cho đám đông học trò ở trại. Nhạc cho mở lớp học này để lớp nhỏ con của anh em nghĩa binh và bà con có chữ nghĩa và võ nghệ sau này ra giúp cho phong trào. Hoàng Nhi cũng được Tín Nhi gởi theo học với Giáo Hiến. Cha nó lúc trước là thầy đồ ở Bồng Sơn, bởi vậy nó và Phạm Công Trị, con của chị Tư Hoa, cháu gọi Nguyễn Nhạc bằng cậu, là hai đứa trẻ giỏi nhất trong đám học trò vùng Tây Sơn thượng.

Trong khi Nguyễn Huệ mãi mê tập luyện binh sĩ rất ít khi ghé thăm bà Giáo thì Trần Lập, vì lo việc quân nhu có hơi rảnh rang nên năng tới lui thăm hỏi, mỗi lần ghé thăm lại mang theo đủ thứ vật dụng đến biếu xén. Tính tình Lập lại vui vẻ hoạt bát nên mỗi lần có mặt anh ta, không khí nhà Giáo Hiến vui nhộn hẳn lên, do vậy mối giao tình giữa Lập và gia đình Giáo Hiến ngày càng gần gũi hơn, nhất là bà Giáo. Một hôm chỉ có Ngọc Lan bên giường bệnh, bà Giáo cầm tay con gái nói:

- Mẹ e rằng sẽ không qua khỏi cơn bệnh hiểm nghèo này. Điều mẹ boăn khoăn nhất là việc chung thân của con.

Ngọc Lan nói:

- Mẹ an tâm dưỡng bệnh, lo làm gì đến việc ấy cho hao tổn tinh thần. Con chưa nghĩ đến chuyện lập gia đình đâu.

Bà Giáo mỉm cười:

- Con cũng giống mẹ thuở còn con gái. Lúc anh Cả nói tới chuyện hôn nhân với cha thì cứ lắc đầu nguầy nguậy, trong khi lúc nào tâm trí cũng nhớ đến cha con.

Ngọc Lan mỉm cười:

- Vậy là mẹ lãng mạn hơn con rồi. Con không có ai để

nhớ hết.

Bà Giáo vỗ nhẹ vào bàn tay con gái:

- Cô qua mắt được mẹ cô sao? Thú thật đi, giữa Huệ và Lập, cô nghĩ đến ai nhiều hơn?

Mặt Ngọc Lan đỏ bừng lên vì thẹn:

- Mẹ hỏi kỳ quá. Con không nghĩ đến ai hết.

Bà Giáo thở dài, giọng nặng nhọc:

- Bác Cả Hồng Liệt của con, người mẹ xem như cha nuôi, cũng chỉ vì chuyện đấu tranh mà chết thảm ở chiến trường. Nay cha con lại đi theo con đường đó, mẹ rất lo. Anh hai con và hai em, chúng là con trai, có vùng vẫy trong cuộc đời cũng là điều dễ chấp nhận. Nhưng con là con gái, mẹ chỉ mong con có một mái ấm gia đình, một mái gia đình không gặp nhiều sóng gió trong thời buổi loạn lạc này. Con hiểu ý mẹ không?

Ngọc Lan cúi đầu thở nhẹ:

- Con chỉ mơ hồ hiểu.

- Con thương thằng Huệ, con cũng có cảm tình với thằng Lập, mẹ biết rõ điều này. Huệ là người có đại chí, suốt đời nó sẽ hiến dâng cho công cuộc đấu tranh chưa biết bao giờ kết thúc này. Huệ là con người của thời cuộc, của thiên hạ rộng lớn, không phải của gia đình nhỏ, không phải của con. Mẹ chỉ có bấy nhiêu để nói với con, suy nghĩ cho kỹ đừng để sau này đau khổ.

Ngọc Lan ngồi im lặng, hai hàng nước mắt từ từ chảy xuống đôi má. Bà Giáo âu yếm đưa bàn tay yếu ớt vừa húng hắn ho vừa lau nước mắt cho nàng.

Cuối đông năm đó, bà Giáo qua đời.

Một buổi chiều gió rừng lạnh buốt, Ngọc Lan đang ngồi lặng lẽ một mình bên mộ mẹ, tâm hồn lơ đãng tận đâu đâu với bao nhiêu ý tưởng quay cuồng trong đầu, đến khi Nguyễn Huệ đem hoa đến đặt lên mộ bà Giáo nàng mới giật mình trở về thực tại. Huệ ngại ngùng nói:

- Tình cờ đem hoa viếng cô giáo, không ngờ gặp Lan ở đây. Gió lạnh quá, cẩn thận nếu không sẽ bị cảm lạnh.

Nói xong chàng cởi chiếc áo khoác, e dè choàng lên vai Ngọc Lan. Nàng ngồi yên lặng để Huệ khoác áo cho mình:

- Cảm ơn anh Huệ.

- Tôi thật có lỗi với cô, những ngày tháng cô bệnh, bận bịu quá nên không đến thăm được. Điều này khiến tôi áy náy mãi trong lòng.

Lan nói, giọng như hờn dỗi:

- Anh Huệ là người chỉ huy của phong trào, chuyện anh bận bịu là lẽ thường, ai cũng hiểu mà.

- Không phải Lan đang trách tôi đó sao?

- Lan đâu có trách anh. Trái lại còn rất thông cảm cho anh nữa.

- Xin lỗi. Nhưng tôi lại cảm giác trong giọng nói buồn buồn của Lan như có điều trách móc.

- Anh an tâm để lo công việc. Chỉ vì Lan không thích không khí ở đây. Lạnh lẽo, u buồn, sặc mùi chiến tranh. Lan thật muốn trở về ngôi trường ở An Thái. Ở đó ấm áp biết bao.

Huệ thở dài:

- Trong thâm tâm tôi cũng có ý muốn như Lan vậy, nhưng..

- Nhưng anh bây giờ đã trở thành con người của thời cuộc, của thiên hạ rồi. Thân của anh bây giờ bất do kỷ rồi phải không?

Huệ im lặng một lúc lâu mới nói:

- Biết làm sao được. Điều này Lan hiểu mà, phải không?

- Lan hiểu. Bởi hiểu như vậy nên Lan càng chán ghét nơi này.

Huệ hiểu ý tứ trong câu nói của nàng, trong lòng chợt dâng lên một cảm giác ấm áp. Chàng dè dặt đặt bàn tay mình lên bàn tay của Lan đang để trên đầu gối nàng. Lan giật mình rút vội tay về. Nàng bỗng nhớ lại lời nói của mẹ hôm trước nên cúi đầu nói nhỏ:

- Đừng anh Huệ.

Rồi nàng khóc. Huệ có cảm giác như mọi thứ trong đầu, trong cơ thể chàng đều vụt thoát ra ngoài. Tất cả con người chàng bỗng trống không, một sự trống rỗng tối đen. Cả hai cùng yên lặng, mỗi người đeo đuổi những ý tưởng đang xáo trộn trong đầu mình. Lâu lắm Huệ mới lên tiếng:

- Tôi đưa Lan về, sương chiều rừng núi độc lắm.

Họ lặng lẽ đi về, mỗi người trĩu nặng trong lòng một khối u sầu. Họ bước song đôi nhưng giữ một khoảng cách ở giữa khá lớn. Sau một hàng cây, đôi mắt của Liên nhi sáng lên một ánh nhìn đầy hy vọng. Khoảng không gian cách biệt giữa Lan và Huệ chính là khoảng trời hy vọng của nàng. Liên nhi tựa lưng vào thân cây, nhắm mắt thầm ao ước cho khoảng không gian kia cứ mãi lớn lên, tách hai người họ ra xa, thật xa.

*

Huệ tiễn Ngọc Lan về gần đến nhà thì chia tay nàng, ghé thăm chị Da Đố vừa lúc Liên nhi từ ngoài về. Liên nhi gặp Huệ mừng rỡ reo lên:

- Kìa anh Huệ! Lâu lắm không thấy anh ghé thăm chị Da Đố và em? Anh bận lắm phải không? Chao ơi! Hôm duyệt binh trông anh mới oai phong làm sao!

Huệ mỉm cười, chàng cảm thấy thật thoải mái khi gặp Liên nhi, cảm giác nặng nề lúc nãy khi đi bên Ngọc Lan vụt biến mất:

- Ừ. Dạo này anh bận lắm, em sống với chị Da Đố vui vẻ chứ?

- Dạ. Chị Da Đố tốt với em lắm. Em và chị Hương vợ anh Lộc đang phụ chị ấy coi sóc cánh đồng ở rừng Mộ Điểu.

- Vậy là anh an tâm. Anh chỉ sợ em lẻ loi một mình sẽ buồn chán.

Liên nhi cười thật tươi:

- Cảm ơn anh, em lúc nào cũng có thể tìm thấy niềm vui quanh mình. Anh đừng lo. Nhưng mà…

- Nhưng mà sao?

- Chị Da Đố nói, lúc này có chị Cả Huệ lên đây, chị ấy định hỏi anh Cả dời nhà xuống Mộ Điểu. Vậy là em phải đi theo chị ấy rồi.

- Em muốn ở lại đây phải không?

Liên nhi cúi đầu đáp nhỏ:

- Dạ…nhưng…

- Nhưng sao?

- Nhưng… ở đây với ai?

- Để anh hỏi anh Cả cho em ở lại căn nhà này. Em có tài đánh đàn, có thể ở đây dạy cho Thọ Hương và Thảo Hương cùng những đứa trẻ khác. Thỉnh thoảng các em ca hát giúp vui cho bà con ở đây cũng là việc hay đấy chứ.

Liên nhi mỉm cười, nheo mắt nhìn Huệ:

- Rồi ai nuôi cơm em?

- Anh. Anh sẽ chia phần lương thực của anh cho em. Được chứ?

- Được chứ sao không. Như lúc trước chúng ta cũng đã từng chia cơm cho nhau vậy đó. Thọ Hương và Thảo Hương là ai vậy anh?

- Là hai đứa con gái lớn của anh Cả, thằng Bảo là út. Chị Da Đố có nhà không? Chừng nào chị ấy dời xuống dưới kia?

- Chị ấy đang ở trong bản. Nghe nói sắp rồi. Anh Huệ này. Sao em không thấy anh có nhà riêng cho mình? Anh là thủ lĩnh mà?

Huệ cười:

- Anh sống trong trại với anh em cho vui. Anh muốn chia sẻ mọi thứ với họ một cách đồng đều, bình đẳng, trong sinh hoạt cũng như trong luyện tập.

- Nhưng em nghĩ người thủ lĩnh phải có chút ưu tiên hơn chứ?

- Chúng ta còn đang trong thời kỳ chuẩn bị, chưa có thành quả gì mà đã đòi hưởng thụ, làm sao anh em họ nghe mình. Hơn nữa, anh không nghĩ đến việc phải được ưu đãi hơn anh em, dù là sau này. Bình đẳng, đó là lý tưởng của anh và của phong trào.

Liên nhi cười tinh nghịch:

- Trời ơi! Vậy mà anh đòi chia phần cơm cho em thì cả hai chỉ có chết đói.

Huệ vui lây với câu nói này, chàng nói:

- Thôi để anh nói anh Bảy cấp phần lương thực cho em vậy. Coi như là trả công cho cô trưởng ban văn nghệ của trại.

Liên nhi nói như đùa, như thật:

- Em đùa cho anh vui thôi. Em muốn được lãnh phần cơm của anh chia cho hơn.

- Vậy thì rán chịu bữa đói bữa no nhé. Thôi em vào nhà đi, anh phải đi tìm Tín Nhi có việc.

Họ chia tay nhau. Huệ về trại mới biết Tín Nhi vừa cưỡi ngựa đi ra ngoài, chàng bèn lên ngựa phóng đi tìm. Hoàng hôn đã buông xuống, ánh trăng rằm tháng Chạp vừa nhú lên ở phương Đông soi sáng cả núi rừng cô tịch. Tín Nhi đang ngồi một mình bên vực Trầm Hương uống rượu ngắm trăng lên. Huệ xuống ngựa đến ngồi bên bạn:

- Ta tìm ngươi trong trại không thấy, biết ngươi đang ở đây. Lại nhớ tới cô bé Hoài Quân bên dòng sông Vàm Cỏ à?

Tín Nhi vẫn nhìn ánh trăng lung linh trên mặt vực, đưa bầu rượu cho bạn đáp:

- Nhớ thì ít mà lo thì nhiều.

Huệ đưa bầu rượu lên nốc một hơi dài, thở khà một tiếng hỏi:

- Lo cái gì?

- Lo cho cô bé cứ phải hàng ngày ra bờ sông chờ ta vẫy chiếc khăn đỏ này.

Tín Nhi rút chiếc khăn đỏ quấn quanh cổ ra, đưa cho Huệ coi. Nói tiếp:

- Trong cách nói của Hoài Quân ta có cảm giác là cô bé ấy nhất định sẽ làm theo lời nói. Bởi vậy ta cứ lo cho sự hoài công của nàng.

- Vẫn chưa có việc gì ở trong Nam để ngươi vào. Ngươi chịu khó bớt lo đi vậy.

- Ta biết.

- Đội thám báo và truyền tin của ngươi ra sao rồi?

- Hơn trăm người rồi. Ta đang ráo riết luyện tập cho họ.

- Con số đó còn ít lắm.

- Ta biết. Trong thời gian tới khi tiếp nhận người mới lên, ngươi tuyển thêm cho ta. Nguyên tắc của đội thám báo là hoạt động âm thầm, càng ít người biết càng tốt. Trừ những thủ lĩnh.

- Ta biết. Trước mắt ta sẽ cố gắng tuyển cho ngươi ít nhất năm trăm người nữa. Có như vậy mới đủ lực lượng cung ứng kịp thời cho hoạt động của phong trào khi nó lớn mạnh.

- Ngươi và anh Cả đã có dự tính lúc nào xuống núi

chưa?

- Theo ta thì Tây Sơn phải có trong tay ít nhất năm nghìn nghĩa quân được luyện tập vững vàng mới khởi sự được. Sau đó khi chiếm vùng đất nào, ta mộ lính thêm ở vùng đó. Có lẽ phải đến sang xuân năm tới. Bởi vậy đội của ngươi phải bắt đầu hoạt động vào trước thời điểm đó.

- Càng thận trọng càng đỡ sơ xuất. Ngày trước, Truông Mây vì vụ đốt phủ Quy Nhơn nên can qua dấy động sớm khi phong trào chưa đủ lực. Thất bại phần lớn là do vậy.

- Đó là bài học quý giá cho Tây Sơn. Ta định ngày mai sẽ họp hết các chỉ huy cùng với thầy bàn về việc thống nhất cách luyện tập cho nghĩa quân, ngươi muốn tới dự không?

- Ta càng ít xuất hiện càng có lợi hơn cho ngươi sau này.

- Cũng được. Về việc huấn luyện anh em thám báo, ngươi cần ta giúp gì không?

- Sư phụ ta và thầy ngươi sở học căn bản giống nhau, nhưng nếu ngươi có thời gian đến giúp ta một số ý kiến cũng được.

- Ta sẽ thu xếp.

- Mai này ta sẽ phải bôn ba đây đó vì công việc, Hoàng Nhi giao lại cho ngươi nhé. Ngươi ráng đào tạo, nó sẽ là một thuộc tướng giỏi dưới tay ngươi.

- Ta sẽ chăm sóc nó thay ngươi. Nghe thầy khen nó và thằng Trị con chị Tư của ta lắm.

- Ta chưa gặp qua chị Tư ngươi.

- Chị Tư Hoa là vợ anh Sáu Bá, em của anh Năm Ngạn,

người biết Năm Ngạn rồi phải khổng? Họ Phạm nhà anh
Năm Ngạn rất thân với nhà ta. Thằng Phạm Công Trị là
con trai lớn của chị Tư. Chị Tư lấy chồng rất sớm nên
thằng Trị chỉ nhỏ hơn ta vài tuổi, ngươi gặp nó sẽ rất ngạc
nhiên.

- Vì sao?

- Vì nó giống ta như hệt. Cậu cháu mà như anh em sinh
đôi vậy.

Tín Nhi bỗng hỏi:

- Chuyện của ngươi và Ngọc Lan thế nào rồi?

Huệ nhặt một viên sỏi ném xuống mặt vực nước, ánh
trăng loang ra theo những con sóng. Chàng thở dài:

- Chẳng thế nào cả. Lo công việc trước đã, chuyện ấy
cứ thả mặc cho tự nhiên.

Hai người im lặng chia nhau bầu rượu cho đến cạn sạch
mới trở về.

*

Hôm sau Huệ mời các thủ lĩnh Tây Sơn đến thăm Giáo
Hiến. Chàng thưa với thầy:

- Con có ý định tinh lọc, đúc kết và hệ thống tất cả các
môn võ của các phái lại thành những bài học từ căn bản
đến cao cấp để huấn luyện cho nghĩa quân. Theo thầy việc
này có nên không?

Giáo Hiến đáp:

- Việc này vừa rất cần thiết cho việc huấn luyện, vừa có
lợi cho nền võ thuật dân tộc. Điều lo ngại duy nhất là từ
lâu, phái nào, nhà nào, cũng muốn giữ riêng tuyệt nghệ
của mình, không muốn phổ biến cho đại chúng. Việc anh

làm chỉ sợ đụng chạm đến họ.

Huệ nói:

- Tính tư hữu, cục bộ đó từ lâu đã làm cho nền võ thuật nước nhà bị thui chột và chậm phát triển, lúc nước biến không đủ lực để chống ngoại xâm. Chúng ta phải vượt lên trên những tư hữu nhỏ nhen ấy mới mong nước nhà vững mạnh lên được.

Giáo Hiến nói:

- Đó là điều mong ước của đại đa số, nhưng thiểu số sở hữu những bí truyền vẫn không muốn để lộ ra cho người khác biết. Tâm lý của họ là lo sợ không còn tuyệt chiêu để tranh hơn thua với kẻ khác.

- Chúng ta làm việc này không phải cho một cá nhân hay một bang hội, mà là cho cả dân tộc, con tin sự đụng chạm kia dẫu có rồi cũng sẽ qua, các môn phái sẽ hiểu mục đích lớn của chúng ta.

Rồi chàng nhìn mọi người hỏi:

- Các anh ở đây mỗi người đều có tuyệt nghệ riêng, có sẵn sàng chia sẻ cho tất cả anh em nghĩa quân không?

Lý Văn Bưu lên tiếng:

- Sao lại không chớ. Anh Huệ cần gì cứ nói, tôi sẵn sàng.

Sáu người còn lại trong Thất Hổ tướng và Bùi Thị Xuân đều lên tiếng tán thành. Huệ nói:

- Như vậy thì chúng ta hãy bắt đầu từ các bài quyền và vũ khí độc môn của tám vị ở đây trước. Nhờ thầy và các anh chị đúc kết lại thành những bài học từ căn bản đến cao cấp để huấn luyện anh em.

Chàng ngừng lại một chút, thấy không có ai nói gì, bèn nói tiếp:

- Sau vụ Tín Nhi bị súng hỏa điêu bắn trúng, tôi giật mình nghiệm ra rằng, chiến tranh bây giờ không còn như xưa, một binh đội không nên phụ thuộc hoàn toàn vào viên tướng chỉ huy mà tất cả binh sĩ phải có khả năng tự chiến đấu, người tướng súy chỉ giữ vai trò điều động kế hoạch tác chiến. Thắng lợi của trận chiến phải dựa trên sự tài giỏi và lòng dũng cảm của những người lính.

Võ Đình Tú lên tiếng:

- Nói rất hợp ý tôi. Nếu chiến trận chỉ dựa vào vị chỉ huy, chẳng may bị đạn lạc chết, cả binh đoàn phải thua trận thì quá thất sách.

Huệ được Tú ủng hộ nên hăng hái nói thêm:

- Cho nên việc huấn luyện cho tất cả nghĩa quân có một trình độ võ công cao, có ý thức về chiến trận, nhất là lòng tin vào chiến thắng vững mạnh thì ra quân ta có thể nắm chắc phần thắng địch.

Tú nói thêm:

- Như vậy, vị chỉ huy không những võ nghệ phải cao cường mà còn phải tinh thông thao lược để lúc lâm trận phải biết tùy cơ ứng biến cho thích hợp với tình hình. Binh pháp nói tùy vào hình, thế mà đánh địch là như vậy.

Giáo Hiến gục gật đầu tỏ vẻ ngợi khen. Ông nói:

- Các ý kiến của anh Tú và anh Huệ rất đúng. Chúng ta phải làm việc từ dưới lên. Nghĩa là từng nghĩa binh phải giỏi để giúp cho các đội trưởng, từng đội trưởng phải giỏi để giúp cho binh trưởng v.v... Tổ chức được một quân đội như vậy thì chiến trường nào cũng có cách để đánh thắng, lại giảm thiểu tối đa sự sơ xuất của từng đơn vị tác chiến. Để làm được điều này trước hết chúng ta phải coi nhau như anh em, từ chỉ huy đến người lính, đặt công việc chung lên hàng đầu, danh dự cá nhân xuống thứ yếu. Thứ đến là phải chịu học hỏi, và siêng năng học tập, người tướng lĩnh có khi phải học ở người lính dưới quyền của mình.

Huệ thêm:

- Từ nay, mỗi đêm các cấp chỉ huy từ Tốt (100 người), Lữ (500 người) đến Sư (2.500 người) phải có một khắc học tập binh pháp, hai khắc học võ thuật, sau đó về dạy lại cho các anh em trong bộ phận của mình. Về binh pháp, anh Tú và anh Sở giúp tôi một tay, về võ thuật, các anh sau khi thống nhất với thầy xong, mỗi người đảm trách việc huấn luyện cho anh em của mình. Kỳ hẹn ba tháng sẽ có một lần tranh tài trong các binh chủng.

Quang Diệu nói:

- Tôi có biết bài quyền tên Ngọc Trản Ngân Đài của tộc họ Trương ở Phù Ly. Bài quyền này từ lời thiệu cho đến các thế đánh rất thích hợp để làm bài quyền nhập môn.

Giáo Hiến nói:

- Anh đọc bài thiệu và biểu diễn các thế cho chúng tôi xem.

Quang Diệu đứng lên bước ra chỗ trống, vừa đọc lời thiệu vừa ra thế:

Ngọc trản ngân đài

Tả, hữu tấn khai thập tự

Liên diệp liên hoa

Đả sát túc, tọa, hồi mai phục

Tấn đả tam chiến

Thoái thủ nhị linh

Hoành tả, tọa, bạch xà lan lộ

Hữu hoành sát thanh long biên giang

Phụ tử tương tùy

Hoành hữu, tọa, bạch xà lan lộ

Tả hoành sát thanh long biên giang

Phụ tử tương tùy

Hồi tàng địa hổ

Song phi, triển dực

Hạ bàn đoản đả

Hồi tiễn tọa khai cung

Huỳnh long quyển địa

Tấn đả song quyền

Hoành tả, phục hạc khai linh

Trực tiền quyển địa

Tấn đả song quyền

Hoành hữu, phục hạc khai linh

Trực tiền quyển địa

Tấn, đả song quyền

Hướng, hậu đả thập tự

Diện tý

Hồi, tẩu mã giang tiên

Bái tổ, lập như tiền

Quang Diệu đi dứt bài quyền, Giáo Hiến khen:

- Rất hay, vừa văn, vừa võ, lại mang tính chất đặc trưng của người Việt ta. Chọn bài này làm căn bản nhập môn là hợp cách nhất.

Huệ đề nghị:

- Xin thầy dịch lời thiệu ra tiếng Nôm ta cho anh em dễ nhớ. Về sau, mọi thứ con thấy ta nên lấy chữ Nôm làm căn bản cho đại chúng dễ hiểu thầy ạ.

Giáo Hiến nói:

- Ý hay. Tôi sẽ làm theo lời anh từ việc giấy tờ cho đến trong lớp học dạy bọn trẻ.

Huệ vội thưa:

- Tạ thầy.

Theo tinh thần đã bàn, nghĩa quân Tây Sơn từ chỉ huy xuống đến nghĩa quân đều gắng công rèn luyện võ nghệ và học hỏi binh pháp. Tuy Nguyễn Huệ không nói đến môn phái, bang hội, nhưng vô hình trung, võ Tây Sơn đã hình thành và lớn mạnh, góp phần to lớn trong việc phát huy nền Việt Võ Đạo từ đó về sau. Cũng từ đó trong giới võ lâm Đại Việt truyền tụng câu *"Đại Việt võ công xuất Tây Sơn"*.

Đến mùa thu năm Qúy Ty, 1773, Tây Sơn đã có một đội quân chủ lực đông hơn năm ngàn. Hôm Nguyễn Huệ tổng diễn tập ở luyện võ trường, Nguyễn Nhạc cùng Giáo Hiến và các tộc trưởng các tộc Tây Nguyên ngồi trên khán đài dự khán đã không tiếc lời khen ngợi trước sự dũng mãnh của ba quân cũng như tinh thần kỷ luật cao độ của họ. Nhạc cố nén niềm vui nói với Giáo Hiến:

- Với đoàn quân này, theo ý thầy đã đến lúc chúng ta khởi sự chưa?

Giáo Hiến đáp:

- Để chiếm lấy Quy Nhơn, Quảng Ngãi và Phú Yên thì được, nhưng muốn đủ lực chống đỡ quân Nguyễn ở cả hai mặt nam, bắc cần phải tuyển thêm nhiều quân lính nữa.

- Chúng ta chiếm đất đến đâu, mộ quân đến đó. Tôi dự trù để chú Huệ và vài tướng lãnh ở lại đây luyện quân, số còn lại bắt đầu khởi sự. Ý thầy thế nào?

- Tôi tán thành.

Nhạc mừng rỡ nói:

- Thầy đã đồng ý, ngày mai tôi sẽ cho mời bọn Nguyễn Thung, Huyền Khê về An Khê họp bàn để thống nhất kế hoạch tổng khởi nghĩa. Nhờ thầy đề xuất chiến lược ra quân và mục tiêu khởi nghĩa của phong trào.

Giáo Hiến nói:

- Việc này tôi đã có chủ kiến, ông Cả cứ tiến hành.

*****

HỒI THỨ SÁU

Chém Hắc xà quân Tây Sơn khởi nghĩa
Nhờ to gan Nguyễn Nhạc chiếm Quy Nhơn

Năm ngày sau buổi tổng diễn tập, tại gian phòng của bộ chỉ huy ở An Khê đã diễn ra một buổi họp với đông đủ các thủ lĩnh của phong trào gồm Nguyễn Thung, Huyền Khê, Lý Tài, Tập Đình, bà Chúa Thị Hỏa... cùng các thủ lĩnh của Tây Sơn. Anh em Châu Văn Tiếp đến giờ cuối đã cho người mang thư ra báo tin không thể có mặt trong lần họp này được. Nguyễn Nhạc hiểu rõ họ đang chờ xem Tây Sơn khởi sự thế nào mới tỏ rõ thái độ. Nguyễn Nhạc đưa mắt nhìn mọi người một lượt, sau đó từ tốn lên tiếng:

- Chắc các vị còn hiểu rõ hơn tôi về tình hình hiện tại của đất nước nên tôi không muốn nói thêm. Cá nhân tôi cho rằng thời cơ đã chín muồi để chúng ta khởi nghĩa. Để khỏi mất thời gian tôi xin đi thẳng vào vấn đề chính. Hôm nay tôi mời các vị lên đây không ngoài mục đích bàn bạc để đi đến sự thống nhất việc khởi nghĩa của phong trào. Các vị ai có cao kiến gì xin nêu ra để chúng ta cùng thảo luận.

Lời nói mở đầu vừa ngắn gọn vừa có tính khẳng định của Nguyễn Nhạc đã khiến cho bọn Nguyễn Thung không khỏi bỡ ngỡ. Sau một thoáng bối rối, Nguyễn Thung lên tiếng:

- Ông Cả đã có chủ kiến xin cứ nói ra, chúng tôi sẽ theo đó mà góp ý.

Nguyễn Nhạc nói:

- Đã vậy tôi xin phép được nêu ra mấy vấn đề chính để thảo luận:

Thứ nhất: Thời cơ đã chín muồi, ấn định ngày khởi nghĩa.

Thứ hai: Đề ra mục tiêu khởi nghĩa.

Thứ ba: Đề ra chiến lược khởi nghĩa.

Thứ tư: Nếu tất cả đồng ý các điều trên, chọn ra người thủ lĩnh của phong trào. Trước hết chúng ta bàn về thời cơ. Ai có ý kiến gì không?

Lý Tài lên tiếng:

- Tôi đồng ý. Đã đến lúc chúng ta khởi sự.

Nguyễn Thung và Huyền Khê cũng tỏ ý tán thành. Nguyễn Nhạc nói:

- Vấn đề thứ nhất đã xong. Tiếp đến vấn đề thứ hai, mục tiêu khởi nghĩa. Ai có cao kiến gì không? Ông Thung? Ông Huyền Khê?

Huyền Khê vội nói:

- Tôi xin lắng nghe.

Nguyễn Thung cũng nói:

- Tôi muốn nghe bên Ông Cả nói trước.

Nguyễn Nhạc vui vẻ quay sang Giáo Hiến:

- Đã vậy tôi xin mời thầy Giáo giúp cho.

Giáo Hiến sửa lại thế ngồi, giọng nghiêm trang:

- Các vị đã ủy thác, tôi xin mạn phép đưa ra ý kiến của mình để chúng ta cùng tham khảo. Tự cổ chí kim, tất cả các cuộc đấu tranh đều gói gọn trong hai vấn đề: Đấu tranh vì ai và đấu tranh với ai? Trả lời được hai vấn đề này, mục tiêu đấu tranh sẽ rõ ràng. Có mục tiêu rõ ràng, chúng ta mới có sách lược đấu tranh đúng đắn, từ đó giương cao lá cờ và hô to khẩu hiệu đấu tranh. Trước hết chúng ta hãy trả lời câu hỏi đấu tranh vì ai?

Nguyễn Thung đáp:

- Tất nhiên chúng ta vì những bà con nghèo khó.

Giáo Hiến mỉm cười nói:

- Rất đúng. Xin trả lời luôn câu hỏi thứ hai.

Nguyễn Thung cao hứng nói tiếp:

- Chúng ta đấu tranh với bọn cầm quyền của phủ chúa.

Giáo Hiến hỏi:

- Xin nói chi tiết hơn. Là phủ Chúa Nguyễn hay chỉ những kẻ cầm quyền thay chúa?

Tập Đình là người nóng nảy nên lên tiếng đáp thay:

- Là phủ chúa. Chúng ta phải tiêu diệt cái phủ chúa mục nát này đi.

Giáo Hiến đưa mắt dò xét phản ứng của những người khác. Tất cả im lặng, chứng tỏ sự đồng tình với Tập Đình. Giáo Hiến nói:

- Như vậy mọi người đều đồng ý mục đích cuộc đấu tranh này là vì đồng bào nghèo khó và phải tiêu diệt phủ Chúa Nguyễn, đúng không?

Tất cả lại im lặng. Trong thâm tâm mọi người chưa ai

dám tin hẳn vào thắng lợi của cuộc đấu tranh tiêu diệt phủ Chúa Nguyễn. Có lẽ họ nhìn lại lực lượng của phong trào và bề dày gần hai trăm năm của phủ chúa nên ngần ngại. Giáo Hiến đọc được ý nghĩ này của mọi người nên lên tiếng:

- Không có câu trả lời nghĩa là chúng ta chưa đủ tự tin. Xuống đường đấu tranh mà chưa đủ lòng tin sẽ cầm chắc sự thất bại. Tôi biết qúi vị đang so sánh về độ mỏng của lực lượng chúng ta và bề dày của phủ Chúa Nguyễn nên ngần ngại.

Nguyễn Nhạc biết Giáo Hiến quanh co như thế để bọn Nguyễn Thung không mặc cảm đang bị áp chế nên lên tiếng:

- Thầy Giáo đã từng ở Phú Xuân lại có bề sâu kiến thức xin nói rõ cho chúng tôi nghe, không cần e dè đón trước rào sau đâu.

Giáo Hiến nói:

- Không phải tôi e dè mà sự lo ngại của mọi người là chính đáng. Bề dày của phủ chúa đúng là một bức tường khó có thể đánh đổ vì nó đã được bốn chữ "ơn vua lộc nước" tô kín chung quanh như một lớp keo kiên cố. Bởi vậy, mục tiêu trước mắt của chúng ta không phải là đánh đổ phủ chúa mà chỉ tiêu diệt những kẻ đương quyền đang thao túng phủ chúa. Điều này dễ dàng hơn cho sự thắng lợi ở bước khởi đầu.

Nguyễn Thung nói:

- Xin phân tích rõ hơn.

Giáo Hiến nói:

- Tuy hiện nay mọi người đều oán hận ách thống trị của triều đình nhưng đại đa số kẻ sĩ chỉ nhắm vào những người đương chức, nói rõ hơn là Định vương và nhất là tên Quốc phó Trương Phúc Loan và tay chân của hắn. Kẻ sĩ trong thiên hạ hiện đang muốn tôn phò hoàng tôn Nguyễn Phúc Dương giành lại ngôi chúa mà trước kia đã bị Phúc Loan và Định vương tiếm đoạt. Cho nên, để cuộc đấu tranh thuận lợi, chiêu bài của chúng ta sẽ là: *"Tiêu diệt tên Quốc phó, tôn phò Hoàng tôn Dương"*. Thực hiện chiêu bài này chúng ta được lòng cả hai phía, kẻ sĩ và đồng bào nghèo khó.

Nguyễn Nhạc hỏi:

- Sau đó thì sao? Chúng ta sẽ thờ hoàng tôn Dương à?

Giáo Hiến đáp:

- Chiêu bài này áp dụng vào câu binh bất yếm trá.

Nhạc hiểu ý tứ câu trả lời nên nói:

- Như vậy thì được. Các ông có ý gì khác không? Nếu không xin thầy nói tiếp phần thứ ba, đề ra chiến lược khởi nghĩa.

Giáo Hiến nói:

- Với chiêu bài trên chúng ta sẽ mua chuộc được lòng kẻ sĩ, phần còn lại là thu phục nhân tâm của đại đa số đồng bào nghèo khổ. Để được điều này, chúng ta hãy noi theo gương Truông Mây trước kia, khởi đầu cuộc đấu tranh bằng câu khẩu hiệu *"lấy của nhà giàu chia cho nhà nghèo"*.

Huyền Khê hỏi:

- Nghĩa là chúng ta sẽ làm ăn cướp, cướp của nhà giàu

chia cho nhà nghèo?

Giáo Hiến đáp:

- Bước đầu chúng ta phải làm ăn cướp, nhưng là ăn cướp hiệp nghĩa.

Huyền Khê hỏi:

- Sao lại phải?

Giáo Hiến giải thích:

- Thứ nhất: Cứ nhìn và nghe đồng bào chúng ta trên toàn cõi Nam Hà này, họ bất chấp sự trừng phạt của chính quyền, lén lút truyền miệng nhau bài Vè Chàng Lía, từ đó chúng ta có thể khẳng định lòng dân nghèo vẫn còn ghi nhớ những hành vi hiệp nghĩa của Truông Mây. Chúng ta sẽ làm như họ, và phải làm tốt hơn nữa, như vậy sẽ gây được một ấn tượng tốt cho phong trào đối với bá tánh.

- Thứ hai: Để giữ vững những thành quả ban đầu, những nơi nào chúng ta đã chiếm được phải tạo ngay sự ủng hộ và lòng tín nhiệm của đồng bào tại địa phương đó. Phương cách cấp thời không gì hay hơn là san sẻ của cải từ người giàu qua người nghèo, từ đó rao giảng mục đích của phong trào là đem lại sự bình đẳng và cơm no áo ấm cho mọi người.

- Thứ ba: Tạo cho phủ Chúa Nguyễn cảm giác chúng ta chỉ là một đám cướp cạn, từ đó lơ là trong việc đối phó và phòng bị. Ở bước khởi đầu, càng tránh được giao tranh, càng có lợi.

Nguyễn Nhạc tán thưởng:

- Tuyệt diệu. Như vậy bước đầu tiên chúng ta sẽ làm gì?

Giáo Hiến đáp:

- Chiếm lấy Tây Sơn hạ và các vùng chân núi từ Bồng Sơn vào đến Phú Yên để làm cơ sở ban đầu, sau đó tuần tự nhi tiến.

Nhạc hỏi mọi người:

- Có ai thêm thắt gì nữa không?

Mọi người im lặng bày tỏ sự đồng tình. Nhạc nói tiếp:

- Vấn đề thứ ba đã được giải quyết. Sang vấn đề thứ tư, chọn ra thủ lĩnh phong trào. Mấy ông nói đi.

Huyền Khê nói ngay:

- So về mọi mặt, Cả Nhạc xứng đáng là người chỉ huy, không cần bàn cãi.

Nguyễn Nhạc nói:

- Cảm ơn ông Khê. Còn ông Thung, ông Lý và ông Tập, Bà chúa Hoả?

Bà chúa Thị Hỏa nói ngay:

- Tôi ủng hộ ý kiến chủa ông Huyền Khê.

Lý Tài đưa mắt nhìn Nguyễn Thung chờ ý kiến. Nguyễn Thung nói:

- Tôi đồng ý với ông Khê.

Nguyễn Nhạc biết Nguyễn Thung không hết lòng nên nói:

- Cảm ơn các ông đã tin tưởng tôi. Phần tôi có đề nghị như vầy: Bước khởi đầu chúng ta chỉ là đám cướp hiệp nghĩa cho nên tôi muốn chia ra làm ba trại. Tôi làm chủ trại một, chịu trách nhiệm thu phục hai huyện Phù Ly và Bồng Sơn. Ông Thung làm chủ trại hai, cùng ông Tài và ông Đình chịu trách nhiệm vùng Tuy Viễn và ven biển. Ông Khê làm chủ trại ba, phối hợp với chú Lữ nhà tôi lo việc quân lương. Như vậy được không?

Nguyễn Thung và Huyền Khê đồng thanh:

- Được.

Nguyễn Nhạc quay sang Giáo Hiến, giọng trịnh trọng:

- Một tổ chức dù lớn hay nhỏ đều phải có người hoạch định cơ mưu, vận trù quyết sách. Việc này bọn ít học chúng tôi không làm nổi, xin thầy vì phong trào mà đảm trách cho.

Nguyễn Thung và Huyền Khê cũng lên tiếng:

- Đúng vậy. Xin thầy Giáo đảm nhận nhiệm vụ này cho.

Giáo Hiến biết việc không thể chối từ nên chắp tay ôn tồn nói:

- Mọi người đã tín nhiệm, tôi đành phải tuân theo.

Nhạc mừng rỡ:

- Từ nay thầy sẽ là quân sư của phong trào. Sự thành bại đều nằm trong tay thầy cả đấy.

Giáo Hiến vội nói:

- Một người dù tài giỏi đến đâu cũng không thể chu toàn hết mọi việc. Mong tất cả chúng ta đồng tâm hiệp lực bổ túc cho nhau thì mới vẹn toàn được.

Nhạc đề nghị:

- Nhờ quân sư thảo ra một tờ hịch bố cáo cùng thiên hạ về mục đích và lý tưởng của phong trào để đồng bào và kẻ sĩ trong thiên hạ hiểu rõ việc làm chúng ta hơn.

Giáo Hiến nói:

- Tôi đã nghĩ đến điều này. Ngày khởi nghĩa khắc có cho trại chủ.

Quay sang Lý Tài và Tập Đình, Nguyễn Nhạc tươi cười hỏi:

- Tôi biết hai ông hiện có trong tay một toán quân dũng mãnh, có thể cho anh em ở đây biết rõ thực lực không?

Lý Tài đáp:

- Mỗi chúng tôi có khoảng nghìn anh em, năm mươi thuyền chiến.

Nguyễn Nhạc biết bọn lính dưới quyền của Lý Tài và Tập Đình đều là bọn cướp người Hoa văng mạng, chúng lại cạo đầu trọc, ở trần trùng trục khoe những vết xâm chằng chịt trên mình trông rất hung tợn nên nói với Giáo Hiến:

- Xin quân sư tặng cho hai đạo quân nghĩa dũng của ông Lý và ông Tập một cái tên xứng đáng đi.

Giáo Hiến đọc được ý nghĩ của Nhạc nên sau một thoáng suy nghĩ, ông nói:

- Chiêu bài chúng ta là lấy của nhà giàu chia cho nhà nghèo, và lý tưởng của chúng ta là nêu cao sự bình đẳng giữa mọi người, cũng như lòng yêu thương, đùm bọc đồng bào, tôi nghĩ cánh quân của ông Tập mang danh hiệu Trung Nghĩa quân, còn cánh ông Lý lấy tên Hòa Nghĩa quân là thích hợp nhất.

Tập Đình là người thô lỗ, ít học, nghe Giáo Hiến gọi toán quân ăn cướp của mình là Trung Nghĩa quân thì như mở cờ trong bụng, hắn phình mũi lên, rung đùi hả hê nói:

- Cảm ơn quân sư. Cái tên này nghe hay lắm.

Lý Tài cũng lên tiếng:

- Cảm ơn quân sư.

Giáo Hiến nói:

- Bất tất phải cảm ơn. Chúng ta là toán quân nghĩa hiệp ra tay cứu giúp đồng bào, những cái tên như vậy là điều hiển nhiên mà thôi. Từ nay lực lượng cánh các ông xin giao cho ông Lý chỉ huy, ông Tập phụ tá, các ông hết lòng cho.

Lý Tài và Tập Đình đồng thanh:

- Xin nhận lệnh của quân sư.

Nguyễn Nhạc thầm phục sự khéo léo của Giáo Hiến khi gán cho bọn cướp hung dữ những cái tên nghe rất mực đạo nghĩa. Ông nói:

- Chúng ta đã thống nhất mọi việc, đến lúc chú Huệ phổ biến bảng quân luật cho mọi người cùng nghe đi.

Nguyễn Huệ đưa mắt cho Ngô Văn Sở. Sở liền trao cho bọn Nguyễn Thung mỗi người một bản chép mười ba điều quân luật của Tây Sơn. Đợi mọi người đọc qua xong, Huệ nói:

- Quân đội muốn hùng mạnh điều cốt yếu là kỷ luật phải nghiêm minh, các ông về truyền đạt lại cho anh em để tránh xảy ra những điều đáng tiếc về sau.

Tiếng nói của chàng tuy ôn hòa nhưng mang theo một uy lực vô hình khiến bọn Lý Tài không khỏi khiếp phục. Nguyễn Nhạc nói:

- Mọi việc thế là đã thống nhất, giờ chỉ còn định ngày khởi nghĩa nữa mà thôi. Xin quân sư chọn cho một ngày tốt để làm lễ tế cờ, phát pháo ra quân.

Giáo Hiến nói:

- Rằm tháng tám sắp tới sẽ là ngày đại cát cho việc xuất quân.

Nguyễn Nhạc nói:

- Như vậy hãy còn mười ngày nữa. Các ông về dưới đó chuẩn bị, đúng Trung Thu chúng tôi sẽ kéo xuống Tây Sơn hạ.

Bọn Nguyễn Thung vâng dạ. Sau bửa tiệc mừng ngày thống nhất lực lượng, họ hăng hái ra về chuẩn bị cho cuộc khởi nghĩa mùa Thu.

*

Tháng tám, mùa Thu năm Quý Ty, 1773, nhằm năm Cảnh Hưng thứ 34 nhà Lê.

Núi rừng Tây Nguyên rền vang những hồi trống trận của Tây Sơn. Hàng ngàn người dân tộc các bản và người Kinh đứng dọc theo hai bên đường từ quảng trường diễn võ ra đến con đường lớn dẫn tới đỉnh đèo Vĩnh Viễn (An Khê) để chứng kiến lễ phát pháo ra quân của đoàn nghĩa sĩ Tây Sơn. Sau một tiếng pháo nổ lớn, năm ngàn nghĩa binh hừng hực khí thế, bước chân rầm rập dưới rừng cờ đào, trong tiếng trống trận liên hồi thúc giục. Nguyễn Huệ và Nguyễn Văn Tuyết cầm đầu toán tiền quân vừa đến gần đèo Vĩnh Viễn thì một sự lạ xảy ra khiến mọi người kinh hãi phải dừng lại. Dưới gốc một cây Ké (cây K'Nia) đại thụ, một con rắn rất lớn, dài hơn trượng, sắc đen mun nằm chắn ngang lối đi. Tuyết và Huệ thấy lạ bèn dừng quân lại, cho người chạy đi báo với Nguyễn Nhạc ở trung quân.

Nguyễn Nhạc nghe báo liền cùng Giáo Hiến giục ngựa lên phía trước. Con rắn đen vẫn nằm im chắn giữa đỉnh đèo. Nguyễn Nhạc nhảy xuống ngựa, tay rút thanh kiếm của Thần Hỏa bước đến gần con rắn, miệng lâm râm khấn:

- Nếu là đấng thần linh hiển hiện xin tránh qua để chúng tôi lên đường thay trời vì dân trừ bạo. Nếu là loài nghiệt súc xin đấng Thần linh vô thượng phù trì cho Nhạc này một kiếm chém đứt đầu yêu nghiệt để tế cờ ra quân.

Nhạc khấn xong con rắn vẫn nằm yên, ngẩng đầu giương nanh nhe nọc thờ phì phì trông rất hung dữ. Nguyễn Nhạc bèn bước tới, con rắn vừa lao đầu tới tấn công, Nhạc vung lưỡi kiếm trong tay chém vút vào đầu con rắn một nhát, đầu rắn liền rơi khỏi cổ, chết tức thời. Ba quân chứng kiến cảnh đó đều vỗ tay hoan hô vang dậy. Họ cho rằng đó là điềm lành chém rắn khởi nghĩa của vị thủ lĩnh Tây Sơn nên ai nấy lòng vui như mở hội. Nguyễn Nhạc bèn dùng đầu rắn làm lễ tế cờ bên gốc cây Ké. Sau đó đoàn quân rầm rộ tiến xuống đồng bằng.[5]

Đại binh vừa xuống đến chân đèo sát mé hòn Ông Bình lại thấy một con rắn lớn nằm chắn ngang đường. Huệ cho quân dừng lại, Tuyết nói với Huệ:

- Lần này chắc đến lượt anh chém rắn ra quân đó.

Huệ nghe nói liền nhảy xuống ngựa đến gần con rắn chắp tay vái:

- Nếu là thần linh xin tránh ra cho Huệ này đem binh

---

[5] Hiện nay gần đỉnh đèo An Khê, cây Ké này vẫn còn. Người dân An Khê cho lập một ngôi miếu dưới gốc cây để ghi nhớ nơi chém rắn ra quân của nghĩa sĩ Tây Sơn.

dẹp loạn cứu đồng bào. Phải là loài nghiệt súc thì ta sẽ giết ngay để lấy máu tế cờ lần nữa.

Vừa khấn xong con rắn đã vụt chạy. Điều lạ là vừa chạy nó vừa ngẩng đầu lên quay lại nhìn Huệ. Huệ thấy vậy liền rượt theo. Không ngờ con rắn lại chạy vào Hang Tối Trời. Huệ ra sức đuổi theo nhưng được một lúc thì hang tối om nên phải lấy mồi lửa châm vào cây sáp đem theo bên mình. Con rắn như cố ý chờ Huệ nên nó dừng lại, sau khi Huệ đốt xong cây sáp nó lại tiếp tục chạy vào thật xa vào trong rồi chui vào một hang động, Huệ rút Thanh Long kiếm cầm sẵn nơi tay phòng bất trắc rồi tiến vào trong. Con rắn đã biến mất dưới khe đá cạnh dòng nước, trong động chỉ còn một thanh đao lớn, cán và bao màu đen nằm đó. Huệ cất kiếm, cầm thử thanh đao lên, thanh đao rất nặng, rất vừa tay mình. Sực nhớ đến Trần Nguyên Hào nằm chết phía bên trong hang lúc trước, chàng nghĩ thầm: *"Đây chắc là thanh Ô Long Bảo Đao trấn quốc. Vậy là thanh đao đã được con rắn kia mang ra cất ở đây. Quả là chuyện kỳ lạ, nếu mình không chính mắt thấy thì không thể nào tin được".* Bèn đặt thanh đao xuống, chắp tay vái và khấn:

- Nguyễn Huệ đã được tổ tiên trao cho thanh bảo đao truyền quốc này, nguyện sẽ tận hết sức mình diệt bạo, trừ ác, đánh đuổi ngoại xâm để giữ vững cõi bờ Đại Việt, làm rạng rỡ nước nhà.

Khấn xong lấy thanh Ô Long đao trở ra. Nguyễn Văn Tuyết và nghĩa quân nghe Huệ kể lại câu chuyện đều cho là sự lạ. Huệ trở lại trung quân trình mọi chuyện cho Nguyễn Nhạc và Giáo Hiến nghe, Nhạc mừng rỡ cả cười:

- Đây không phải là ý trời hay sao? Hay lắm! Hay lắm!!!!

Ba quân nghe được câu chuyện như thần thoại này đều vui mừng nức dạ, cất tiếng hoan hô hai vị chủ soái vang động cả núi rừng Cao nguyên. Niềm tin vào chiến thắng càng cao hơn, mọi người hớn hở lên đường, khí thế hừng hực như lửa đỏ.

Quân xuống đến núi Đồng Phong, Nguyễn Nhạc ra lệnh dừng lại, cấp phát lương thực cho quân sĩ sau đó hội chư tướng[6]. Bùi Đắc Chí, Bùi Đắc Tuyên, cùng nhiều hào trưởng trong vùng Phú Phong, Xuân Huề, Trinh Tường... đã mang rất nhiều lương thực đến để ủy lạo cho nghĩa quân. Trước lúc khởi hành, Nguyễn Nhạc phân phó:

- Trần Quang Diệu, Võ Văn Dũng, đem một nghìn nghĩa quân theo thượng đạo qua Vĩnh Thạnh tiến chiếm vùng ven núi của hai huyện Phù Ly và Bồng Sơn.

Hai tướng lãnh mệnh ra đi. Nhạc tiếp:

- Nguyễn Huệ, Nguyễn Văn Tuyết, đem theo một nghìn nghĩa quân tiến chiếm các đồn lính dọc theo hữu ngạn sông Côn, trấn giữ Xuân Huề, nơi thông lộ giữa Tuy Viễn và Phú Yên.

Hai tướng lĩnh mệnh ra đi. Nhạc lại gọi Lê Văn Hưng, Ngô Văn Sở dặn:

- Hai ông đem theo một nghìn quân theo đường Vân

---

[6] *Vài người trong đám nghĩa binh vui miệng gọi hòn Đồng Phong là hòn Lãnh Lương để ghi nhớ buổi phát lương đầu tiên này, tên núi Lãnh Lương có từ đó.*

Canh tiến vào Phú Yên hợp với Chúa Thị Hỏa chiếm giữ các huyện dọc theo miền núi ở đó.

Hai tướng lãnh mệnh ra đi. Nguyễn Nhạc cùng Giáo Hiến thống lĩnh số quân tướng còn lại vượt Côn Giang, tiến xuống chiếm lại Kiên Thành. Nhạc sai Phạm Ngạn, Bùi Văn Nhật xây lại lều trại trên nền nhà cũ của mình để làm đại bản doanh cho nghĩa quân. Lại cho nghĩa binh chọn một khu đất cao gọi là Gò Đá Đen để lập một doanh trại thứ nhì, vừa tạo thế ỷ dốc với Kiên Thành vừa uy hiếp phủ thành Quy Nhơn.

Dòng họ Bùi ở Xuân Huề vốn nức tiếng giàu có, ruộng mẫu bề bề, sự đóng góp của họ vào những ngày đầu khởi xướng của phong trào hết sức quan trọng và hữu ích. Họ xung phong gánh vác hầu hết các chi phí xây dựng cơ ngơi cũng như cung cấp một phần khá lớn lương thực cho nghĩa quân tại Kiên Thành khiến Nguyễn Nhạc vô cùng cảm kích. Phạm Ngạn nói với Nguyễn Nhạc:

- Tên đốc trưng Đằng đốt phá hết nhà cửa, cơ ngơi chúng ta, giờ đến lúc chúng ta trả thù hắn rồi đó.

Nhạc mỉm cười:

- Chưa cần vội. Hắn hiện đang coi kho lương ở Càn Dương, đừng bứt dây động rừng. Tội hắn tôi nhất định không tha, nhưng bây giờ chưa phải lúc. Ông lo thu xếp doanh trại đi.

Phạm Ngạn vâng dạ lui ra. Doanh trại ổn định xong, Nguyễn Nhạc cho mời nhóm Nguyễn Thung, Huyền Khê đến bàn. Nhạc nói:

- Lực lượng của phủ Quy Nhơn hiện còn rất mạnh,

chúng ta tạm thời chưa nên vọng động. Hai ông nên án binh bất động âm thầm chuẩn bị mọi thứ, khi thời cơ thuận tiện tôi sẽ liên lạc để chúng ta đồng loạt đánh chiếm phủ Quy Nhơn.

Nguyễn Thung và Huyền Khê vâng dạ xuống ghe ra về. Ngồi riêng với nhau trên chiếc ghe chở hàng, Nguyễn Thung nói với Huyền Khê:

- Nguyễn Nhạc tuy phân phối lực lượng làm ba trại rồi giao cho tôi và ông làm trại chủ hai trại nhưng thực chất mọi quyết định đều do ông ta ban phát, chúng ta chỉ là những kẻ thừa hành. Tôi thấy không được công bằng cho lắm, phần ông nghĩ sao?

Huyền Khê thành thực đáp:

- So về lực lượng, Nguyễn Nhạc mạnh hơn chúng ta nhiều lắm, ông ta quyết định mọi việc cũng là điều hợp lý mà thôi.

Nguyễn Thung thấy Huyền Khê không có ý phản đối nên im lặng, tuy nhiên trong lòng có chút bất phục.

*

Những tờ hịch khởi nghĩa đã được toán thám báo của Tây Sơn cho dán khắp ba phủ Quảng Ngãi, Quy Nhơn và Phú Yên. Bá tánh nghèo khó, kẻ sĩ trong thiên hạ khi đọc lời hịch ai ai cũng háo hức ngóng chờ ngày khởi nghĩa. Lời hịch được Giáo Hiến soạn bằng tiếng Nôm theo yêu cầu của Nguyễn Huệ có đoạn:

"....*Giận Quốc Phó ra lòng bội thượng, nên Tây Sơn xướng nghĩa Cần Vương*

Trước là ngăn cột đá giữa dòng, kẻo đảng nghịch đặt

mưu ngấp nghé

Sau là tưới mưa dầm khi hạn, kẻo cùng dân sa chốn lầm than

Vì lòng Trời còn nếp Phú Xuân, ắt dấu cũ lại cơ đồ hữu hạ...."

Nghĩa quân Tây Sơn đến các làng xã trong hai phủ Quy Nhơn và Phú Yên, rao giảng sự bình đẳng cho mọi người, bắt bọn nhà giàu phải đóng góp, chia xẻ tài sản cho nhà nghèo, tiếp tục thực hiện câu khẩu hiệu *"lấy của nhà giàu chia cho dân nghèo"* của Truông Mây năm trước. Họ còn thu tất cả các sổ thuế dân nghèo còn nợ của triều đình đem đốt sạch khiến bá tánh khắp nơi mừng rơi nước mắt, họ gọi nghĩa quân Tây Sơn là toán quân nhân nghĩa.

Trong khi nghĩa quân Tây Sơn hoạt động mạnh mẽ khắp nơi thì tại phủ Quy Nhơn, Nguyễn Khắc Tuyên liên tục nhận được báo cáo về bọn cướp nên vội vàng họp các tướng lĩnh bàn cách đối phó. Tuyên nói:

- Bọn Tây Sơn khởi binh làm loạn, chúng muốn làm một Truông Mây thứ hai, các ông ai có cao kiến gì để diệt trừ chúng ngay từ trứng nước không?

Tán lý Hoàng Thiện Tân, người vừa thay Lưu Khâm nói:

- Bọn Tây Sơn khởi loạn kỳ này bề thế hơn Truông Mây mọi mặt. Xin tuần phủ cấp báo về Phú Xuân để xin chỉ thị và xin thêm viện binh. Đại quân chúng ta ở Quy Nhơn nay còn rất ít, sau trận thua của Phan Triều Long năm trước, nhuệ khí của quân sĩ càng sa sút hơn nữa, tôi e rằng có ra quân cũng lại thất bại mà thôi.

Tổng binh đề đốc Lý Trình, người mới từ Phú Xuân vào thay cho Phan Triều Long nghe Thiện Tân nói liền cười mũi, tỏ vẻ khinh bỉ. Thiện Tân quay sang Lý Trình hỏi:

- Tổng binh tỏ vẻ chế nhạo lời nói của tôi không biết có cao kiến gì không?

Lý Trình vuốt hàm râu mép cứng như thép của mình, cao giọng:

- Tôi không có cao kiến gì, nhưng nghe tán lý đề cao quân giặc thái quá nên không phục cho lắm. Bọn Tây Sơn dù sao cũng chỉ là bọn cướp núi, ra cái điều nhân nghĩa để lừa gạt dân nghèo, có gì đáng sợ mà ông lại nói quá để làm nhụt nhuệ khí của quân ta làm vậy?

Thiện Tân cau mày:

- Tổng binh mới về xứ này nên chưa hiểu rõ đấy thôi. Tôi chỉ nói sự thật để chúng ta đề phòng chứ không có ý đề cao kẻ địch, hạ thấp quân ta.

Lý Trình lại cao giọng:

- Lý Trình tôi nửa đời làm tướng ở Phú Xuân, với thanh Huyền thiết bảo đao trong tay chưa từng e ngại đám giặc cỏ nào. Xin tuần phủ cấp cho tôi ba nghìn binh mã, tôi không dẹp được đám giặc núi Tây Sơn sẽ xin chịu quân lệnh.

Khắc Tuyên nói:

- Tôi từng nghe ngài Nguyễn Cửu Thống không tiếc lời khen ngợi khi đưa đề đốc vào đây. Tuy nhiên bọn phỉ ở phủ Quy Nhơn này không dễ trừ như giặc cướp các nơi đâu, xin tướng quân hãy nhìn lại cái gương của Truông Mây mà cẩn thận cho lắm mới được.

Lý Trình ưỡn ngực nói:

- Tuần phủ an tâm. Tôi không làm nhục mệnh của tuần phủ đâu.

Khắc Tuyên nói:

- Tổng binh đã cương quyết ta cũng không làm nhụt nhuệ khí quân mình. Được, tướng quân hãy mang ba nghìn quân phá tan bọn giặc Tây Sơn đang chiếm giữ Kiên Thành và Gò Đá Đen. Được vậy là đại công cáo thành.

Lý Trình đứng lên mạnh dạn nói:

- Đa tạ tuần phủ. Hẹn trong ba ngày tôi sẽ kéo quân đắc thắng trở về.

Nói rồi từ tạ ra về kiểm điểm binh mã xuất quân. Hoàng Thiện Tân nói:

- Lý Trình khinh địch thái quá tôi e sẽ thất bại, xin tuần phủ cho quân tiếp viện nếu không ba nghìn quân Quy Nhơn sẽ manh giáp không còn.

Khắc Tuyên nói:

- Ông nói cũng phải. Mau truyền lệnh của tôi, điều một nghìn quân ở Kỳ Sơn về tiếp viện cho hắn ta. Lại sai rút hai nghìn quân ở cửa biển Quy Nhơn về đóng ở thành Đồ Bàn phòng giữ mặt nam, số quân còn lại lệnh phải ngày đêm canh gác phủ thành.

Thiện Tân lại nói:

- Mặt khác xin tuần phủ cấp báo về Phú Xuân xin thêm viện binh và ra giá cho những ai bắt được Nguyễn Nhạc sẽ trọng thưởng ngàn lượng vàng. Thời buổi khó khăn này, biết đâu được sẽ có kẻ tham tiền mà giúp ta việc đó.

Khắc Tuyên khen:

- Lời ông chí phải.

Bèn cho quân đem cáo thị trọng thưởng ngàn lạng vàng cho bất kỳ ai bắt được Nguyễn Nhạc rao dán khắp nơi trong phủ. Mọi động tịnh của quân phủ đều được toán thám báo chuyển về Kiên Thành. Nguyễn Nhạc hỏi:

- Phủ Quy Nhơn đem quân tấn công chúng ta, cách đối phó như thế nào?

Quân sư Hiến đáp:

- Đại quân của Quy Nhơn muốn đánh Kiên Thành tất phải theo lối Trường Định tiến lên. Chờ cho bọn chúng lên đến Thuận Nghĩa, lệnh cho toán quân của Huệ và Tuyết vượt sông Côn bọc hậu, hai cánh quân của ta từ Kiên Thành và Gò Đá Đen cứ làm như vầy… như vầy…, tôi tin sẽ phá được giặc.

Nhạc nghe nói mừng rỡ liền hạ lệnh cho các nơi sẵn sàng xuất chiến. Bên kia sông, Nguyễn Huệ bàn với Nguyễn Văn Tuyết:

- Tôi được tin phủ Quy Nhơn điều một toán quân từ Kỳ Sơn lên tiếp viện cho Lý Trình, anh đem năm trăm quân vượt sông chặn hậu, phần tôi sẽ phục binh đón đánh toán quân tiếp viện.

Văn Tuyết nói:

- Kế ấy rất hay.

Nhắc lại Lý Trình điểm ba ngàn quân, phát pháo khai cờ rầm rộ tiến lên Kiên Thành. Phó tướng Trịnh Thường, người đã bị quân Tây Sơn đánh cho vỡ mặt dưới chân đèo Vĩnh Viễn năm trước, dè dặt nói với chủ tướng:

- Kiên Thành là nơi bình địa trống trải lại có đồn binh ở Gò Đá Đen làm thế ỷ dốc, chúng ta đường đường tấn công tôi e rằng sẽ bị bao vây, tổng binh phải tính kế vẹn toàn mới được.

Lý Trình nói:

- Ông nói cũng phải. Vậy ta chia làm hai cánh, tôi nắm hai ngàn quân chủ lực tấn công Kiên Thành, ông lo đối đầu với cánh quân Gò Đá Đen của địch. Tôi được biết trại địch không có gì kiên cố, chúng ta tốc chiến tốc thắng để địch không kịp trở tay thì còn lo gì bị bao vây.

Nỗi kinh hãi của trận chiến năm xưa vẫn còn ám ảnh trong lòng Trịnh Thường, nhưng mệnh lệnh cấp trên không thể không tuân, bởi vậy hắn đành phải bấm bụng dẫn quân tiến về Gò Đá Đen. Vì muốn tốc chiến tốc thắng, Lý Trình cho quân đi gấp do đó toán quân Kỳ Sơn tiếp viện chưa lên kịp. Quân đến Thuận Nghĩa, thám báo về báo với Lý Trình:

- Cả trại Kiên Thành cờ xí rợp trời nhưng không thấy một bóng người trong đó. Nghe dân quanh vùng nói hồi trưa này chúng đã kéo quân rút hết lên Trưng Sơn trốn cả rồi.

Lý Trình vỗ bụng cười ha hả nói:

- Lũ cướp cạn Tây Sơn cũng biết nể sợ uy danh của ta đó chứ. Ha... ha... Dù các ngươi có dụng kế không thành ta lại sợ đám giặc cỏ chúng bay hay sao.

Bèn hạ lệnh quân sĩ xông vào cướp trại. Lý Trình cưỡi con ngựa lông đỏ như máu, tay cầm đại đao dẫn đầu ba quân đi trước xông vào trại nghĩa quân. Quân triều đình tràn cả vào doanh trại đập phá tan tành. Đang lúc say sưa đập phá, bỗng đâu từ khắp nơi quanh rào trại, toán quân cung nỏ phục dưới những hố đào được phủ rơm đồng loạt vùng dậy, những chiếc nỏ liên châu liên tục bắn ra hàng ngàn mũi tên nhắm vào binh triều đình. Quá bất ngờ, những mũi tên liên châu lại hết sức chính xác, bởi vậy sau loạt bắn đầu tiên, mấy trăm binh sĩ triều đình đã bị trúng tên ngã xuống, chúng kinh hãi kêu la vang trời, những tên còn lại mạnh ai nấy bỏ chạy thoát thân. Những chiếc nỏ liên châu vẫn tiếp tục bắn ra. Lý Trình biết mình trúng kế vội hô quân rút lui. Lệnh chưa kịp thi hành thì mấy trăm quân Tây Sơn phục dưới các hố bỗng vùng lên, miệng la ó, tay đao, tay kiếm xông vào chém giết. Toán quân phục này đa số là người thiểu số, họ ở trần, mình đen trùng trục, lại chém giết rất hung dữ khiến cho quân triều kinh hãi rụng rời. Cả ngàn quân Nguyễn trở thành những bị thịt để quân Tây Sơn chém giết. Lý Trình vừa hô quân rút lui vừa phóng ngựa dẫn đầu chạy ra khỏi trại. Bỗng một tiếng hét lớn như xé màn nhĩ vang lên:

- Tướng triều chớ chạy, hãy xem cây roi của Nguyễn Văn Lộc ở Kỳ Sơn đây.

Tiếng hét chưa dứt, một bóng người nhanh như gió hốt, hai chân không trên đất lướt tới, cây roi trong tay như con giao long phóng thẳng vào ngực Lý Trình. Trình giật mình, nhưng dù sao cũng là một tay kiện tướng của Phú Xuân, thanh đao trong tay ông ta đã nhanh như chớp vung ra gạt cây roi. Nguyễn Văn Lộc biến chiêu thật nhanh, cây roi từ thế đâm đã đổi thành thế quét ngang, Lý Trình không kịp trở tay bị cây roi quất trúng ngang hông nhào xuống ngựa. Ông vội uốn cong người đáp xuống đất bằng một tư thế thật đẹp. Nguyễn Văn Lộc lớn tiếng khen:

- Thân pháp tuyệt đẹp, không hổ là danh tướng của Phú Xuân. Đỡ tiếp cây roi của ta.

Dứt lời lướt tới, đôi chân thần hành của Nguyễn Văn Lộc hợp với đường roi bí hiểm của Kỳ Sơn khiến cho Lý Trình tuy nổi danh Phú Xuân với thanh Huyền thiết cương đao cũng không thể nào đương cự nổi. Sau vài hiệp giao tranh, cây roi sắt của Văn Lộc đã đâm trúng yết hầu của Lý Trình khiến ông ta ngã nhào ra sau giãy đành đạch. Quân Tây Sơn liền ùa vào cắt đầu. Hai ngàn quân triều lúc này phần lớn đã bị tiêu diệt, số còn lại lớp buông vũ khí đầu hàng, lớp bỏ chạy trở lại Thuận Nghĩa, giữa đường lại gặp toán quân của Nguyễn Văn Tuyết kéo lên chém giết một lúc nữa chỉ còn một số ít nhanh chân chạy trốn mới còn sống sót mà thôi. Nguyễn Văn Lộc và Nguyễn Văn Tuyết vừa thu quân lại thì từ xa Lý Văn Bưu và Vũ Văn Nhậm cũng phóng ngựa tới, dưới cổ ngựa của Vũ Văn Nhậm có treo tòng teng một chiếc đầu của viên phó tướng Trịnh Thường, theo sau là một đám tù binh.

Lý Văn Bưu cười ha hả đáp:

- Kế hoạch phục binh của quân sư thật thần diệu vô song, một ngàn quân triều đình chỉ còn vài trăm tên tù binh này mà thôi. Bên này thế nào?

Văn Lộc đáp:

- Cũng không ngoài sự trù liệu của quân sư. Còn Nguyễn Huệ đâu? Lộc hỏi Tuyết.

Văn Tuyết đáp:

- Nguyễn Huệ ở lại phục binh chận đánh toán quân tiếp

viện từ Kỳ Sơn kéo lên. Tôi tin mọi việc sẽ tốt thôi.

Vũ Văn Nhậm vốn là người cẩn thận liền nói:

- Dù sao chúng ta cũng phải nhanh chóng tiếp viện cho anh ấy để tránh sơ suất.

Mọi người nghe nói hợp lý vừa định ra đi, đã nghe thấy từ xa tiếng vó ngựa vang lên, thoáng chốc Nguyễn Huệ cưỡi con Ô Truy dẫn đầu toán quân rầm rập chạy tới, dưới cổ ngựa, một chiếc đầu đang treo lủng lẳng. Nguyễn Văn Tuyết cười to:

- Tôi nói có sai đâu.

Mọi người vui vẻ trở về, vừa vặn Nguyễn Nhạc và Giáo Hiến từ khu rừng lá phía bờ sông Côn kéo quân trở lại doanh trại. Mọi người báo cáo tình hình chiến trận của mình. Nguyễn Nhạc cười lớn nói:

- Chỉ một kế mọn của quân sư, bốn ngàn quân lính triều đình đã bị diệt gọn. Lần ra quân này là kỳ tích đầu tiên của Tây Sơn.

Nguyễn Huệ nói:

- Nhơn khí thế này, nếu đêm nay chúng ta tức tốc ra quân tấn công thành Quy Nhơn, em tin chắc sẽ thành công.

Nguyễn Nhạc nói:

- Chú nói cũng đúng, nhưng thành Quy Nhơn tường cao hào sâu, muốn đánh lấy tất phải hao binh tổn tướng, chưa kể Khắc Tuyên vừa cho rút mấy ngàn lính từ cửa biển Quy Nhơn về đóng ở Đồ Bàn làm thanh viện. Việc chiếm thành Quy Nhơn anh đã có dự tính, sẽ không tốn một binh một chốt nào. Trước mắt hãy chỉnh đốn lại doanh trại, thu xếp đám tù binh này đã.

Bèn ra lệnh cho nghĩa binh sửa lại đại bản doanh. Mọi việc xong, Nhạc cho các tướng dẫn quân mình trở về vị trí cũ, chỉ giữ Nguyễn Huệ ở lại. Đêm đó Nhạc bàn với Giáo Hiến và Nguyễn Huệ:

- Tôi có kế này sẽ lấy thành Quy Nhơn mà không tốn hao binh tướng không biết ý thầy và chú Huệ ra sao thôi?

Giáo Hiến hỏi:

- Trại chủ nói ra nghe thử.

Nhạc nói:

- Khắc Tuyên hiện đang xin Phú Xuân tiếp viện thêm quân, lại điều động quân các nơi về phòng thủ phủ thành. Hắn còn treo giải thưởng ngàn vàng cho chiếc đầu của tôi, tôi muốn tương kế tựu kế để cho người bắt nộp cho hắn, khi lọt được vào thành, chúng tôi sẽ phá cũi làm nội ứng, bên ngoài quân sư đem quân công thành tất đại thắng. Chúng ta phải chiếm thành Quy Nhơn trước khi Phú Xuân gởi viện binh vào.

Giáo Hiến nghe nói giật mình:

- Kế ấy tuy hay nhưng quá ư nguy hiểm. Trại chủ là đầu não của phong trào, vạn nhất có sơ suất gì thì ngọc đá sẽ ra tro.

Nguyễn Huệ nói:

- Lời thầy nói rất phải, anh Cả không nên mạo hiểm như vậy. Việc lấy thành Quy Nhơn xin giao cho em, em hứa không bao lâu sẽ chiếm được phủ thành cho anh.

Nguyễn Nhạc mỉm cười nói:

- Không sao đâu. Vả, chính vì tôi là đầu não nên kế này mới linh nghiệm. Việc tôi cần bây giờ là tìm được người bắt tôi mà Khắc Tuyên không nghi ngờ. Miễn hắn chịu cho tôi vào thành thì mọi chuyện sẽ êm xuôi thôi. Cái khó là tìm cho ra người thích hợp, mình vừa tin tưởng mà Khắc Tuyên cũng không nghi ngờ.

Nguyễn Huệ nói:

- Người như vậy chỉ có bọn Nhưng Huy, Tứ Linh hiện đang làm ăn cướp ở An Tượng là thích hợp nhất. Hôm trước em ghé thăm họ, họ hẹn khi nào Tây Sơn khởi nghĩa sẽ theo về hợp tác.

Nguyễn Nhạc mừng rỡ nói:

- Hai người này đúng là nhân tuyển thích hợp cho kế hoạch này đó. Chú đi ngay mời họ bí mật về đây.

Giáo Hiến nói:

- Dù vậy chúng ta cũng phải đưa người thân tín của mình theo hộ tống tù xa. Chọn trong các tướng những ai có tài, lại ít xuất hiện để bảo vệ trại chủ mà không bị bọn Khắc Tuyên phát giác.

Nguyễn Huệ nói:

- Võ Đình Tú, Lê Văn Hưng sẽ theo tù xa, trong thành chúng ta đã có thêm Tín Nhi và một số anh em thám báo phục sẵn rồi.

Nguyễn Nhạc nói:

- Như vậy thì còn gì phải lo nữa. Mạo hiểm một chút mà đỡ tốn hao xương máu anh em. Chú mau đi gọi bọn Nhưng Huy và Lê Văn Hưng đến đây. Tối mai có mặt nhé.

Nguyễn Huệ lãnh mệnh, trước khi đi chàng rút thanh đoản kiếm Thiết Phụng ra đưa cho Nguyễn Nhạc, dặn:

- Anh Cả dấu thanh trủy thủ này vào ống giày. Nó chém sắt như chém bùn vậy.

*

Trong thành Quy Nhơn mọi người đang hết sức rầu rĩ và lo lắng sau cuộc ra quân thảm bại ê chề lần thứ hai. Nguyễn Khắc Tuyên họp chư tướng trong phủ liền mấy ngày vẫn không sao tìm ra phương cách vẹn toàn để tiêu diệt đám cướp Tây Sơn. Chiều thứ hai sau hôm bại binh, trong một cuộc họp ở phủ thành, Hoàng Thiện Tân nói:

- Bây giờ chỉ còn cách điều động hết binh mã trong phủ về phòng thủ phủ thành trong khi chờ Phú Xuân gởi quân tiếp viện mà thôi. Thành trì kiên cố, chúng ta cố thủ một thời gian tôi tin bọn Tây Sơn không làm gì được đâu. Chờ khi đại binh Phú Xuân đưa vào, chúng ta sẽ mở cuộc tổng tấn công tiêu diệt bọn chúng.

Khắc Tuyên nói:

- Hết cách rồi thì đành phải theo hạ sách này chứ biết sao.

Bỗng có quân vào báo:

- Bẩm quan tuần phủ. Bên ngoài thành có một đám người tự xưng là bọn cướp Nhưng Huy và Tứ Linh ở An Tượng đã bắt được tên Nguyễn Nhạc mang tới xin giao nộp cho tuần phủ để lãnh thưởng. Mời tuần phủ ra xem.

Khắc Tuyên nghe báo mừng rỡ, nhưng rồi không tin vào chuyện may hiếm có này nên hỏi lại:

- Ngươi nói thật chứ? Hiện chúng ở đâu? Không thể

nào có chuyện hi hữu này được.

Tên lính thưa:

- Dạ bẩm quan tuần phủ, chúng mang theo một chiếc cũi có nhốt tên Nguyễn Nhạc đang chờ ở ngoài cửa thành.

Đốc trưng Đằng đang có mặt vội lên tiếng:

- Thưa tuần phủ. Nguyễn Nhạc là tên trí trá, coi chừng hắn có mưu gian.

Hoàng Thiện Tân nói:

- Chúng ta cứ ra ngoài xem cho biết hư thực. Việc đời không gì là không thể xảy ra cả.

Khắc Tuyên liền cùng chư tướng lên mặt thành xem xét. Bên dưới quả nhiên có một chiếc cũi, bên trong đang nhốt một người bị trói go hai tay sau lưng. Một đám người vũ trang đứng canh chừng quanh cũi, ngoài xa, đám dân chúng hiếu kỳ đang tụ tập chung quanh theo dõi sự kiện lạ này. Tứ Linh đứng bên dưới nhìn lên mặt thành nói lớn:

- Ngài tuần phủ. Tôi nghe ngài bố cáo cùng thiên hạ ai bắt được tên Nguyễn Nhạc nộp cho ngài thì được thưởng ngàn vàng phải không?

Khắc Tuyên nói:

- Đúng vậy. Ngươi có chắc tên trong cũi kia là Nguyễn Nhạc không? Nếu có điều gian trá, ta chém hết bọn ngươi không tha một mạng, liệu đó mà trả lời.

Tứ Linh cười nói:

- Hạ dân dù to gan đến đâu cũng không dám lừa tuần phủ. Điều mà hạ dân sợ là không biết tuần phủ có giữ đúng lời hứa thưởng cho ngàn vàng hay không mà thôi.

Khắc Tuyên vội nói:

- Ta là phụ mẫu chi dân, lời nói của ta mang cả danh dự của phủ Chúa, người chưa đủ tin hay sao?

Nguyễn Nhạc đang bị trói ngồi trong cũi lên tiếng mắng lớn:

- Thằng kép hát vô lương tâm kia. Người chỉ vì ngàn lượng vàng mà đem lòng phản bạn. Ta có bị chặt đầu cũng quyết làm qủi sứ bám theo người suốt đời để xem người có hưởng được số vàng phi nghĩa đó không cho biết.

Tứ Linh cười đắc ý:

- Thằng biện lại ngu xuẩn kia, mày cứ biến thành âm hồn theo phá ta xem thử lúc ta ngồi trên đống vàng có rụng sợi lông chân nào không. Ha... ha...

Đám dân chúng bu quanh giờ đã hiểu rõ chuyện liền cất tiếng chửi bọn Tứ Linh là đồ đê tiện, chó má. Tứ Linh không thèm để ý đến lời mắng chửi của đám dân nhiễu sự, hắn nói với Khắc Tuyên:

- Bên cạnh ngài có ngài đốc trưng vốn rõ mặt Nguyễn Nhạc từ bé, sao ngài không hỏi ông ta xem thật hay giả?

Khắc Tuyên quay sang đốc trưng Đằng hỏi:

- Người nhận ra hắn chứ?

Đốc trưng Đằng đáp:

- Dạ, đúng là Nguyễn Nhạc rồi. Có điều một tên như Nguyễn Nhạc không dễ bị bọn Tứ Linh bắt được đâu. Tôi e có điều gian trá trong vụ này, xin tuần phủ xét cho kỹ.

Khắc Tuyên quay xuống hỏi Tứ Linh:

- Nói cho ta nghe các người làm sao bắt được một tên

lưu manh như Nguyễn Nhạc?

Tứ Linh mỉm cười đáp:

- Hắn đúng là tên lưu manh trí trá, nhưng con người hắn có nhược điểm là tin vào bạn bè và đứa em bảo bối Nguyễn Huệ của hắn. Nguyễn Huệ lúc xưa có theo đoàn hát của anh em tôi, hắn lên An Tượng dụ bọn tôi gia nhập vào đảng cướp của chúng, tôi tương kế tựu kế đồng ý, nhưng đòi gặp Nguyễn Nhạc để nói chuyện, thế là hôm sau Nguyễn Nhạc cùng mấy tên lâu la vác xác tới. Chúng tôi chỉ cần một ly rượu có chút thuốc mê là có thể bỏ hắn vào cũi như thế này đấy. Tuần phủ tin chưa? Phải quyết định thật nhanh nếu không bọn lâu la của hắn tìm tới thì nguy cho tôi lắm.

Khắc Tuyên quay sang chư tướng nói nhỏ:

- Đã xẩm tối, cứ cho chúng vào rồi bắt tất cả nhốt vào đại lao canh giữ cho kỹ, sáng mai ta có cách chu toàn cả bọn.

Hoàng Thiện Tân hiểu ý tứ của Khắc Tuyên nên quay sang viên lãnh binh Trương Đình Quý:

- Ngươi cùng cai đội Uy đem một trăm giáp sĩ ra hộ tống chiếc tù xa vào thành, lại cho phục sẵn năm trăm quân nơi cửa, thừa lúc bọn Tứ Linh vào trong, cửa thành vừa hạ xuống thì ào ra bắt tất cả. Nếu có điều gì trá ngụy thì giết Nguyễn Nhạc trước tiên cho ta.

Đình Quý nhận lệnh đi ngay. Thiện Tân quay xuống nói với bọn Tứ Linh:

- Các ngươi thành tâm bắt giặc cướp đến nạp, quan tuần phủ sẽ trọng thưởng đúng như lời bố cáo, nhưng để vào thành, tất cả phải bỏ vũ khí lại bên ngoài không ai được mang theo vào trong.

Tứ Linh nói:

- Chúng tôi đã tin vào đại quan thì có sợ gì chuyện bỏ vũ khí.

Đám dân chúng bây giờ bu đông hơn, theo sát bọn Tứ Linh mồm không ngớt chửi bới bằng những câu thậm tệ, khó nghe nhất. Tứ Linh giận quá hét lớn:

- Bọn chết tiệt tụi bay có câm những cái mõm chó lại không hay đợi ta chém vài đứa mới biết sợ.

Một thanh niên ưỡn ngực chửi lớn:

- Thằng hát bội vô lương, thằng ăn cướp thất đức, ngươi phản bạn, làm mọi cho đám quan binh thì cũng có ngày ngươi bị chúng bội phản mà chết không có chỗ chôn. Mày có giỏi thì chém chúng tao đi.

Tứ Linh rút đao cùng vài tên lâu la nhào tới chém tên thanh niên và đám người bu quanh, cả bọn liền ú té bỏ chạy nhưng sau đó lại bu trở lại, chửi bới thậm tệ hơn. Lúc đó cửa thành mở, lãnh binh Đình Quý dẫn một toán giáp sĩ gươm giáo sáng ngời ra hộ tống đoàn người Tứ Linh khiêng chiếc cũi vào bên trong. Đình Quý và cai đội Uy tay lăm lăm thanh đao bén đích thân đi hai bên tù xa. Đám dân chúng hiếu kỳ bây giờ cũng thừa cơ tràn vào theo, bọn lính vội la hét bà con không được vào thành, nhưng bà con vẫn một mực miệng tru tréo chửi bới, tay thì đánh đấm bọn quân canh, rồi tràn vào theo sau chiếc cũi. Bọn lính hết cách bèn vung đao, kiếm chém bừa vào đám dân hiếu động, nhưng lúc này, bọn dân đen đã rút vũ

khí ngắn dấu trong bụng chém giết bọn lính canh. Năm
trăm lính phục sẵn bên cửa theo lệnh ào ra định bắt bọn
Tứ Linh thì một số trong chúng bỗng quay kiếm giết đồng
đội của mình không thương tiếc. Thì ra trong đó có một số
thám báo của Tín Nhi trà trộn vào. Bọn thám báo võ nghệ
rất cao cường, đám dân đen hiểu sự kia chính là những
hảo thủ của Tây Sơn giả dạng, bởi vậy năm trăm lính và
bọn giáp sĩ kia phút chốc đã bị chém chết như rạ.

Trương Đình Quý thấy nguy liền vung đao chém vào
chiếc cũi một nhát, chiếc cũi vỡ một khoảng lớn. Hắn định
đâm chết Nguyễn Nhạc nhưng Lê Văn Hưng giả làm tên
khiêng cũi đã rút cây thương dấu trong khung cũi đâm
Đình Quý một nhát, Đình Quý thất kinh vội rút đao về đỡ
cây thương của Lê Văn Hưng. Hai tướng quần nhau một
trận. Đình Quý không phải là đối thủ của Lê Văn Hưng,
nên sau mười hiệp giao tranh đã bị Lê Văn Hưng đâm một
thương chết tốt. Cùng lúc đó, cai đội Uy biết bọn cướp giở
trò trá ngụy nên lập tức vung mạnh thanh đao đâm thẳng
vào người Nguyễn Nhạc trong khi Nhạc đang loay hoay
dùng thanh trủy thủ cắt giây trói nơi tay. Võ Đình Tú cả
kinh vội rút cây côn sắt dắt bên hông cũi lia mạnh một
đường vào người cai đội Uy. Tuy hành động của Đình Tú
rất nhanh nhưng thanh đao của cai đội Uy cũng đã thích
vào cánh tay của Nguyễn Nhạc một nhát. Cũng may tên
cai đội vì phải nhảy lui để tránh đường côn của Đình Tú
nên lưỡi đao chỉ mới kịp cắt bả vai Nguyễn Nhạc một
đường không sâu lắm, tuy vậy máu tươi cũng đã chảy
xuống ướt một bên áo. Nguyễn Nhạc thoát chết trong
đường tơ kẽ tóc, nhưng ông rất bình tĩnh dùng thanh trủy
thủ cắt hết dây trói rồi phá cũi xông ra. Võ Đình Tú thấy

chủ tướng bị thương là do lỗi của mình nên vừa thẹn vừa giận, cây thiết côn trong tay múa vun vút tấn công cai đội Uy. Cai đội Uy võ nghệ không phải tầm thường, thanh đao trong tay như con giao long uốn lượn chống trả Đình Tú. Hai người quần nhau một trận bất phân thắng bại. Bọn Nhưng Huy, Tứ Linh thấy Nguyễn Nhạc đã ra khỏi cũi liền phân ra tả hữu bảo vệ, Nhạc dẫn anh em xông vào thành chém giết. Lê Văn Hưng sau khi đâm chết lãnh binh Đình Quý liền xông vào tiếp trợ cho Đình Tú. Cai đội Uy một mình phải đánh với hai hổ tướng Tây Sơn nên kém thế thấy rõ, đường đao rối loạn bị Đình Tú một côn nhào xuống đất. Lê Văn Hưng thấy Uy là tướng tài nên không nỡ giết mà tháo dây đeo sẵn bên lưng trói lại.

Trước đó, một viên pháo hiệu màu đỏ từ trong thành bay vút lên cao rồi nổ vang, lửa đỏ tung ra sáng rực phủ thành. Bên ngoài, khắp bốn mặt phủ thành tiếng quân la ó rầm trời. Quân Tây Sơn dưới quyền chỉ huy của Nguyễn Văn Lộc từ bốn mặt vượt tường thành vào trong, lửa từ các súng hỏa hổ bay tung tóe khắp nơi đốt cháy các dinh thự trong phủ khiến đầy thành sáng rực như ban ngày. Mấy tên lính canh cửa thành thấy có biến đang định hạ cửa xuống thì một bóng người nhanh như chớp phóng tới, thanh nhuyễn kiếm trong tay lia ra mấy đường, cùng lúc những ngọn phi đao vô ảnh nhoáng lên, cả bọn lính canh nhào ra chết tốt. Cửa thành bỏ ngõ, một toán nghĩa quân Tây Sơn do Phi Vân Báo Lý Văn Bưu dẫn đầu lao vào như vũ bão chém giết quân giữ thành chẳng chút nương tay.

Trên bờ thành, bọn Nguyễn Khắc Tuyên biết nguy bèn

kéo quân theo cửa sau mở đường máu mạnh ai nấy chạy trốn, bỏ lại cả vợ con, ấn tín tuần phủ trong thành. Chỉ trong một khắc thời gian, nghĩa quân Tây Sơn đã chiếm lấy phủ thành Quy Nhơn một cách dễ dàng nhờ vào mưu kế và sự gan dạ của vị đệ nhất trại chủ Nguyễn Nhạc. Khi bọn Nguyễn Thung và Lý Tài kéo quân đến nơi thì mọi việc đã xong. Nhìn vẻ bẽn lẽn của Nguyễn Thung, Nhạc vỗ vai an ủi:

- Thành Quy Nhơn này tôi may mắn nhanh tay hơn các ông. Thành Quảng Ngãi giao cho các ông vậy, tôi sẽ trợ giúp một tay. Ngày mai ông cùng ông Lý dùng thuyền vào cửa Đại Cổ Lũy, tôi sẽ sai Trần Quang Diệu theo đường bộ tiến ra trợ thủ. Chúng ta phải dùng thế sét đánh không kịp bưng tai, các ông nhanh chân lên.

Nguyễn Thung nói:

- Được, chúng tôi không lấy được Quảng Ngãi nội trong ba ngày sẽ chịu tội.

Bèn cáo từ dẫn bọn Lý Tài ra đi. Lý Tài vừa ra khỏi thành thì Nguyễn Huệ dẫn quân từ Đồ Bàn đến. Nhạc hỏi:

- Thế nào?

Huệ đáp:

- Hai ngàn quân ở đó đã tan rã, một số còn sống sót bỏ chạy xuống Kỳ Sơn rồi.

Nguyễn Nhạc khen:

- Giỏi lắm.

Rồi bảo người băng bó vết thương nơi vai. Lúc đó Lê Văn Hưng dẫn cai đội Uy đến trước mặt Nguyễn Nhạc nói:

- Người này đã đâm trại chủ bị thương, xin giao lại cho trại chủ định đoạt.

Nói rồi dùng tay đè cai đội Uy quỳ xuống. Cai đội Uy vùng lên trợn mắt nhìn Nguyễn Nhạc hét lớn:

- Ta đã bị bắt, các ngươi muốn chém muốn giết tùy ý, không được làm nhục ta.

Nguyễn Nhạc thấy Uy tướng mạo đường đường, mặt đầy chính khí thì thích lắm. Ông tươi cười bước tới cởi trói cho Uy nói:

- Tướng quân đâm ta bị thương cũng chỉ vì phận sự. Ai vì chủ nấy, ta sao lại oán tướng quân. Nay Tây Sơn vì đồng bào dấy nghĩa tiêu diệt tên Quốc phó và bè lũ sâu dân, tướng quân là người nghĩa dõng, lại đầy chính khí, sao nỡ nhìn bá tánh lầm than mà theo hùa với gian đảng?

Cai đội Uy nói:

- Ta cũng chẳng ưa gì bọn quan chức triều đình, chỉ vì thọ ơn của lãnh binh Đình Quý nên bỏ nghề hải tặc theo giúp ông ta mà thôi.

Nhạc nói:

- Nay Đình Quý đã chết, Tây Sơn đang cần những người tài như tướng quân giúp sức. Nếu tướng quân bằng lòng, đó là phúc cho bá tánh trăm họ.

Cai đội Uy thấy Nguyễn Nhạc phong thái đường bệ, lại không tự hiềm về việc bị mình gây thương tích, chỉ một mực cầu hiền. Nhìn quanh thấy tướng tá Tây Sơn ai nấy đáng trang hào kiệt thì trong lòng mừng lắm. Bèn quỳ xuống nói:

- Trại chủ đã rộng dung, Lưu Vĩnh Uy này nguyện suốt

đời theo dưới trướng.

Nhạc mừng rỡ vội đỡ Uy đứng lên cười ha hả nói:

- Ta được Quy Nhơn không mừng bằng được Vĩnh Uy.

Mọi người cùng nhau tay bắt mặt mừng. Sau đó Nguyễn Nhạc nói:

- Nơi đây giao lại cho ông Nhật, ông Ngạn và Quân sư liệu lý. Ông Nhậm, ông Tuyết, ông Uy dẫn một ngàn anh em theo tôi đi Càn Dương. Ông Kim, ông Bưu, ông Lộc dẫn năm trăm quân kỵ vòng núi Bà tiến xuống lấy kho Đạm Thủy. Ngay đêm nay chúng ta phải chiếm bằng được hai kho lương này để thu lấy số lương thực khổng lồ ở đó. Toán thám báo tin gấp cho Trần Quang Diệu và Võ Văn Dũng tiến xuống chiếm ngay hai huyện Phù Ly và Bồng Sơn, sau đó vượt đèo Thạch Tân ra Quảng Ngãi tiếp viện cho Nguyễn Thung. Ông Linh và ông Huy tạm thời ra tiếp quản hai huyện đó. Nội trong ngày mai phủ Quy Nhơn phải thuộc quyền kiểm soát của chúng ta. Ông Hưng và ông Tú cấp tốc dẫn năm trăm anh em nữa trở lại Phú Yên hợp cùng ông Sở và Bà chúa Thị Hỏa chiếm lấy Phú Yên và Diên Khánh.

Mệnh lệnh của Nguyễn Nhạc vừa quyết đoán vừa sáng suốt khiến chư tướng vô cùng thán phục. Mọi người cấp tốc thi hành, không một lời bàn cãi.

Kho Càn Dương do đốc trưng Đằng và Quách Triệu Dũng phụ trách canh giữ. Đốc trưng Đằng khi trốn khỏi phủ Quy Nhơn phóng ngựa bạt mạng về đến nơi liền ra lệnh cho năm trăm lính ở đó chuẩn bị ứng chiến. Hắn biết rằng sau khi chiếm được thành Quy Nhơn thế nào Nguyễn Nhạc cũng tới đây. Trong bụng hắn liệu chắc không thể nào giữ nổi kho Càn Dương nên đã tính toán con đường tháo chạy, tuy nhiên giặc chưa tới mà đã bỏ nhiệm sở trốn đi tất bị tội với triều đình, hắn đành chờ nghe động tịnh rồi mới tìm đường tẩu thoát. Hắn không ngờ, biết hắn không ai bằng Nguyễn Nhạc, bởi vậy Nhạc đã cấp tốc kéo quân xuống Càn Dương bí mật chia quân bao vây khắp nơi không để một ai trốn thoát, rồi bất thần nửa đêm khuya cả ngàn quân Tây Sơn đồng loạt la ó vang trời xông vào kho chém giết.

Bọn lính coi kho toàn là bọn bát nháo, nghe tiếng la ó rầm rộ chúng vội quăng giáo bỏ chạy nhưng đã bị quân Tây Sơn chận lại. Nguyễn Nhạc la lớn:

- Các ngươi còn chưa chịu quỳ xuống đầu hàng hay sao?

Bọn lính vội vàng quỳ xuống giơ tay xin hàng, quân Tây Sơn liền trói lại gom vào một chỗ. Vừa lúc đó Nguyễn Văn Tuyết tay xách đầu Quách Triệu Dũng, trong khi Lưu Vĩnh Uy lôi đốc trưng Đằng vào ném xuống trước mặt Nguyễn Nhạc. Nguyễn Nhạc nhìn Đằng thét hỏi:

- Mấy chục năm nay cha con ngươi tìm trăm phương nghìn kế hãm hại gia đình ta. Cha ta chết sớm cũng vì trận đòn oan uổng do ngươi vu khống dạo nọ, nhà cửa của ta ra tro cũng một bàn tay ngươi. Ngươi còn gì để nói nữa không?

Đốc trưng Đằng vội quỳ dưới đất lạy Nguyễn Nhạc như tế sao, miệng van lơn:

- Xin ông Cả tha tội. Tôi thật đáng chết ngàn lần, nhưng ông Cả là người đại nhân đại nghĩa sao nỡ chém kẻ dưới ngựa. Cái mạng này từ nay nguyện suốt đời theo hầu hạ dưới chân ngài.

Nguyễn Nhạc thấy thái độ hết sức đê hèn của đốc trưng Đằng mà phát lợm, ông đưa mắt ra dấu cho Vũ Văn Nhậm. Nhậm hiểu ý bước tới nhìn Đằng nói:

- Một tên đê tiện như ngươi chủ tướng ta khi nào thèm xuống tay, nhưng tội ngươi không thể tha, hãy xuống âm phủ mà hối cải.

Một ánh chớp nhoáng lên, chiếc đầu của đốc trưng Đằng đã rơi khỏi cổ dưới lưỡi kiếm của Vũ Văn Nhậm. Nguyễn Nhạc để Nguyễn Văn Tuyết ở lại kiểm kê kho lương, ông cùng Vĩnh Uy và Văn Nhậm dẫn đám tù binh về lại phủ Quy Nhơn.

Trưa hôm sau có tin báo về, toàn phủ Quy Nhơn đã thuộc quyền kiểm soát của nghĩa quân. Nguyễn Nhạc vội cho người đi mời những người bạn cũ của mình là nhóm La Xuân Kiều, Cao Tắc Tựu, Võ Xuân Hoài, Trương Mỹ Ngọc, bốn anh em Võ Thăng về phủ để tiếp quản, cắt đặt việc hành chính và phủ dụ bá tánh khắp nơi. Đối với quân sư Hiến, việc ổn định một phủ nhỏ như Quy Nhơn không phải là chuyện khó khăn gì, do đó chỉ trong vòng ba ngày, mọi việc hành chính trong phủ đã được thu xếp gọn gàng. Nguyễn Nhạc bảo Nguyễn Huệ:

- Hơn ngàn lính triều đình đầu hàng giao cho chú và cô Xuân đem về Tây Sơn thượng huấn luyện. Anh sẽ tuyển mộ thêm quân gởi lên trên đó. Chú phải đốc thúc anh em lò rèn chế tạo thêm hỏa hổ và vũ khí. Nay mai đại binh Phú Xuân tiến vào, với lực lượng hiện có, phải dàn mỏng khắp nơi e rằng sẽ gặp khó khăn.

Nguyễn Huệ vâng lệnh áp tải tù binh trở về An Khê. Nhạc gọi Bùi Văn Nhật và Phạm Ngạn nói:

- Phủ Quy Nhơn đã cháy rụi, hai ông cho người dọn dẹp lại, tạm thời dùng để làm nơi xử lý hành chính của chúng ta. Mặt khác, tôi thấy địa hình vùng kho Càn Dương rất thuận tiện cho việc giao thông thủy và bộ, lại gần cửa Cách Thử và Nước Mặn, thông ra biển Đông, hai ông coi xây dựng ở đó một phủ mới. Tôi muốn đặt đại bản doanh của Tây Sơn ở đó.

Phạm Ngạn nói:

- Đặt phủ ly ở đó rất tốt, nhưng hiện chúng ta rất thiếu thốn về ngân quỹ, muốn xây một tòa thành cho bề thế tôi sợ không đủ lực.

Bùi Văn Nhật vội nói:

- Việc kinh phí thiếu hụt họ Bùi chúng tôi đảm nhận. Tôi sẽ vận động các hào mục ở Tây Sơn và Tuy Viễn phụ giúp thêm, ông Ngạn khỏi lo.

Nguyễn Nhạc mừng rỡ nói:

- Được vậy thì rất tốt. Hai ông sẽ được ghi công đầu của Tây Sơn mai này.

Hai người lãnh mệnh tiến hành xây dựng ngôi tân phủ ở Càn Dương. Thành dựa lưng vào núi, mặt trước là con sông lớn Cây Bông ăn thông với nhánh Bắc của sông Côn chảy ra cửa Cách Thử và Nước Mặn.

*

Nguyễn Thung cùng Lý Tài rời phủ Quy Nhơn kéo quân thẳng xuống Nước Mặn rồi dùng thuyền ra hòn Trâu nơi đóng quân của Lý Tài và Tập Đình chuẩn bị xuất chiến. Trưa hôm sau, Nguyễn Thung đem theo năm mươi chiến thuyền và một ngàn rưởi quân Trung Nghĩa và Hòa Nghĩa tiến ra cửa Đại Cổ Lũy, chờ đến tối lẻn vào sông Trà Khúc rồi bất thần tấn công phủ Quảng Ngãi. Tuần phủ Quảng Ngãi là Nguyễn Phúc Quang khi hay tin Quy Nhơn bị Tây Sơn chiếm giữ đã sai cai cơ Nguyễn Bân đem hai ngàn quân đóng nơi đèo Cung Quảng để chận đường bọn giặc, mặt khác cho người cấp báo về Phú Xuân để xin viện binh. Toán quân của Nguyễn Bân vừa lên đến đỉnh đèo Cung Quảng đã bị Trần Quang Diệu và Võ Văn Dũng phục binh đánh tan, Nguyễn Bân bị Võ Văn Dũng chém chết tại trận. Diệu và Dũng thừa thắng kéo binh tiến thẳng ra Quảng Ngãi vừa vặn bọn Nguyễn Thung đang tấn công phủ thành. Nguyễn Phúc Quang nhắm thế không chống cự nổi nên mở cửa sau bỏ trốn. Hôm sau, khi Nguyễn Nhạc cùng quân sư Hiến và các tướng từ Quy Nhơn ra đến nơi thì mọi việc đã hoàn tất, cả phủ Quảng Ngãi rơi vào tay quân Tây Sơn. Nhạc ôm Nguyễn Thung vui vẻ nói:

- Ông quả là người nói được làm được, chỉ trong ba ngày đã chiếm được Quảng Ngãi. Nhạc tôi hết sức khâm phục.

Nguyễn Thung nói:

- Cũng nhờ toán quân của Trần Quang Diệu tiến ra trợ giúp nếu không chúng tôi chưa chắc đã thành công nhanh chóng như thế này đâu.

Lý Tài đang say men chiến thắng nói:

- Chúng ta thừa thế chiếm luôn dinh Quảng Nam và Hội An có nên chăng?

Quân sư Hiến vội can:

- Chưa nên. Phải lo tổ chức bộ máy chính quyền để ổn định những nơi mình chiếm được trước đã. Tôi tin Phú Xuân thế nào cũng đưa quân vào phục hận, các ông nên chuẩn bị binh lực để đối phó với đại binh của Phú Xuân. Hơn nữa, ở Hội An quân Nguyễn có đội thuyền chiến trang bị đại bác lớn do bọn Ănglê giúp, chúng ta chưa phải là đối thủ của chúng.

Bèn cắt đặt mọi việc hành chánh để tiếp quản phủ Quảng Ngãi. Nhạc theo lời của quân sư Hiến cho người đi mời Nguyễn Văn Xuân ở Mộ Đức và Huỳnh Văn Thuận ở Sơn Tịnh đến, sau đó giao cho hai người giúp Nguyễn Thung tạm thời coi sóc việc hành chính phủ Quảng Ngãi, ra bố cáo chiêu an và phủ dụ dân chúng, các quan chức sở tại ai muốn làm việc cho Tây Sơn thì được giữ nguyên chức. Ba ngày sau, mọi việc tạm ổn thì có tin thám báo đưa về, Lê Văn Hưng và các tướng đã chiếm được Phú Yên sau đó vượt đèo Cả chiếm luôn Diên Khánh và Bình Thuận.

Quân sư Hiến lo lắng nói:

- Binh ta còn ít mà phải trải mỏng trên một chiến trường dài như thế này ắt không giữ nổi khi quân Nguyễn phản công hai mặt Nam và Bắc.

Nguyễn Nhạc đang lúc phấn khởi nói:

- Không hề gì. Trường hợp bị phản công mạnh thì rút về cũng chưa muộn.

Tin tức từ Quy Nhơn và Quảng Ngãi liên tục bay về Phú Xuân khiến cho cả phủ Chúa rúng động. Trương Phúc Loan lúc đầu định dấu nhẹm nhưng khi được tin cả bốn phủ Quy Nhơn, Quảng Ngãi, Diên Khánh, Bình Thuận đã rơi vào tay quân Tây Sơn, ông ta đành phải tâu cùng Định vương, triệu tập quần thần tìm cách đối phó. Chưởng cơ Nguyễn Phúc Văn tâu:

- Muôn tâu vương thượng, nay bọn giặc Tây Sơn đã đánh chiếm bốn phủ từ Quảng Ngãi vào đến Bình Thuận, thanh thế rất lớn, bá tánh rầm rập theo về. Xin tâu lên cho vương thượng rõ để định đoạt.

Định vương Duệ Tôn tuy lúc này đã hai mươi tuổi nhưng vì bản tính dâm dật, ham mê tửu sắc nên mọi việc triều chính đều do Phúc Loan định đoạt. Nay nghe giặc cướp đánh chiếm hai phủ lớn thì run sợ vô cùng quay lại hỏi Phúc Loan:

- Việc lớn như vậy sao Quốc phó không cho ta hay. Giờ biết làm thế nào?

Phúc Loan vội nói:

- Vương thượng đừng lo. Giặc Tây Sơn cũng chỉ làm đám cướp núi như bọn thằng Lía Truông Mây năm xưa mà thôi. Việc tiễu trừ bọn chúng xin cứ để hạ thần lo liệu.

Nguyễn Phúc Văn vội tâu:

- Tâu vương thượng. Hạ thần nghe được thanh thế bọn Tây Sơn lần này rất lớn, chúng hô hào chiêu bài *"Tiêu diệt quan Quốc phó, tôn phò Hoàng tôn Dương"*. Dân chúng lại có câu *"Binh triều là binh Quốc phó, binh ó là binh Hoàng tôn"*. Chúng được dân nghèo cùng kẻ sĩ ủng hộ, do vậy mà đánh đâu thắng đó, chỉ trong vòng mấy ngày đã chiếm được bốn phủ của chúng ta.

Duệ Tôn ngạc nhiên hỏi:

- Sao chúng lại gọi binh triều là binh Quốc phó?

Phúc Văn tâu:

- Là vì quân đội hiện giờ nằm trong tay quan Quốc phó đây. Họ chỉ biết có quan Quốc phó chứ không biết đến vương thượng.

Phúc Loan đứng dậy chỉ mặt Phúc Văn nạt lớn:

- Trong nước đang có giặc, ông lại cố ý ngậm máu phun người làm rối loạn triều đình. Ông muốn theo phe giặc làm phản hay sao?

Phúc Văn cũng đứng dậy nạt lớn:

- Chứ không phải cả cái triều đình này đang nằm trong tay ông sao? Bọn nghịch tặc cũng chỉ vì hận ông tham tàn mà nổi dậy, chiêu bài của chúng ràng ràng ra đấy, ông giải thích đi.

Phúc Loan trợn mắt hét to:

- Toàn là những điều bịa đặt!

Quay sang Duệ Tôn, Phúc Loan lớn tiếng:

- Vương thượng chớ lo, việc dẹp giặc cướp xin cứ giao cho hạ thần.

Duệ Tôn vốn rất sợ Phúc Loan nên vội nói:

- Được, được. Vậy ta giao mọi chuyện cho Quốc phó. Kế sách thế nào nói ra cho ta nghe thử.

Phúc Loan tâu:

- Hạ thần xin tiến cử phò mã Nguyễn Cửu Thống, người đã từng dẹp tan bọn Truông Mây năm xưa làm nguyên soái, lãnh năm ngàn quân tinh nhuệ tiến đánh bọn cướp thu hồi bốn phủ đã mất. Ông Cửu Thống chuẩn bị lên đường gấp đi.

Nguyễn Cửu Thống nghe nói chuyện vào Quy Nhơn đánh giặc thì ngán ngẩm vô cùng. Nỗi kinh hoàng từ những trận đánh năm xưa vẫn còn ám ảnh mãi trong tâm khảm ông ta, nhưng tướng lệnh không thể không tuân. Cửu Thống miễn cưỡng nói:

- Năm ngàn quân để chiếm lại bốn phủ tôi e là quá ít, xin Quốc phó xét lại.

Phúc Loan hỏi:

- Vậy ông cần bao nhiêu?

Cửu Thống đáp:

- Năm ngàn bộ binh với năm thớt voi có súng lớn cùng hai ngàn thủy binh với bốn mươi thuyền chiến.

Phúc Loan nói:

- Được. Ông muốn chọn ai đi cùng?

Cửu Thống đáp:

- Tôi xin tiến cử cai cơ Nguyễn Cửu Sách, cai đội Phan Tấn, thống lĩnh thủy quân đánh vào cửa Đại Cổ Lũy. Tán lý Đỗ Văn Hoảng, tổng nhung Tống Sùng, tổng binh Nguyễn Vệ thống lĩnh bộ binh cùng tôi.

Phúc Loan nói:

- Tôi chuẩn y cho ông. Bao giờ ông xuất phát?

Cửu Thống đáp:

- Sau năm ngày chuẩn bị tôi sẽ ra quân.

Tuy hứa với Phúc Loan năm ngày nhưng vì trong lòng các tướng cũng như binh sĩ đều ngại chiến chinh cho nên lần lữa tới giữa tháng mười, đại binh của Cửu Thống mới xuất phát. Họ vượt đèo Hải Vân tiến vào Bản Tân, biên giới giữa Quảng Nam và Quảng Ngãi hạ trại vì gặp lúc trời mưa bão. Toán quân đi đường thủy của Nguyễn Cửu Sách vừa rời cửa Tư Dung qua khỏi cửa Đại Chiêm thì gặp phải một cơn bão lớn nên toàn bộ chiến thuyền bị đắm, Cửu Sách và Phan Tấn bị tử nạn trên biển, chỉ còn một chiếc may mắn thoát nạn quay về. Tin tức lập tức bay về Quảng Ngãi. Nguyễn Nhạc hỏi quân sư Hiến:

- Lần này Phú Xuân phản công, quân sư dự trù đối phó thế nào?

Quân sư Hiến đáp:

- Đại binh của Cửu Thống có voi chiến và đại bác yểm trợ, quân ta ít hơn nên tránh đụng độ trực diện mà phải dụ bọn chúng vào nơi hiểm địa dùng kế tiêu diệt.

- Hiểm địa ở đâu và mưu kế thế nào?

Quân sư Hiến mỉm cười nói:

- Đợi bọn chúng vào Quảng Ngãi xong chúng ta cứ làm như vầy… như vầy…

Nguyễn Nhạc mừng rỡ hạ lệnh cho các tướng chuẩn bị đón địch.

Cuối tháng mười tiết trời bắt đầu trở lạnh. Đại binh Nguyễn Cửu Thống rời Bến Ván rầm rộ tiến vào Quảng Ngãi dừng lại bên bờ Bắc sông Trà Khúc. Trận mưa bão vừa qua đã làm cho mực nước sông Trà dâng cao. Bên bờ Nam, một toán quân Tây Sơn đóng chận ngang bến đò. Nguyễn Cửu Thống cho quân chặt tre đóng bè chuẩn bị vượt sông. Khi mọi thứ đã sẵn sàng, Cửu Thống cho đại bác bắn sang trại Tây Sơn. Quân Tây Sơn sợ trúng đạn rút lui, Cửu Thống liền hạ lệnh vượt sông. Đại quân sang sông liền rầm rộ tiến về phủ thành. Trần Quang Diệu mở cửa thành cự địch, vừa đánh vừa rút lui về phía đèo Bến Đá (Thạch Tân). Đại binh Cửu Thống thừa thắng đuổi theo đến chân đèo thì trời vừa tối, Cửu Thống cho quân hạ trại bên đầm La Bích theo thế trận Trường xà dưới chân đèo nghỉ ngơi chờ trời sáng.

Đêm hôm đó quân triều đang lúc ngủ say bỗng nghe tứ phía tiếng la ó vang trời dậy đất. Quân Tây Sơn ba mặt ào vào tấn công. Từ mé biển, cạnh đầm La Bích toán quân Trung Nghĩa và Hòa Nghĩa của Tập Đình và Lý Tài tấn công bên sườn trái doanh trại, mặt phía Tây, một toán quân người thượng do A Phàm cầm đầu từ trong núi kéo ra đánh mạnh vào sườn phải, toán thứ ba của quân Tây Sơn do Trần Quang Diệu và Võ Văn Dũng từ trên đèo đổ xuống tấn công trực diện. Quân Tây Sơn ba mặt giáp công, vừa la ó vừa lao vào chém giết khiến binh triều hãi kinh bỏ chạy tán loạn. Nguyễn Cửu Thống được Nguyễn Vệ bảo vệ, có Tống Sùng và Đỗ Văn Hoảng đoạn hậu phá vòng vây dẫn tàn quân chạy thẳng ra Quảng Ngãi.

Trần Quang Diệu rượt theo gặp Tống Sùng xông ra chận lại, hai bên đấu nhau được vài hiệp, Tống Sùng bị Quang Diệu một đao đầu rơi xuống đất. Trong khi đó Đỗ Văn Hoảng cũng bị A Phàm bắn một phát tên nhào xuống ngựa, đám quân người thượng liền xông vào chém Văn Hoảng như tương. Phần Nguyễn Cửu Thống và Nguyễn Vệ vừa dẫn quân chạy qua khỏi hồ An Khê bị Nguyễn Văn Tuyết phục binh đón đánh. Nguyễn Vệ liều chết đoạn hậu để Cửu Thống thoát đi. Nguyễn Vệ cầm cự với nguyễn Văn Tuyết một hồi nhắm thế không địch nổi bèn quày ngựa bỏ chạy, chẳng dè con ngựa Xích Kỳ của

Nguyễn Văn Tuyết là thần mã nên chỉ thoáng chốc đã đuổi kịp. Văn Tuyết hét lớn:

- Tướng triều chạy đâu cho thoát.

Nguyễn Vệ cả kinh chưa kịp trở tay đã bị Văn Tuyết một đao nhào xuống ngựa bỏ mạng. Cửu Thống thoát nạn, đem tàn quân vượt qua sông Trà Khúc chạy miết về Phú Xuân chịu tội.

Trận này quân Tây Sơn toàn thắng, thu được ba voi chiến, vô số lương thảo và hàng ngàn vũ khí, quân trang các loại. Nguyễn Nhạc kéo quân ra chiếm lại phủ thành Quảng Ngãi, sau đó sai các tướng Trần Quang Diệu, Văn Lộc, Văn Tuyết đem hai ngàn nghĩa binh ra đóng ở Bến Ván, đắp lũy chặn quân triều từ Quảng Nam kéo xuống, lại sai A Phàm đem một ngàn quân người thượng đóng trên núi gần đó để làm thế ỷ dốc. Cánh quân thủy của Lý Tài và Tập Đình đóng ở cửa Đại Áp giữ mặt biển. Nguyễn Nhạc phân phó xong mọi việc, cùng quân sư Hiến trở về Quy Nhơn, củng cố việc hành chánh ở các phủ huyện chiếm được, mộ thêm quân gởi lên Tây Sơn thượng cho Nguyễn Huệ.

*****

HỒI THỨ BẢY

Núi Bích Khê, Nguyễn Phúc Hương bỏ mạng
Vượt lũy Thầy, Hoàng Ngũ Phúc chinh Nam

Nguyễn Cửu Thống trốn về đến Phú Xuân tự trói mình vào triều chịu tội. Nguyễn Phúc Văn vốn ghét Phúc Loan và bọn Nguyễn Cửu Thống nên tâu với Duệ Tôn:

- Muôn tâu vương thượng, Cửu Thống thân làm nguyên soái lại tham sanh úy tử bỏ mặc tướng sĩ hy sinh tại chiến trường một mình chạy thoát thân, tội này đáng xử chết. Xin vương thượng bắt tội.

Cửu Thống biết mình đáng tội nên cúi đầu im lặng. Riêng Phúc Loan từ lâu vốn coi Phúc Văn là cây đinh trong mắt nên vội lên tiếng bào chữa cho thủ hạ:

- Tâu vương thượng. Việc binh gia thắng bại là lẽ thường, xin vương thượng đừng nghe lời kẻ xấu giềm pha mà hại kẻ trung lương. Hạ thần sẽ tìm người khác ra binh tiêu diệt đám giặc cỏ Tây Sơn. Vương thượng an tâm.

Phúc Văn nổi giận nói:

- Ta giềm pha hay bè lũ của ông đang âm mưu làm phản, thông đồng với giặc làm thiệt hại quân lính của triều đình?

Phúc Loan đứng dậy chỉ mặt Phúc Văn lớn tiếng:

- Ông lại giở trò ngậm máu phun người nữa hay sao? Ông căn cứ vào đâu mà bảo ta thông đồng với giặc?

Phúc Văn móc trong túi ra một bức thư, tâu với Duệ Tôn:

- Tâu vương thượng, hạ thần vừa bắt được một lá thư của Quốc phó viết cho giặc Tây Sơn, hẹn nhau tạo phản lật đổ ngai vàng của vương thượng, xin người xem qua sẽ rõ.

Dứt lời bước lên trao lá thư cho Duệ Tôn. Phúc Loan tức giận đến mặt mày tím ngắt, hùng hổ chạy lên giật lấy lá thư trong tay Duệ Tôn, miệng la lớn:

- Toàn là chuyện bịa đặt, vu khống, vương thượng xem làm gì cho bẩn mắt. Tôi hỏi ông lấy ở đâu ra lá thư giả mạo này? Ông không nói thật thì không yên với tôi đâu.

Vừa nói vừa xé nát lá thư ném vào mặt Phúc Văn. Duệ Tôn thấy Phúc Loan giận dữ cực độ thì lo sợ vội lên tiếng can:

- Chuyện đâu còn có đó. Quốc phó bớt giận, ta đời nào tin Quốc phó phản bội ta, thông đồng với giặc.

Triều thần thấy Phúc Loan lộng hành không coi Duệ Tôn ra gì thì bất mãn lắm nhưng không một người nào dám ra mặt lên tiếng, chỉ biết ngồi yên im lặng len lén nhìn nhau. Phúc Loan được thể làm càng:

- Xin vương thượng tra xét kỹ vụ này. Bọn phản tặc này đang âm mưu làm phản, lại muốn tung hỏa mù để đánh lạc hướng của chúng ta đấy.

Phúc Văn vừa định lên tiếng cãi lại thì Duệ Tôn đã xua tay:

- Thôi, thôi đi. Các ông đừng cãi nhau nữa. Việc này để ta xét kỹ rồi phân xử sau. Bãi triều.

Phúc Văn đứng dậy lườm Phúc Loan một cái, bái tạ Duệ Tôn ra về. Triều thần vì sợ bị vạ lây nên tất cả im lặng lui ra. Phúc Loan trở về sai bọn tâm phúc đi khắp nơi dò xét tung tích lá thư. Mấy hôm sau bọn thủ hạ của ông ta dò được lá thứ này là do tham mưu Tá đem trao cho Phúc Văn. Phúc Loan liền sai võ sĩ đến bắt Tá về tra khảo nhưng Tá nhất mực chối, Loan bèn sai người giết Tá trong ngục. Chưa hết cơn giận, Phúc Loan còn giả một bức thư của Nguyễn Nhạc gởi cho Phúc Văn trình cho Duệ Tôn xem. Duệ Tôn xưa nay cũng không ưa gì người hoàng huynh này (Phúc Văn là con thứ ba của Võ vương Phúc Khoát) vì Phúc Văn vẫn thường theo can gián Duệ Tôn trong những trò dật lạc. Nghe Phúc Loan xúi giục, Duệ Tôn bèn ghép tội Phúc Văn.

Phúc Văn hay tin vội đưa gia đình xuống thuyền chia nhau bỏ trốn. Phúc Loan sai Nguyễn Phúc Hương đuổi theo bắt được Phúc Văn ở phá Tam Giang, dìm xuống nước đến chết. Mùa này phá Tam Giang nước chảy rất xiết, xác Phúc Văn bị nước cuốn trôi ra biển mất tăm. Một người con của Nguyễn Phúc Văn là Nguyễn Phúc Vân thoát được bèn vượt biển thẳng ra Thăng Long báo cho Chúa Trịnh là Trịnh Sâm tình hình nội bộ chia rẽ, Phúc Loan chuyên quyền ở Nam Hà, xin Chúa Trịnh đem quân trị tội để trả thù cho cha mình.

Dân chúng biết tin Phúc Văn bị hại thương xót vô cùng, vì Phúc Văn là một trong những số ít trung thần phủ Chúa dám đứng ra đối nghịch với Phúc Loan. Thương Phúc Văn bao nhiêu, họ càng oán Phúc Loan bạo ngược bấy nhiêu. Người người mong ngóng Hoàng tôn Dương đứng lên thay thế Định vương Duệ Tôn. Chiêu bài phò Hoàng tôn Dương của Tây Sơn nhờ thế mà gặp nhiều thuận lợi.

Nhổ được cái đinh trong mắt rồi Phúc Loan bèn xin Duệ Tôn phong Nguyễn Phúc Hương làm tiết chế, lãnh năm ngàn tinh binh ở Quảng Nam với năm mươi voi chiến, kết hợp với đội chiến thuyền có gắn đại bác ở Hội An vào tiểu trừ giặc Tây Sơn. Duệ Tôn chuẩn tấu.

Trung tuần tháng Chạp năm Quý Tỵ, 1773, trước khi đem thuộc hạ vào Quảng Nam, Nguyễn Phúc Hương cho người gọi Đỗ Thành Nhơn đi theo trong quân nhưng Thành Nhơn vì ghét Phúc Hương đã cố ý ém nhẹm bao công lao của mình lúc trước nên cáo bệnh không đi. Phúc Hương đành vào Quảng Nam hợp cùng tán lý Thiện, tổng nhung Thành, đại tướng Nguyễn Tiến Hâm rồi chia ra hai đường thủy bộ tấn công trường lũy Tây Sơn ở Bến Ván và cửa Đại Áp. Tin cấp báo vào Bến Ván, Trần Quang Diệu liền họp các tướng bàn cách chống giặc.

Lý Tài lên tiếng trước:

- Tôi được biết lần này quân Nam Hà sử dụng những thuyền chiến lớn có gắn đại bác của bọn Ănglê. Chiến thuyền bằng gỗ của chúng tôi không thể đối địch được với họ. Tôi muốn rút lui trước để bảo toàn lực lượng, ý các ông thế nào?

Trần Quang Diệu nói:

- Ông nói như vậy cũng phải. Nhưng chúng tôi ở trên bộ dễ xoay trở hơn, lại có hai lớp chiến lũy kiên cố hỗ trợ, tôi sẽ thử sức với đám voi chiến của chúng xem lợi hại thế nào. Chưa đánh đã rút lui e bị tội lớn.

Tập Đình đỏ mặt nói:

- Các ông đã nói vậy, bọn này há lại sợ giặc bỏ chạy trước hay sao?

Quang Diệu đỡ lời:

- Biết địch biết ta mới là tướng giỏi. Nếu biết chắc không chống cự nổi, tránh đi để bảo toàn lực lượng đợi thời cơ là điều chí phải đó chứ. Ông Tập đừng hiểu lầm ý tôi.

Lý Tài nói:

- Đã vậy chúng tôi sẽ tùy tình hình mà ứng xử. Các ông cứ lo việc trên bờ đi.

Bèn cùng Tập Đình trở xuống cửa Đại Áp chuẩn bị. Quang Diệu nói với các tướng còn lại:

- Tôi tin bọn chúng sẽ dùng tượng binh tấn công toán quân trên núi của chúng ta trước để tuyệt đường tiếp trợ. Ở mé Nam có một khe núi địa hình hiểm trở, ông A Phàm phải giả thua rút sâu vào trong đó, ông Lộc cùng toán quân có hỏa hổ phục nơi hiểm yếu, dùng hỏa công bất thần tấn công sẽ phá được đàn voi chiến của giặc.

A Phàm và Nguyễn Văn Lộc lãnh ý ra đi. Quang Diệu nói với Nguyễn Văn Tuyết:

- Tôi và ông sẽ dựa vào chiến lũy mà cự địch, quân ta ít, ráng cầm cự để chờ viện quân từ Quy Nhơn.

Bàn định kế hoạch xong, Trần Quang Diệu cấp báo về Quy Nhơn.

Đại quân của Nguyễn Phúc Hương rời Hội An rầm rộ tiến vào cách Bến Ván năm dặm thì dừng lại hạ trại nghỉ ngơi. Hôm sau Nguyễn Tiến Hâm đề nghị:

- Bọn Tây Sơn chia ra hai trại để chống cự với chúng ta, tôi xin lãnh một ngàn năm trăm quân cùng ba mươi thớt voi tấn công cánh quân trên núi của chúng, phần tiết chế dẫn đại binh liên kết với đại bác của thủy quân tấn công thẳng vào chiến lũy khiến chúng không thể tiếp ứng nhau. Quân ta đông hơn chúng gấp bội, tôi tin sẽ phá được giặc.

Phúc Hương vỗ vai Tiến Hâm khen:

- Ý ông rất hay.

Bèn hạ lệnh xuất quân. Đó là một buổi sáng ngày hai mươi hai tháng Chạp, năm Quý Tỵ.

Khi đội chiến thuyền của quân Nguyễn từ cửa Đại Chiêm dọc theo ven biển kéo vào thì đụng độ đoàn thuyền chiến của Lý Tài và Tập Đình đang dàn rộng ở cửa Đại Áp. Quân Nguyễn cho đại bác bắn phá dữ dội khiến năm thuyền chiến của Trung Nghĩa quân bị chìm, Lý Tài biết không thể chống cự nổi nên tỏa ra khắp nơi rồi rút chạy về đầm Đạm Thủy. Chiến thuyền quân Nguyễn tiến vào cửa Đại Áp, gặp lúc đại quân của Phúc Hương đang đánh nhau kịch liệt với quân Tây Sơn nơi chiến lũy. Quân Nguyễn bèn cho thuyền chạy dọc theo dòng sông rồi nã đại bác lên bờ. Trần Quang Diệu và Nguyễn Văn Tuyết chỉ huy nghĩa quân liều chết cố thủ. Hai bên đánh nhau suốt ngày hôm đó, nhưng vì súng đại bác bắn rát quá nên Quang Diệu hạ lệnh bỏ chiến lũy thứ nhất lui về chiến lũy thứ hai xa bờ sông hơn để tử thủ.

Trong khi đó Nguyễn Tiến Hâm dẫn theo một ngàn năm trăm quân sĩ cùng ba mươi thớt voi chiến tấn công vào doanh trại Tây Sơn ở mé núi. A Phàm đem quân Thượng ra cự địch nhưng bị đàn voi chiến hung dữ tiến tới đạp nhầu nên phải rút lui vào trong khe núi. Tiến Hâm ỷ mình có đàn voi nên thúc quân đuổi theo. Quân Nguyễn vừa lọt sâu vào khe núi, bỗng nghe một tiếng nổ vang trời, toán quân của Nguyễn Văn Lộc phục sẵn từ trên vách núi ném các nùi lửa xuống, đàn voi sợ lửa bỏ chạy tán loạn đạp nhầu vào quân mình. Nguyễn Văn Lộc liền hạ lệnh tấn công, quân Tây Sơn ào ạt xông ra dùng hỏa hổ đốt đám binh triều. Nguyễn Tiến Hâm thất kinh hô quân rút lui nhưng đàn voi lúc này sợ lửa đốt không còn điều khiển được nữa, bởi vậy quân Nguyễn lớp bị voi đạp, lớp bị hỏa hổ đốt chết rất nhiều. Tiến Hâm giục ngựa cố thoát khỏi đám loạn quân nhưng bị A Phàm nhanh tay bắn một phát trúng lưng rớt xuống ngựa. A Phàm hăng tiết xông tới định chém Tiến Hâm nhưng bất ngờ một con voi bị lửa đốt lồng lộn chạy bừa xông vào đạp nhầu. A Phàm vừa kịp la lên một tiếng thì con voi thứ hai đã dẫm lên người khiến ông bỏ mạng trong đám loạn quân bên cái xác nát bét của Tiến Hâm.

Nguyễn Văn Lộc phá tan cánh quân Nguyễn xong kéo quân xuống tấn công bên cánh phải của Phúc Hương đang bao vây chiến lũy thứ hai của Tây Sơn. Hai bên xáp vào nhau đánh trong đêm tối, quân Tây Sơn tuy giỏi võ nhưng quân triều áp đảo về quân số nên khi chọc thủng được vòng vây lọt vào được bên trong chiến lũy, toán quân của Lộc chỉ còn độ sáu bảy trăm người. Dưới sông đại bác của quân Nguyễn không ngừng bắn lên.

Sau bốn ngày cố thủ, đến ngày hai mươi bảy tháng Chạp, Trần Quang Diệu thấy tình thế không xong bèn ra lệnh rút lui. Quân Tây Sơn lợi dụng đêm tối bỏ chiến lũy chạy về phía Nam. Phúc Hương lần này muốn lấy lại hai phủ Quảng Ngãi và Quy Nhơn nên một mặt sai người về Phú Xuân xin thêm viện quân, một mặt thúc đại binh thừa thắng rượt theo. Quang Diệu đem quân chạy đến Thạch Tân thì nhận được lệnh của Nguyễn Nhạc, bèn kéo quân chạy miết về đóng giữ bên bờ Nam sông Lại Dương. Vừa hạ trại xong thì Nguyễn Nhạc, Trương Văn Hiến cùng các tướng từ Quy Nhơn ra tới. Quang Diệu kiểm điểm binh mã thấy chết gần ngàn nghĩa quân, nghĩ đó là lỗi của các tướng lãnh nên cùng Lộc, Tuyết quỳ xuống chịu tội. Nguyễn Nhạc vội đỡ ba người đứng lên nói:

- Không trách các ông được. Địch thắng ta trận này là nhờ vào chúng đông hơn lại có đại bác của bọn Tây yểm trợ. Đáng tiếc nhất là việc A Phàm đã hy sinh.

Quang Diệu hỏi:

- Sao chúng ta không đóng quân ở đèo Bến Đá chận địch mà phải rút vào tận nơi này?

Văn Hiến đáp:

- Nguyễn Phúc Hương lúc trước đã giao chiến với nghĩa quân Truông Mây ở Bến Đá một thời gian dài nên rất quen thuộc địa hình ở đó. Chúng ta vừa được Nguyễn Huệ tăng viện hai ngàn quân và một ngàn hỏa hổ. Núi Bích Khê sẽ là nơi giết bọn Phúc Hương. Các ông nghỉ ngơi cho lại sức để chuẩn bị giết giặc.

Các tướng nghe quân sư Hiến nói mới vỡ lẽ, bèn hạ trại nghỉ ngơi chờ phục hận. Sáng sớm hôm sau thám báo về cho hay đại quân của Phúc Hương đã đến hạ trại bên kia sông Lại Dương. Trương Văn Hiến cùng Nguyễn Nhạc và chư tướng đứng bên này sông quan sát, một lúc sau Văn Hiến nói:

- Phúc Hương hẳn đang chờ đội chiến thuyền có đại bác tiến vào cửa An Dũ để bắn yểm trợ vượt sông. Chờ khi chiến thuyền của họ lên đến nơi, ông Diệu phải rút quân bỏ chạy lên đèo Lại Khánh. Ông Tuyết đem một toán quân theo lối Kim Sơn chạy về đèo Màn Lăng. Hai ông phải giả thua cố dụ cho bằng được quân địch chia quân rượt theo không được sơ suất. Số chiến thuyền của địch trên sông Lại Dương tôi đã có cách tiêu diệt.

Nguyễn Nhạc hỏi:

- Quân sư muốn sử dụng số hỏa dược mà chú Huệ vừa cung cấp để đánh hỏa công các thuyền chiến của Phúc Hương phải không?

Văn Hiến mỉm cười:

- Trại chủ tinh ý thật.

Nhạc lại hỏi:

- Trường hợp thuyền chiến của địch không tiến vào Lại Dương thì sao?

- Tôi đã cho người mang thư xuống Đạm Thủy dặn Lý Tài và Tập Đình. Họ sẽ dẫn dụ bọn chúng vào An Dũ, trại chủ khỏi lo.

Dặn dò xong mọi việc, Văn Hiến cùng Nguyễn Nhạc trở lên đèo Lại Khánh đợi quân của Phúc Hương. Mọi việc diễn ra không ngoài dự tính của quân sư Trương Văn Hiến. Giờ Thìn hôm đó các chiến thuyền quân Nguyễn theo đường biển đã vào cửa An Dũ đuổi theo một toán khinh thuyền của quân Lý Tài đang chạy ngược dòng Lại

Dương lên Kim Sơn. Lúc này vào đầu tháng Giêng, thủy triều đang lên mạnh, đoàn thuyền chiến lên gần bến Lại Dương liền nã đại bác lên bờ, nhắm vào doanh trại quân Tây Sơn đóng dọc bên bờ Nam. Trần Quang Diệu vội cho quân rút lui khỏi tầm đại bác. Phúc Hương thấy có đại bác yểm trợ liền cho quân thả bè vượt sông, chở theo đoàn voi chiến hơn ba mươi con. Đại binh vừa lên khỏi bờ bỗng có một toán quân Tây Sơn từ phía Kim Sơn kéo xuống tấn công, toán quân của Quang Diệu cũng quay trở lại xông vào giao chiến. Phúc Hương ra lệnh chia quân làm hai cánh chống đỡ. Tổng nhung Thành lãnh một ngàn rưỡi quân chống cự với toán quân của Nguyễn Văn Tuyết, đại binh còn lại tiến đánh toán quân của Quang Diệu. Quang Diệu vừa đánh vừa lui dần lên đèo Lại Khánh. Quân triều thừa thắng đuổi theo.

Vào khoảng cuối giờ Mùi thủy triều bắt đầu rút, từ trên đầu dòng Kim Sơn bỗng xuất hiện hơn năm mươi chiếc bè nhẹ chở đầy diêm tiêu và chất dẫn hỏa theo dòng nước ào ào lao xuống. Trên mỗi chiếc bè có hai nghĩa quân Tây Sơn cầm mái chèo điều khiển, khi bè lao xuống gần đến các thuyền chiến, họ liền châm lửa, hướng cho chúng đâm thẳng vào những chiến thuyền có đại bác của quân Nguyễn rồi phóng xuống nước lặn vào bờ. Đoàn thuyền chiến bị các thuyền hỏa của Tây Sơn chứa đầy diêm sinh đâm sầm vào bốc cháy dữ dội. Trong phút chốc, cả đoàn thuyền chiến đã làm mồi cho thần hỏa, các thủy thủ trên thuyền mạnh ai nấy nhào xuống nước bơi vào bờ chạy theo toán quân của Phúc Hương đang vượt lên đèo Lại Khánh đuổi theo quân Tây Sơn.

Bên cánh Kim Sơn, tổng nhung Thành hồ hởi xua quân rượt theo Nguyễn Văn Tuyết, Tuyết quày ngựa ra đao đánh với Thành được vài hiệp liền giả thua bỏ chạy. Tổng nhung Thành tưởng giặc yếu thế nên xua quân đuổi theo. Tuyết chạy được một đoạn lại quày ngựa đánh nhau với Thành, nhưng chỉ được vài hiệp lại giả thua bỏ chạy. Thành vừa đuổi theo vừa la lớn:

- Ta nghe nói quân Tây Sơn ai nấy đều giỏi võ nghệ, giờ mới biết chỉ là lời đồn nhảm nhí.

Tuyết biết Thành đã có bụng khinh địch liền quay đầu lại nói:

- Tên khốn kia, ngươi có giỏi thì bắt được ta rồi hãy nói.

Nói xong giục ngựa xông vào chém Thành mấy nhát rồi lại giả thua bỏ chạy. Tổng nhung Thành cả giận giục ngựa đuổi theo nói lớn:

- Hôm nay không bắt được ngươi ta thề không quay về.

Nguyễn Văn Tuyết dụ được quân Nguyễn vào đến một nơi chật hẹp gần khe Màn Lăng, hai bên là vách núi, bèn quay ngựa lại giao chiến. Đường đao trong tay của Tuyết bây giờ như giao long xuất hải khiến Thành luống cuống cả tay chân. Cùng lúc đó, quân Tây Sơn của Lý Văn Bưu phục hai bên vách núi bỗng đứng dậy vừa la ó vừa bắn tên ra như mưa, nhắm vào toán quân Nguyễn đang lúng túng trong khe núi. Lý Văn Bưu la lớn:

- Tổng nhung Thành, ngươi đã trúng kế của quân sư ta rồi, mau đầu hàng đi.

Tổng nhung Thành biết mình trúng kế liền hô quân tháo

lui. Chỉ một chút phân tâm, thanh kim đao trong tay của Nguyễn Văn Tuyết đã như một tia chớp lia ngang, chiếc đầu của tổng nhung Thành bay khỏi cổ. Quân Nguyễn giờ như đàn vịt, kẻ chết người bị thương tháo chạy tán loạn dưới làn mưa tên của quân Tây Sơn. Nguyễn Văn Tuyết hô quân rượt theo chém giết một lúc nữa. Thương thay hơn ngàn quân Nguyễn đã bỏ thây trong khe núi. Tuyết thu lấy chiến lợi phẩm rồi cùng Lý Văn Bưu kéo quân xuống bến Lại Dương chận đường về của Phúc Hương.

Cánh quân của Phúc Hương ỷ vào đàn voi chiến nên ra sức đuổi theo toán quân của Trần Quang Diệu đang cố vượt đèo Lại Khánh để chạy vào Phù Ly. Đèo Lại Khánh tuy không hiểm trở nhưng giữa đèo có một đoạn hẹp, hai bên là vách núi cao. Toán bại binh của Quang Diệu vừa chạy qua khỏi đoạn đường hẹp đó thì đàn voi của Phúc Hương cũng rầm rộ rượt đến nơi. Bỗng đâu từ trên đỉnh núi, đá lớn và những cuộn rơm lửa tẩm diêm sinh đổ xuống ào ào chận mất lối đi, đàn voi bị lửa đốt hoảng kinh quày trở lại dẫm bừa lên quân nhà để tháo lui. Phúc Hương và các tướng cả kinh vội ra lệnh cho hậu quân biến thành tiền quân chạy xuống đèo. Từ trên cao, những cuộn rơm lửa vẫn tiếp tục lăn xuống thêm vào hàng loạt tên như vãi cát bắn theo. Đàn voi vụt chạy, giày chết quân triều vô số kể. Phúc Hương ngồi trên mình voi, được các tướng bảo vệ kéo quân chạy miết ra bến Lại Dương gặp toán quân của Nguyễn Văn Tuyết và Lý Văn Bưu kéo xuống, đàng sau Trần Quang Diệu và Nguyễn Văn Lộc đuổi theo, hai đàng giáp công, quân triều đành phóng mình xuống sông để bơi sang bên kia bờ. Cũng may, lúc này thủy triều đã xuống thấp nên dòng Lại Giang nước không sâu và chảy không xiết, đàn voi chở Phúc Hương cùng mấy trăm binh sĩ vượt được sông sang bờ bắc. Phần lớn quân triều đã bị quân Tây Sơn giết chết bên bờ nam. Phúc Hương kinh sợ đến hồn bất phụ thể, vừa lên được bờ vội vã thúc quân bỏ chạy, nhưng khi đến được khu rừng dừa cạnh mé biển ở Tam Quan bị Lý Tài và Tập Đình phục binh bắn chết.

Đại binh của Nguyễn Phúc Hương hoàn toàn bị tiêu diệt, quân Tây Sơn bắt được ba mươi voi chiến và vô số khí giới cùng lương thực. Trương Phúc Loan khi được tin Phúc Hương chiến thắng ở Bến Ván và xin thêm quân để tái chiếm hai phủ đã mất thì mừng rỡ, liền cử Tôn Thất Thăng đem quân vào tiếp viện. Quân đi nửa đường, Tôn Thất Thăng hay tin quân Phúc Hương bị tiêu diệt vội vã thu quân chạy trở về Phú Xuân.

Nguyễn Nhạc xua quân tiến ra chiếm lại Quảng Ngãi và thừa thắng tấn công dinh Quảng Nam. Lại sai cánh quân thủy Trung Nghĩa và Hòa Nghĩa của Lý Tài tiến vào cửa Đại Chiêm chiếm lấy Hội An. Tinh binh của Quảng Nam đã bị tiêu diệt cùng với Phúc Hương, bởi vậy Tây Sơn với số hỏa hổ mới tăng viện đánh đâu thắng đó, chỉ trong bảy ngày của tháng hai năm Giáp Ngọ, 1774, họ đã làm chủ cả dinh Quảng Nam đến tận chân đèo Hải Vân.

Đạo quân Trung Nghĩa và Hòa Nghĩa vốn là đám cướp biển quen tính cướp bóc hung tàn, khi chiếm được Hội An, một phố cảng sầm uất, giàu có, máu ăn cướp nổi lên nên họ tha hồ vơ vét của cải đem lên thuyền chở về hòn Trâu để làm chiến lợi phẩm cho mình, tạo nên một quang cảnh hãi hùng cực độ cho cư dân Hội An. Còn hận vụ đại bác Tây dương bắn chìm mấy chiến thuyền của mình hôm trước ở cửa Đại Áp, Tập Đình cho thủ hạ đập phá tan tành một chiếc tàu của người Tây đang đậu ở bến cảng cùng những cơ sở thương mại của họ. Việc làm ngu xuẩn này của Tập Đình đã làm cho người Tây vô cùng tức giận, để lại một mối di hại vô cùng nghiêm trọng cho Tây Sơn trong việc giao hảo với các nước phương Tây sau này. Tin đó được báo lên dinh Quảng Nam, Nguyễn Nhạc tức tốc cùng Quang Diệu, Văn Nhậm, Văn Dũng mang theo ba trăm quân kỵ xuống Hội An gặp Lý Tài và Tập Đình. Không dằn được cơn giận dữ, Nhạc hô quân hộ vệ tước ngay vũ khí của Lý Tài và Tập Đình rồi trói hai người lại. Nhạc chỉ mặt hét lớn:

- Các ông là người đi làm cách mạng, giải phóng áp bức, cứu giúp dân lành hay đi làm ăn cướp. Các ông đã vi phạm quân lệnh, bôi nhọ danh dự của Tây Sơn, nếu không xử cho nghiêm tôi làm sao ăn nói với ba quân.

Liền thét vệ sĩ đem hai người ra chém. Trần Quang Diệu vội can:

- Xin trại chủ bớt giận. Đang lúc chiến tranh không nên chém tướng, hơn nữa hai vị tướng quân đây bấy lâu đã lập được nhiều công trạng, xin chủ tướng miễn tội chết cho họ lần này để đoái công chuộc tội.

Văn Dũng và Văn Nhậm cũng lên tiếng năn nỉ nên Nhạc cũng nguôi phần nào cơn giận. Ông gằn giọng:

- Nể tình hai ông đã lập nhiều công trạng và các tướng khuyên can, tôi tha cho lần này. Nếu sai phạm lần nữa tôi quyết không tha.

Bèn cho quân mở trói. Lý Tài và Tập Đình thoát chết

trong lòng chưa hết sợ, vội nói:

- Đa tạ trại chủ tha mạng.

Tập Đình và Lý Tài vốn là những tên võ phu lỗ mãng, thoát chết lần này cả hai để bụng oán Nguyễn Nhạc. Nhạc cho Lý Tài và Tập Đình đem chiến thuyền của họ trở về Quy Nhơn trước, để Võ Văn Dũng thống lãnh các chiến thuyền cướp được của quân Nguyễn, tổ chức lại đội ngũ trấn thủ Hội An. Lại sai Quang Diệu cùng Nguyễn Văn Lộc chia nhau giữ dinh Quảng Nam. Cắt đặt xong mọi việc, Nhạc đem theo Văn Nhận, Văn Tuyết gấp rút trở về Quy Nhơn vì có tin cấp báo quân Nguyễn từ Gia Định đang chuẩn bị tấn công Bình Khang. Trước khi đi, Nhạc dặn dò các tướng:

- Quảng Nam sát sườn với Phú Xuân tất họ không để yên cho ta chiếm đóng. Trường hợp không giữ được thì lui về Bến Ván, sửa lại chiến lũy cố thủ để bảo tồn lực lượng.

*

Tin đại quân của Nguyễn Phúc Hương bị diệt, Tôn Thất Thăng bỏ chạy, Quảng Nam rơi vào tay quân Tây Sơn bay về Phú Xuân khiến triều thần phủ Chúa Nguyễn bàng hoàng, lo sợ. Duệ Tôn hỏi Phúc Loan:

- Tình hình như vậy Quốc phó liệu tính thế nào?

Tôn Thất Nghiêm là hoàng thúc của Duệ Tôn nói:

- Đại tướng Phú Xuân có thể chống lại giặc Tây Sơn lúc này chỉ còn có con trai thứ ba của Nguyễn Cửu Pháp là Nguyễn Cửu Dật. Xin vương thượng lệnh cho y xuất trận mới mong cứu vãn tình hình này.

Phúc Loan nghe nói mừng rỡ phụ họa:

- Lời của hoàng thúc chí phải. Tuy vậy, để quân thế Phú Xuân mạnh hơn, xin vương thượng phong cho hoàng thúc làm thống soái chỉ huy trung quân, phong Nguyễn Cửu Dật làm tả quân đô đốc lãnh binh xuất trận tất dẹp được giặc Tây Sơn.

Duệ Tôn không biết liệu lý chính sự thế nào cho phải, nghe Phúc Loan tâu thì cũng vui vẻ chuẩn tấu. Tôn Thất Nghiêm đành lãnh mệnh cùng Nguyễn Cửu Dật đem năm ngàn quân túc vệ, đội quân thiện chiến nhất dùng để bảo vệ kinh thành, vượt đèo Hải Vân vào đánh quân Tây Sơn. Quân Nguyễn vừa vào đến Quảng Nam thì Phú Xuân nhận được tin quân Trịnh kéo vào đến sông Gianh muốn tràn qua biên giới đánh Nam Hà. Duệ Tôn Phúc Thuần lo sợ vội triệu hồi Tôn Thất Nghiêm về đem quân chống với giặc Trịnh, phong cho Nguyễn Cửu Dật làm tả quân đại đô đốc thống lãnh đại binh chống với Tây Sơn.

Cửu Dật vốn là tướng tài của Phú Xuân, sắc mặt đỏ như chu sa, lại sử dụng cây Thanh Long yểm nguyệt đao khi ra trận nên người đương thời thường ví ông với Quan Vân Trường đời Tam Quốc. Trong vòng hai tháng ông đã giao chiến với quân Tây Sơn mười trận, đẫm máu nhất là trận ở Mỹ Thế. Nhưng trận đánh khiến cho quân sĩ hai bên thán phục và ghi nhớ nhất là trận kịch chiến không tiền khoáng hậu giữa Nguyễn Cửu Dật và Trần Quang Diệu ở Thiên Lộc.

Sau thất bại của quân Tây Sơn ở Mỹ Thế và một vài nơi khác, Quang Diệu lui toàn bộ về giữ đồn Thiên Lộc để kiểm soát thông lộ vùng Hòa Vang, chận bước tiến của quân Nguyễn. Nguyễn Cửu Dật xua đoàn tượng binh đi trước tấn công đồn nhưng quân Tây Sơn sử dụng hỏa hổ và rồng lửa nên toán tượng binh của quân Nguyễn phải bỏ chạy. Quang Diệu xua quân đuổi theo thì gặp đại binh của Cửu Dật tiến tới. Cửu Dật thấy tướng Tây Sơn mặt đỏ tía, ngồi trên con Huyết Long câu, tay cầm Huỳnh Long bảo đao chẳng khác gì mình nên ngạc nhiên quát hỏi:

- Tướng Tây Sơn kia là ai mau báo tên họ rồi chịu chết?

Quang Diệu thấy Cửu Dật ngồi trên lưng ngựa đỏ như Xích Thố, cây Thanh Long yểm nguyệt đao gác ngang qua lưng ngựa trông uy phong lẫm liệt cũng sinh lòng kính ngưỡng nên hoành đao ôn tồn đáp:

- Tây Sơn tả đô đốc Trần Quang Diệu là ta. Ngươi có phải là tả quân đại đô đốc Nguyễn Cửu Dật, anh hùng đệ nhất đất Phú Xuân mà người đời thường ví như Quan Vân Trường đó không?

Cửu Dật đáp:

- Nguyễn Cửu Dật chính là ta. Ngươi đã gặp ta sao còn chưa chịu buông đao đầu hàng để khỏi tổn hao binh sĩ?

Quang Diệu ngửa mặt cười ha hả nói:

- Ngươi nhờ quân thế đông thắng được vài trận nhỏ mà đã lớn tiếng huyênh hoang coi thiên hạ dưới mắt không người ư? Có dám cùng ta đơn phương song đấu một trận để xem Quan Vân Trường giỏi hay thủ hạ Tây Sơn cao tay?

Cửu Dật nhìn khí thế của Quang Diệu lại nghe đồn Tây Sơn Thất Hổ tướng ai nấy đều võ nghệ cao cường nên hào khí bốc lên đáp:

- Được, nếu không cho ngươi biết lợi hại thì bọn giặc cỏ các ngươi không phục.

Hai bên bèn hô quân lui lại chừa một khoảng đất trống rộng lớn ở giữa. Hai tướng ghìm ngựa hoành đao thủ thế. Quân Tây Sơn nổi trống liên hồi, reo hò ầm ĩ để ủng hộ chủ tướng của mình, quân Nguyễn cũng khua chiêng lên phô trương thanh thế quân triều. Giữa đấu trường, hai tướng giục ngựa xông vào nhau, hai thanh bảo đao như rồng bay phụng múa, quần nhau long trời lở đất, bụi bay mịt mù. Tiếng đao thép chạm nhau chan chát không ngừng, hòa lẫn trong tiếng chiêng trống và tiếng quân reo càng khiến cho đấu trường thêm hãi hùng, nghẹt thở. Họ đánh nhau từ giờ Mùi đến giờ Dậu vẫn bất phân thắng bại, càng đánh càng hăng khiến quân sĩ hai bên đều thè lưỡi lắc đầu.

Nguyễn Văn Lộc đứng ngoài lược trận không khỏi ngứa ngáy tay chân cứ muốn xông vào thay cho Quang Diệu nhưng thấy cả hai say sưa tham chiến nên đành phải căng mắt theo dõi. Bỗng có thám báo chạy tới cho Văn Lộc hay một tin quan trọng khiến ông ta lo sợ vội gióng chiêng thu quân. Hai tướng nghe chiêng vội dạt ngựa ra trở về phía quân mình, không quên nhìn đối thủ bằng ánh mắt thán phục. Quang Diệu về đến nơi hỏi:

- Tôi đang thắng thế, tự nhiên sao lại gióng chiêng thu quân?

Văn Lộc đáp:

- Thám báo vừa đưa tin có hai chiếm hạm lớn trang bị nhiều đại bác từ Ma Cao xuống đã vào cửa Hàn giúp quân

Nguyễn[7], tôi sợ quân ta thiệt hại như lần trước nên muốn bàn với anh lui quân về cố thủ ở lũy Bến Ván như lời trại chủ đã dặn.

Quang Diệu nghe xong bèn thúc ngựa ra giữa trận nói lớn sang bên kia:

- Nguyễn Cửu Dật nghe đây. Bây giờ đã tối chúng ta lui binh hai dặm nghỉ ngơi sáng mai lại tái đấu. Nếu ngươi sợ thì có thể tự động rút lui, ta không thèm truy kích đâu.

Cửu Dật lớn tiếng đáp:

- Ta sợ gì ngươi. Được, chúng ta lui binh hạ trại, ngày mai ta với ngươi quyết một mất một còn.

Quang Diệu bèn cho quân lui lại hai dặm vờ như chuẩn bị hạ trại, chờ đến lúc trời tối đen bèn kéo quân âm thầm rút lui về Bến Ván, lại đưa tin cho Võ Văn Dũng kéo đội chiến thuyền ở Hội An xuống giữ cửa Đại Áp bảo vệ mặt biển. Trên đường triệt thoái, nghĩa quân Tây Sơn đã vơ vét rất nhiều của cải ở dinh Quảng Nam và Hội An, mang theo bốn mươi lăm thớt voi chiến cùng rất nhiều khí giới, với hơn tám mươi khẩu đại bác mà người Anh và và người Hòa Lan đã giúp cho chúa Nguyễn, một số để lại ở Bến Ván, số còn lại chuyển hết về Quy Nhơn. Quảng Nam lại thuộc quyền kiểm soát của quân Nguyễn.

Vì tình hình chiến sự ở biên giới sông Gianh sắp bùng nổ nên Nguyễn Cửu Dật cũng không ham chiến với quân Tây Sơn. Ông đóng quân ở Quảng Nam chờ lệnh mới từ

---

[7] Đó là hai tàu chiến Diligent của Bồ Đào Nha ở Ma Cao - Theo Lịch Sử Nội Chiến của Tạ Chí Đại Trường.

Phú Xuân. Bấy giờ là mùa hạ năm Giáp Ngọ, 1774.

***

Bắc Hà, thành Thăng Long, đời vua Lê Hiển Tông, năm Cảnh Hưng thứ 35. Phủ Liêu chúa Tĩnh Đô vương Trịnh Sâm năm thứ 8.

Trong khi tình hình Nam Hà của chúa Định vương Nguyễn Phúc Thuần hết sức rối ren vì loạn cường thần Trương Phúc Loan chuyên quyền giết hại công thần, triều đình chia rẽ, khiến cho giặc Tây Sơn nổi dậy chiếm hết một phần ba lãnh thổ, thì ở Bắc Hà dưới thời chúa Tĩnh Đô vương Trịnh Sâm lại là lúc cường thịnh nhất. Trịnh Sâm là con trưởng của Trịnh Doanh, nổi tiếng là người văn võ song toàn. Từ khi lên nối ngôi Chúa năm 1767, ông đã thực hiện nhiều cải cách trong nước khiến cho quyền uy phủ Chúa rộng lớn hơn, quốc gia cường thịnh hơn, đặc biệt về mặt võ bị. Sau khi dẹp được hai đám nội loạn lớn của Hoàng Công Chất ở Hải Dương và Lê Duy Mật ở Trấn Ninh, Trịnh Sâm tự cho mình là người có võ công thập toàn nên rất kiêu ngạo, bắt đầu tiêu xài hoang phí cho những cuộc chơi xa xỉ của mình. Với binh lực hùng mạnh sẵn có trong tay, Trịnh Sâm có ý dòm ngó xứ Nam Hà đang trên đà suy yếu.

Nhơn có con trai Nguyễn Phúc Văn là Tôn Thất Vân trốn khỏi Phú Xuân chạy ra Thăng Long tìm vào phủ Liêu gặp Trịnh Sâm cầu cứu, lại nhận được tin của trấn thủ Nghệ An là Bùi Thế Đạt gởi về báo cáo tình hình Nam Hà, khuyên Chúa nên thừa cơ chiếm lại Thuận Hóa. Trịnh Sâm mừng rỡ, thấy thời cơ đã tới liền họp quần thần là bọn Lê Quý Đôn, Phan Lê Phiên, Hoàng Ngũ Phúc,

Hoàng Phùng Cơ, Hoàng Đình Thể ... bàn việc ra quân. Trịnh Sâm hỏi quần thần:

- Nam Hà đang lúc đại loạn, Tôn Thất Vân chạy ra cầu cứu ta, Bùi Thế Đạt ở Nghệ An cũng dâng sớ xin đem quân chiếm lại Thuận Hóa, ý các khanh thế nào?

Hoàng Ngũ Phúc tâu:

- Khải chúa. Các đấng tiên chúa xưa đã tổn hao biết bao xương máu muốn thôn tính Nam Hà mà không được chỉ vì chúng đang hồi cường thịnh. Nay nội bộ chúng đang ly tán, quân đội suy yếu, là dịp may hiếm có để chúng ta thực hiện ý đồ của các đấng tiên chúa còn dở dang. Thần nghĩ đây là hồng phúc tề thiên mà chỉ chúa công mới có được.

Tướng Hoàng Đình Thể tâu thêm:

- Khải chúa. Binh sĩ của chúng ta sau những chiến thắng tiêu diệt bọn thổ phỉ, hào khí đang dâng cao ngùn ngụt. Với khí thế này nếu chúa xuất binh tiểu phạt, hạ thần tin rằng chỉ trong một sớm một chiều, toàn dải đất trù phú của Nam Hà sẽ thuộc về phủ Liêu của chúa mà thôi.

Trịnh Sâm nghe chư tướng vừa tâng bốc vừa đồng lòng muốn đánh Nam Hà thì hoan hỉ nói:

- Các khanh đã đồng lòng khởi binh thì ta sẽ ra quân. Ai dám lãnh trách nhiệm xuất chinh lần này?

Hoàng Phùng Cơ tâu:

- Khải chúa công. Người Bắc Hà chúng ta từ lâu vẫn thường nói: *"Tài không vượt được Thanh Hà. Dẫu rằng có cánh khó qua lũy Thầy"*. Tuy tình hình nội bộ Nam Hà chia rẽ nhưng thành lũy vững chắc, chúng ta cũng không nên coi thường chúng. Theo ý mạt tướng, lần viễn chinh này không có Việp quận công e khó lòng.

Trịnh Sâm cũng đã có chủ ý như thế nên vui vẻ nói:

- Lời ngươi hợp ý ta. Nay ta giao cho Việp quận công lãnh chức Bình nam đại thống lãnh, Bùi Thế Đạt là phó súy, đem ba mươi ba doanh thủy quân kết hợp với quân binh Thanh Nghệ của Bùi Thế Đạt tiến đánh Nam Hà. Ông Việp có cao kiến gì không?

Việp quân công Hoàng Ngũ Phúc người huyện Yên Dũng, Bắc Giang, xuất thân là hoạn quan nhưng đa mưu túc trí, từng giúp mấy đời chúa Trịnh lập nhiều công trạng lớn. Sau khi Hoàng Đình Trọng chết, Ngũ Phúc được coi là tay danh tướng bậc nhất đất Bắc Hà, được Trịnh Doanh phong tước Việp quận công. Lúc ấy Hoàng Ngũ Phúc nghe chúa hỏi liền tâu:

- Tâu chúa công. Hạ thần nay tuổi tác đã cao chỉ sợ làm nhục mệnh của chúa, xin chọn người khác.

Trịnh Sâm nói:

- Không sao. Ta sẽ cho nhiều tướng lãnh và tham mưu theo ông. Ông phải có mặt để binh sĩ vững tin mà diệt giặc.

Lê Quý Đôn lên tiếng:

- Ra quân lần này, Việp quận công nếu không muốn lao nhọc nhiều thì nên dùng thế gập ông đập lưng ông, để bọn Nam Hà tự tàn sát nhau trước, chúng ta đỡ tốn công sức.

Lê Qúy Đôn người làng Diên Hà, trấn Sơn Nam, Thái Bình, lúc này đã gần năm mươi tuổi đang giữ chức phó bồi tụng trong phủ Chúa. Ông nổi danh khắp Bắc Hà là người thông kim bác cổ, được tôn vinh là nhà bác học đương thời. Hoàng Ngũ Phúc biết Lê Quý Đôn lắm mưu trí nên hỏi:

- Gậy ông đập lưng ông là thế nào xin Lê bồi tụng chỉ dạy rõ hơn?

Lê Quý Đôn vuốt nhẹ chòm râu dài dưới cằm nói:

- Cả phủ Chúa Nguyễn và nhân dân Nam Hà đều oán hận Trương Phúc Loan. Quận công chỉ cần viết một tờ hịch, bố cáo cho dân Nam Hà biết, Bắc Hà không muốn cướp đất của Nam Hà mà chỉ đem quân giúp Chúa Nguyễn diệt trừ tên cường thần Quốc phó. Làm như thế sẽ khiến bọn triều thần Nam Hà vì sợ quân ta xâm lăng tất sẽ bắt Phúc Loan giao nộp. Hành động này khiến cho bọn chúng xâu xé nhau, lại còn tỏ rõ đức sáng của chúa ta. Trừ được Phúc Loan rồi, Duệ Tôn chỉ là đứa con nít ham chơi làm sao chủ trì đại cuộc. Chừng đó quận công chỉ giơ tay là lấy được Thuận Hóa rồi.

Hoàng Ngũ Phúc nghe Quý Đôn phân tích thì mừng rỡ nhưng vẫn thắc mắc:

- Nếu bọn Nam Hà đã bắt Phúc Loan đem nộp mà ta còn tiến quân, như vậy không phải là kẻ thất tín sao?

Lê Quý Đôn đáp:

- Tới lúc đó quận công lại hô hào tiếp rằng chúa ta muốn giúp chúa Nguyễn tiêu diệt bọn nghịch tặc Tây Sơn, lấy cớ đó mà tiến vào Phú Xuân để hội binh.

Trịnh Sâm rạng rỡ nét mặt nói:

- Ý của bồi tụng rất hay. Ông Việp đem quân đi trước, ta sẽ cử đại binh tiếp ứng.

Mưu thần Phan Lê Phiên vội tâu:

- Khải chúa. Năm rồi hạn lớn, mùa màng ở Nghệ An thất thu nặng. Việc binh lại cần nhiều lương thảo, xin chúa thiết lập nhiều kho lương mới có thể cung ứng đủ.

Trịnh Sâm nói:

- Ngươi hãy dùng ba kho lương chính, một ở Mỹ Lộc, thuộc Nam Định, hai ở Hà Trung, Nghệ An và ba ở Đông Hải, Quảng Bình làm nơi tiếp nhận chính. Dọc theo tuyến đường vận lương này, cho thiết lập thêm nhiều kho nhỏ nữa để trung chuyển cho nhanh là được.

Phan Lê Phiên tâu:

- Hạ thần đã rõ.

Trịnh Sâm trong lòng rất cao hứng, cả cười nói với chư tướng:

- Các khanh hãy gắng lên. Trịnh Sâm ta sẽ là vị chúa đầu tiên vượt lũy Trường Dục của Đào Duy Từ mà không cần phải chắp cánh. Ha… ha…

Các tướng cũng hả hê, miệng không ngớt lời chúc tụng. Chúa tôi ai nấy háo hức chuẩn bị cho cuộc viễn chinh.

Ngày mồng chín tháng sáu năm Giáp Ngọ, 1774, thành Thăng Long rực rỡ tinh kỳ. Sau ba tiếng pháo lớn, đoàn quân viễn chinh rầm rộ khởi hành tiến vào Nam lần thứ tám. Dân chúng đứng hai bên đường, kẻ vui tươi thì ít, người ủ dột lại nhiều vì chiến tranh là chết chóc, đau thương và đói khổ. Đặc biệc bá tánh hai vùng Thanh, Nghệ lại càng oán trách triều đình vì đã hai năm liên tiếp nơi đây gặp cơn đại hạn, mùa màng mất sạch, dân đói chết khắp nơi lại còn bị triều đình thu thuế nặng và vơ vét lương thực để cung ứng cho đoàn quân Nam chinh này.

Quân Hoàng Ngũ Phúc vào đến Nghệ An liền hội cùng quân của Bùi Thế Đạt tiến thẳng đến bờ bắc sông Gianh, đây là con sông được dùng làm ranh giới giữa hai miền Nam, Bắc gần hai trăm năm qua. Sông Gianh còn gọi là Linh Giang hay sông Thanh Hà, gồm hai nguồn, một nguồn từ núi Thanh Lãng chảy xuống sông La Hà, một nguồn từ núi Kim Linh cũng đổ vào sông La Hà rồi ra biển. Vì dòng La Hà chia địa giới hai miền Nam, Bắc, nên phía bắc sông gọi là Bắc Hà, phía nam gọi là Nam Hà, từ đó danh từ Bắc Hà và Nam Hà cũng được dùng để chỉ hai miền Nam, Bắc của Chúa Nguyễn và Chúa Trịnh.

Hoàng Ngũ Phúc cùng Bùi Thế Đạt đóng quân ở sông Gianh, cho người mang thư vào Phú Xuân trình cho Chúa Nguyễn rõ, trong thư nói quân Chúa Trịnh muốn vào giúp Chúa Nguyễn dẹp gặc Tây Sơn. Định vương liền viết thư sai cai cơ Qúy Lộc và câu kê Kim Long đem phẩm vật ra ủy lạo quân Trịnh. Quý Lộc nói với Hoàng Ngũ Phúc:

- Chúa tôi gởi một số quà ủy lạo đến tướng quân cùng anh em binh sĩ và nhắn lời với tướng quân rằng: "Giặc Tây Sơn chỉ là bọn thổ phỉ sắp bị dẹp yên nay mai, xin Chúa Trịnh an tâm rút quân về, không cần vất vả".

Câu kê Kim Long lén đưa mắt ra dấu cho Hoàng Ngũ Phúc, ông biết ý nên vui vẻ nói:

- Chúa của ông đã nói vậy tôi xin tiếp nhận số quà ủy lạo này và thay mặt chúa tôi gởi lời cảm tạ. Chờ tôi xin chỉ thị của chúa tôi, rồi sẽ rút quân.

Rồi mời hai người ra quán dịch nghỉ ngơi. Đêm đó Ngũ Phúc cho người gọi Kim Long vào gặp. Ông hỏi Kim

Long:

- Ban chiều ông nháy mắt cho tôi là có ý gì?

Kim Long đáp:

- Chỉ để tặng tướng quân một câu nói mà thôi.

Phúc hỏi:

- Là câu gì?

Kim Long đáp:

- Đường không đi không tới, chuông không đánh không kêu.

Ngũ Phúc hiểu ý nên cảm ơn rồi bảo Kim Long trở về Phú Xuân làm nội ứng. Kim Long ra về, Ngũ Phúc cười nói với chư tướng:

- Tướng sĩ Nam Hà như vậy thì dù cho Đào Duy Từ có sống lại, xây thêm vài cái lũy Trường Dục nữa cũng không ngăn nổi quân ta.

Bèn hạ lệnh tiến quân. Đại quân Trịnh đóng quân bên bờ bắc sông Gianh, doanh trại giăng dài hàng mấy dặm, tinh kỳ phất phới khiến quan tuần phủ châu Bắc Bố Chính là Trần Giai kinh hoàng vội cho người sang trại quân Trịnh xin hàng. Ngũ Phúc liền cho quân vượt sông Gianh, sai Hoàng Đình Thể đánh phá lũy Trường Dục, dân Nam Hà còn gọi là lũy Thầy để tỏ lòng tôn kính Đào Duy Từ là người xây lũy, rồi tiến chiếm thành Trấn Ninh. Tướng giữ thành là Tôn Thất Thiệp đốc suất quân chống cự nhưng bị bọn thuộc tướng là Hoàng Văn Bật và Lê Thập làm nội ứng mở cửa thành cho quân Trịnh tràn vào, Tôn Thất Thiệp phải bỏ thành chạy trốn, các tướng Nam Hà là Luận Chính và Thành Tín ra hàng quân Trịnh. Hoàng Đình Thể bèn cho người áp giải các tướng Nam Hà đến trại Hoàng Ngũ Phúc để báo công. Hoàng Ngũ Phúc lại xua quân tiến đánh thành Đồng Hới, quân Nam Hà chưa chiến đấu đã chạy dài. Ngũ Phúc chiếm được thành, hội chư tướng luận công. Ông cười chế diễu:

- Thì ra tướng sĩ Nam Hà chỉ giỏi tài bỏ chạy.

Rồi cho người về Thăng Long báo tin mừng với Trịnh Sâm.

Trịnh Sâm được tin chiến thắng vô cùng mừng rỡ, giao Thăng Long lại cho Lê Quý Đôn làm lưu thủ, tự mình hăm hở thân chinh, đem quân theo đường thủy vào Nghệ An, đóng quân ở Hà Trung để phô trương thanh thế và tiếp ứng cho Hoàng Ngũ Phúc nếu cần. Hôm rời Thăng Long, Trịnh Sâm mình khoác chiến bào, ngất ngưởng trên lưng con Bạch mã cao lớn giữa đoàn quân cấm vệ, trông hết sức oai phong, lẫm liệt. Hình ảnh oai hùng đó đã khiến cho một cô thị tỳ trẻ của bà tiệp dư Trần Thị Vịnh, một thứ phi của Trịnh Sâm, là Đặng Thị Huệ đứng nhìn đến ngơ ngẩn xuất thần, trong lòng dậy lên một niềm ao ước. Cử chỉ và ánh mắt khác thường của đứa thị tỳ xinh đẹp Đặng Thị Huệ không lọt qua khỏi cặp mắt tinh tường của bà tiệp dư Vịnh. Bà nở nụ cười bí hiểm rồi cùng các bà phi khác vẫy tay tiễn Trịnh Sâm lên đường.

Khi quân Trịnh Sâm vào đến Hà Trung thì nhận được tin Hoàng Ngũ Phúc đã bắt được Trương Phúc Loan. Nguyên vì, Ngũ Phúc sau khi vượt qua Hồ Xá ở Quảng

Trị[8], liền cho quân loan truyền rộng rãi bài hịch hạch tội Trương Phúc Loan, nêu rõ lý do quân Trịnh vào Phú Xuân là để giúp Chúa Nguyễn trừ khử gian thần. Hịch viết:

"Trương Phúc Loan vốn dòng ngoại thích, dùng mưu gian nắm giữ cơ yếu triều đình, tin dùng kẻ xấu, mưu hại trung lương. Nặng thuế khóa để hút máu dân, bán tước mua quan để kết bè gian đảng, khiến trăm họ lầm than, triều đình suy kiệt, tạo cơ hội cho giặc núi Tây Sơn nổi lên chiếm đất của Vua.

"Nay Chúa Trịnh truyền hịch này để trăm họ cùng thông, trước diệt đứa cường thần, sau dẹp loài giặc cướp, giúp triều đình qua cảnh hiểm nguy, lập kỷ cương để trường tồn đạo thống, cứu khốn phò nguy quyết không có lòng tham cố".

Lời hịch truyền đến triều đình Phú Xuân, Hoán quận công Nguyễn Cửu Pháp vội tìm hoàng thúc Tôn Thất Huống, con thứ tư của Võ vương, và Tống Phước Đạm để bàn bạc. Cửu Pháp nói:

- Nay quân Trịnh do Trịnh Sâm thân chinh, thanh thế rất lớn, chúng lấy cớ bắt Phúc Loan để tiến vào Phú Xuân. Nếu chúng ta không giao Phúc Loan cho chúng e rằng kinh thành sẽ bị xâm phạm. Hoàng thúc tính sao?

Tôn Thất Huống nói:

- Tên nghịch thần này là nguyên nhân của mọi tai họa. Chúng ta phải bắt hắn giao cho quân Trịnh để ngăn bước

---

8 Tức truông nhà Hồ ở Quảng Trị trong hai câu ca dao: "Thương em anh cũng muốn vô. Sợ truông nhà Hồ, sợ phá Tam Giang".

tiến của chúng chậm được lúc nào hay lúc ấy.

Bèn mật bàn với Duệ Tôn cho đòi Phúc Loan vào triều rồi hô giáp sĩ trói lại, sau đó bắt luôn bọn tay chân của Loan là Thái Sinh cho vào cũi, sai quân đem gấp đến trại của quân Trịnh giao nộp. Các tướng Trịnh bắt được Phúc Loan mừng lắm, Bùi Thế Đạt nói:

- Tên này có lần đem vàng ra phơi chật cả sân ở phủ Phấn Dương, chúng ta phải tìm cách bắt hắn trao ra hết mới được.

Ngũ Phúc mỉm cười:

- Ý hay. Các ông thực hiện nhanh lên để tôi còn giải hắn về nộp lên chúa thượng.

Bùi Thế Đạt bèn sai người gợi ý cho Phúc Loan. Loan nhờ báo cho con trai mình đem năm ngàn lạng vàng ròng đút lót cho bọn Hoàng Ngũ Phúc để được thả ra. Bùi Thế Đạt nhận vàng xong điềm nhiên dở trò lật lọng, sai người giải Phúc Loan ra Nghệ An cho Trịnh Sâm định đoạt. Phúc Loan vì già yếu nên đã chết trên đường đi.

Trừ bọn Phúc Loan rồi, Ngũ Phúc hỏi chư tướng:

- Danh nghĩa diệt Phúc Loan đã không còn dùng được nữa, chúng ta phải làm gì kế tiếp?

Mưu sĩ Phan Lê Phiên đáp:

- Thống lãnh cứ theo mưu kế của Lê bồi tụng cho người đem thư vào Phú Xuân nói, nghịch tặc đã trừ nhưng giặc Tây Sơn còn rất mạnh. Hoàng thượng vì nhớ đến công lao mở nước của các đời Chúa Nguyễn nên hạ chỉ cho Chúa Trịnh phải vào hội quân cùng Chúa Nguyễn để tiểu trừ. Nhơn đó tiến binh vào Phú Xuân.

Hoàng Ngũ Phúc hỏi:

- Có chiếu của hoàng thượng không?

Lê Phiên mỉm cười:

- Trước khi xuất quân Lê bồi tụng đã chuẩn bị trước nên thảo một tờ chiếu, nhờ chúa vào xin và được hoàng thượng chuẩn y. Tôi có mang theo đây.

Ngũ Phúc và chư tướng đồng khen ngợi:

- Bồi tụng và Phan tham mưu quả nhiên mưu thâm trí viễn, nhìn thấy mọi việc chưa xảy ra.

Liền tiến quân đến Đăng Xương rồi sai người mang tờ chiếu của vua Lê Hiển tông vào cho Định vương Duệ Tôn. Định vương hội quần thần bàn kế, Nguyễn Cửu Pháp tâu:

- Tâu vương thượng. Bọn Hoàng Ngũ Phúc giả chiếu chỉ của vua Lê mượn cớ hội quân không ngoài ý muốn chiếm lấy Phú Xuân của ta. Thần xin tiến cử Tôn Thất Tiệp làm thống lãnh bộ binh cùng cai đội Đặng đem năm ngàn quân cấm vệ ra hợp với chưởng cơ Nguyễn Văn Chính thống lãnh năm ngàn thủy quân ra Bái Đáp giang chống cự quân giặc. Lại cho Tĩnh diệp hầu Nguyễn Đăng Trường giữ chức tham tán quân cơ theo giúp.

Định vương Duệ Tôn vốn không hiểu gì về việc nội chính của triều đình, nghe Cửu Pháp hiến kế mừng rỡ gật đầu. Tôn Thất Tiệp và Nguyễn Văn Chính lãnh mạng ra đi. Chợt trong số quần thần có người đứng lên tâu:

- Muôn tâu vương thượng. Thần hưởng ơn vua lộc nước đã mấy đời, nay nước nhà đang hồi nguy biến, thần nguyện xả thân này đền ơn vương thượng.

Mọi người nhìn lại thì ra là Tuyên Chính, đang giữ chức cai đội vệ binh. Nguyễn Cửu Pháp hỏi:

- Cai đội có kế gì hay?

Tuyên Chính đáp:

- Thế giặc đang mạnh, nếu không có người nội ứng e khó lòng đánh tan chúng được. Hạ chức muốn dùng kế trá hàng để làm nội ứng, không biết ngài chưởng doanh có đồng ý cho không?

Cửu Pháp hỏi:

- Ngươi làm cách nào để chúng tin ngươi thật lòng muốn theo hàng?

Tuyên Chính đáp:

- Hạ chức xin chặt cánh tay trái, đâm vào người thêm vài nhát, sau đó ra gặp quân Trịnh nói rằng hạ chức là người của Phúc Loan trước kia bị lùng bắt may trốn thoát được, nay muốn xin hàng.

Cửu Pháp nói:

- Làm như vậy có thể tạo được lòng tin của quân Trịnh nhưng lại thiệt thòi cho ngươi quá.

Tuyên Chính khẳng khái đáp:

- Triều đình đang lâm nguy, phận làm tôi dẫu chết cũng không từ, thiệt thòi bản thân một chút có đáng gì.

Cai đội Thành Đức là bạn thân của Tuyên Chính vội lên tiếng:

- Một người làm nội ứng sợ chưa đủ để phá giặc, hạ chức xin theo Tuyên Chính để giúp một tay.

Định vương hỏi:

- Ý của khanh là cũng sẽ phải chịu khổ nhục như Tuyên Chính phải không?

Thành Đức cúi đầu tâu:

- Tâu vương thượng, đúng như vậy ạ.

Định vương sa lệ cảm khái:

- Nước loạn mới biết tôi trung! Ta còn có những bầy tôi thế này thì cơ nghiệp của tiên vương không thể mất được. Ta nay có hối e đã muộn rồi!

Bèn sai người thưởng cho hai tướng mỗi người hai trăm nén bạc. Tĩnh diệp hầu Nguyễn Đăng Trường tâu:

- Muôn tâu vương thượng. Hai vị cai đội đã chịu khổ nhục kế để trá hàng, thần nghĩ chúng ta cũng nên cho người ra vùng Bắc Bố Chính vận động các hào sĩ ở ngoài đó đứng lên quấy phá phía sau lưng địch để làm rối loạn lòng quân sĩ của chúng. Nếu ta có thể triệt được đường vận lương của giặc thì việc đánh lui chúng không khó gì.

Định vương nghe nói liền hỏi:

- Ai có thể đam đương việc này?

Nguyễn Đăng Trường vừa định lên tiếng thì cai đội Phẩm Bình đã đứng lên tâu:

- Hạ thần dù bất tài cũng xin vì vương thượng nhận lãnh trách nhiệm này.

Đăng Trường vội tâu:

- Thần cũng xin được đi cùng Phẩm Bình để chia nhau hoạt động mới mong đạt hiệu quả nhanh chóng.

Định vương cả mừng nói:

- Các khanh đã có lòng như vậy thì phải cẩn thận cho

lắm mới được.

Đăng Trường cùng Phẩm Bình vâng dạ lạy tạ ra đi, đem theo vài người thân tín dùng thuyền nhẹ gấp ra cửa Nhật Lệ sau đó phân tán đi nhiều nơi hô hào các hào mục ở đó nổi lên đánh phá sau lưng quân Trịnh.

Nhắc lại Tuyên Chính và Thành Đức mình mang đầy thương tích chạy ra Quảng Trị tìm đến trung quân của Hoàng Ngũ Phúc xin hàng. Ngũ Phúc cho vào, thấy hai người thương tích đầy mình ngạc nhiên hỏi:

- Hai ngươi là ai, vì cớ gì lại ra đây xin hàng?

Tuyên Chính nói:

- Hai chúng tôi vốn là cai đội canh phủ Phấn Dương cho Phúc Loan, bọn triều thần Chúa Nguyễn không phân biệt thị phi nên khi bắt Phúc Loan đã bắt luôn chúng tôi định giết tất. Chúng tôi không cam tâm, lại thấy khí số nhà Nguyễn đã hết nên vượt ngục muốn theo về với tướng quân.

Hoàng Ngũ Phúc nghe nói liền trợn mắt hét:

- Các ngươi cho ta là đồ trẻ con hay sao mà hòng qua mặt. Cái trò khổ nhục kế trá hàng này qua mắt được ta sao? Quân đâu, đem chúng ra chém ngay cho ta.

Quân giáp sĩ liền xông ra bắt hai người lôi đi. Tuyên Chính và Thành Đức không hề kháng cự chỉ ngửa mặt lên cười dài. Ngũ Phúc gọi giật lại hỏi:

- Giọng cười của ngươi đầy vẻ châm biếm là có ý gì?

Tuyên Chính ngưng cười nói:

- Ngươi muốn giết ta cứ giết, ta cười mặc ta, can gì ngươi mà hỏi.

Ngũ Phúc lấy làm lạ bảo:

- Nếu ngươi trả lời xuôi tai, ta có thể tha mạng cho cả hai.

Tuyên Chính nhìn thẳng vào mặt Hoàng Ngũ Phúc nói lớn:

- Ta nghe người Bắc Hà gọi ngươi là Hắc Ô tướng quân cứ tưởng ngươi là tay thao lược, nay gặp mới biết cũng chỉ là bọn nhát gan, đa nghi như bao kẻ tầm thường khác. Ta cười là cười cho ta ngu xuẩn để đến nỗi bỏ mạng dưới tay một tên bất tài như ngươi.

Nói rồi trở bước muốn đi theo bọn giáp sĩ. Ngũ Phúc hỏi:

- Ngươi dùng ba tấc lưỡi để khích tướng ta chăng? Kế khổ nhục của ngươi đứa con nít lên ba còn biết, ta đa nghi chỗ nào?

Tuyên Chính nói:

- Ngươi tưởng rằng ngươi qua được lũy Trường Dục thì có thể thắng nổi quân Chúa Nguyễn rồi ư? Ngươi cho rằng Nam Hà không còn những người như Phấn Cố Trì nữa hay sao?

Ngũ Phúc nghe Tuyên Chính nhắc đến Phấn Cố Trì tức danh tướng Trương Phúc Phấn, người tử thủ lũy Trường Dục thời chúa Nguyễn Phúc Lan đã đẩy lui bao nhiêu đợt tiến công của quân Trịnh thì hơi chột dạ liền hỏi:

- Nam Hà bị tên Trương Phúc Loan mua quan bán tước, trung thần lương tướng lớp bị hại lớp bỏ đi, còn ai như Phấn Cố Trì mà ngươi đem ra hù dọa ta?

Tuyên Chính nói:

- Ngươi biết một mà không biết hai sao gọi là danh tướng trong thiên hạ. Ta chỉ đơn cử một người là Nguyễn Cửu Dật, tài chẳng khác gì Quan Vân Trường thuở xưa. Chưa kể thành Phú Xuân còn hàng vạn quân cấm vệ, thuyền chiến, đại pháo vô số kể. Ngươi mù mờ về kẻ địch như vậy, định đem ba vạn quân Trịnh vào đây nộp mạng hay sao?

Ngũ Phúc lại hỏi:

- Hai ngươi mang thương tích đầy mình chạy ra đây muốn xin hàng. Nếu ta thu nhận các ngươi thì ta có lợi gì?

Tuyên Chính nói:

- Một người chưa hiểu được nguyên tắc cơ bản của đạo làm tướng là biết địch biết ta trăm trận trăm thắng như ngươi thì có giết ta, ta cũng không thèm đầu hàng. Ngươi cứ cho quân chém chúng ta đi. Đừng nhiều lời nữa.

Hoàng Ngũ Phúc thấy thái độ nghênh ngang không sợ chết của Tuyên Chính trong lòng bội phục, liền bước tới nạt quân sĩ lui ra rồi tự tay cởi trói cho hai người, nói:

- Ta đúng là có mắt không ngươi nên nhận xét lầm người hào kiệt. Hai ông đang gặp cơn hoạn nạn, tạm thời cứ ở lại với ta.

Ngũ Phúc biết bọn Tuyên Chính là người cứng cỏi nên chưa hỏi đến chuyện lợi hại ở Nam Hà vội, sai người thuốc thang tử tế cho họ và lưu lại trong quân. Nhưng khí số nhà Nguyễn đã hết, khiến xui một viên hào mục ở Quảng Trị là Nguyễn Duy Trung vốn chỗ quen biết với Phẩm Bình, sau khi nghe bạn phơi bày gan ruột, Duy Trung nghĩ Nam Hà suy yếu, muốn lấy lòng Bắc Hà bèn bán bạn cầu vinh, bắt Phẩm Bình nộp cho Hoàng Ngũ

Phúc. Phúc liền cho quân tra tấn Phẩm Bình, Bình không chịu nổi cực hình khai ra bọn Nguyễn Đăng Trường cùng Tuyên Chính và Thành Đức dùng khổ nhục kế trá hàng. Hoàng Ngũ Phúc liền cho người truy tìm bọn Nguyễn Đăng Trường, sau đó đem Thành Đức và Tuyên Chính ra chém làm ba khúc để chữa thẹn vì bị họ lừa. Đăng Trường hay tin vội lẩn trốn vào rừng.

Sau khi chém bọn Tuyên Chính, Ngũ Phúc cho quân vượt sông Bái Đáp, còn gọi là Bồ Giang, thì chạm trán với đại binh của Tôn Thất Tiệp và Nguyễn Văn Chính vừa kéo đến. Ngũ Phúc sai hai tướng Hoàng Đình Thể, Nguyễn Tiến Khoan đem quân vòng theo mé núi tấn công cạnh sườn của quân Tôn Thất Tiệp, đại quân Trịnh đánh thẳng vào chính diện. Quân Nam Hà phần nhiều là bọn già nua, chết nhát, lại thấy quân Trịnh quá đông nên chưa đánh đã bỏ chạy. Tôn Thất Tiệp và Nguyễn Văn Chính bị chết trong đám loạn quân. Hoàng Ngũ Phúc thừa thắng xua quân vượt qua sông Bồ tiến về kinh thành Phú Xuân.

Duệ tôn Nguyễn Phúc Thuần nghe báo kinh hãi đến rụng rời tay chân. Tống Phước Đạm vội hiến kế:

- Hạ thần xin thống lãnh toàn bộ cấm vệ quân còn lại trong thành quyết chiến với quân Trịnh một phen. Vương thượng cùng với Võ Di Nguy, Trương Phước Dĩnh xuống thuyền ra cửa Tư Dung chờ sẵn, vạn nhất hạ thần có thất bại, xin vương thượng dời giá vào Quảng Nam. Thần cùng hoàng tôn Phúc Dương sẽ mang quân theo đường bộ vượt Hải Vân vào hộ giá.

Định vương nghe theo bèn mở kho châu báu mang theo xuống thuyền ra cửa Tư Dung chờ tin, trong đoàn người đi theo có cả con của Nguyễn Phúc Luân là Nguyễn Phúc Ánh, mới mười ba tuổi. Định vương bỏ đi, các vương công đại thần cũng tìm cách tháo chạy vì sợ quân Trịnh bắt, khiến cho kinh thành Phú Xuân hỗn loạn tơi bời. Riêng vợ của phò mã Nguyễn Cửu Thống là công nữ Ngọc Huyên, trưởng nữ của Võ vương đã ở lại xã Vân Dương, huyện Hương Thủy cắt tóc đi tu nên có tên gọi là ni cô Vân Dương.

Nhắc lại Tống Phước Đạm đem đại quân ra thành giao chiến với quân Trịnh. Quân Nguyễn vì biết Chúa Duệ Tôn đã bỏ chạy nên không ai còn tinh thần chiến đấu, vừa thấy quân Trịnh xông lên, tất cả đã mạnh ai nấy bỏ chạy thoát thân. Tống Phước Đạm biết không thể giữ được kinh thành bèn kéo tàn quân, phò Nguyễn Phúc Dương vượt đèo Hải Vân vào Quảng Nam hội với quân Nguyễn Cửu Dật ở đó.

Quân Trịnh vào thành Phú Xuân như vào chỗ không người. Bấy giờ nhằm ngày Đinh Mùi, tháng mười hai năm Giáp Ngọ, niên hiệu Cảnh Hưng thứ 35, tức tháng một năm 1775. Hoàng Ngũ Phúc cho thu vét kho tàng, sai người mang ra Hà Trung dâng cho Trịnh Sâm để báo tin chiến thắng. Trịnh Sâm vô cùng mừng rỡ liền sai thủ túc mang trăm lạng vàng ròng thưởng cho Hoàng Ngũ Phúc và các tướng, cùng năm ngàn lạng bạc thưởng cho quân sĩ. Lại phong cho Hoàng Ngũ Phúc làm đại nguyên soái trấn thủ Phú Xuân lo việc tiến đánh quân Tây Sơn ở Quảng Nam, sau đó Trịnh Sâm xa giá trở lại Thăng Long.

*****

HỒI THỨ TÁM

Thoát gọng kềm, Tây Sơn hoà Bắc Trịnh
Đánh Phú Yên, Nguyễn Huệ dụng mưu thần

Tin tức quân Trịnh chiếm được Phú Xuân đuổi bọn Chúa Nguyễn chạy vào Quảng Nam lập tức được báo về tân phủ Càn Dương của Tây Sơn. Nguyễn Nhạc họp các tướng bàn bạc. Nhạc hỏi:

- Chúa Nguyễn đã chạy vào Quảng Nam, đây là cơ hội để chúng ta tiêu diệt chúng. Quân sư có kế gì vẹn toàn không?

Trương Văn Hiến đáp:

- Đây đúng là cơ hội ngàn vàng, trại chủ phải cấp tốc ra quân cả hai mặt thủy bộ để bắt cho được bọn Chúa Nguyễn trước khi quân Trịnh tiến vào Quảng Nam.

Lý Tài vội nói:

- Lần này cho anh em tôi lãnh ấn tiên phong để đới công chuộc tội. Tôi hứa sẽ bắt bọn Chúa Nguyễn mang về nộp cho trại chủ.

Nguyễn Nhạc mừng rỡ nói:

- Được, hai ông hãy đem hết lực lượng thủy quân của mình ra gấp Hội An, tôi sẽ đích thân ra Bến Ván để liên thủ. Ai bắt được chúa Nguyễn trước sẽ được công đầu.

Lý Tài và Tập Đình hăm hở ra đi. Nguyễn Nhạc lại hỏi Văn Hiến:

- Chúng ta đã để mất Bình Khang, Diên Khánh vào tay Tống Phước Hiệp, nay dồn quân ra mặt Bắc, trường hợp chúng tiến chiếm Phú Yên và Quy Nhơn thì làm sao?

Văn Hiến đáp:

- Trại chủ lo mặt bắc, mặt nam cứ giao cho tôi, tôi tin sẽ giữ vững được. Trường hợp cần thiết tôi sẽ gọi Nguyễn Huệ về giúp sức.

Nguyễn Nhạc mừng rỡ nói:

- Quân sư không nhắc ta quên mất đứa em này rồi. Nếu cần thiết, quân sư cho người lên An Khê gọi nó đem toàn bộ nghĩa quân đang huấn luyện trên đó xuống trấn giữ đèo Cù Mông và Vân Canh để chống với Tôn Thất Hiệp.

Nguyễn Nhạc bèn để Văn Hiến và Nguyễn Văn Kim ở lại Quy Nhơn rồi cùng Vũ Văn Nhậm, Nguyễn Văn Tuyết, Đặng Xuân Phong mang theo ba ngàn tân binh Nguyễn Huệ mới gởi xuống tháng trước đi gấp ra Quảng Ngãi. Đến nơi, Nhạc ra lệnh cho Trần Quang Diệu, Nguyễn Văn Lộc vượt sông Thu Bồn tấn công quân Nguyễn ở mé tây đồn Thiên Lộc. Đích thân Nguyễn Nhạc cùng Nguyễn Văn Tuyết, Vũ Văn Nhậm và Hồ Hãn đem quân đánh mặt nam đồn. Nguyễn Cửu Dật đem binh ra chống cự nhưng quân Tây Sơn với nhiều vũ khí hỏa hổ mới tăng viện đã đánh tan đại quân của Cửu Dật. Cửu Dật liền phò tá bọn Duệ Tôn chạy ra đảo Trà Sơn. Trận này Hồ Hãn, một tướng Quy Nhơn mới về cùng Nguyễn Nhạc đã giao chiến rất kịch liệt và đẩy lui được Nguyễn Cửu Dật, khiến Nguyễn Nhạc phải khen là Hồ tướng Hãn.

Bọn Duệ Tôn chạy được về Trà Sơn buộc cánh quân của Tống Phước Đạm và hoàng tôn Dương đang đóng ở Hải Vân phải lui về giữ đồn Câu Đê (núi Câu Đê thuộc xã Câu Đê, huyện Hòa Vang) để làm thế thanh viện. Tôn Thất Chí là chú của Duệ Tôn thấy tình hình hết sức bất lợi nên tâu:

- Nay gặp lúc nguy nan mà ngôi tự vương chưa định, hoàng tôn Phúc Dương là người hiền hậu, nhơn đức, rất được lòng bá tánh, xin vương thượng lập hoàng tôn Dương làm thế tử ở lại giữ Quảng Nam, còn vương giá hãy tạm lánh vào Gia Định. Trong đó quân ta còn rất mạnh, lại có Tống Phước Hiệp đang giữ Bình Khang, có thể sai hắn đánh ra Quy Nhơn để cứu nguy cho Quảng Nam.

Định vương Duệ Tôn nghe phải liền sai người đến truyền bảo Phúc Dương:

- Nay trước mặt có quân Tây Sơn, sau lưng có quân Trịnh. Vậy ta phong cho hoàng tôn làm thế tử, Nguyễn Cửu Thận làm hữu quân đô đốc, cùng Tôn Thất Chí, Tôn Thất Vĩnh, Tống Phước Đạm thống lãnh ba quân ở lại giữ Câu Đê, ta sẽ theo đường biển vào Gia Định, sau đó sai bọn Tống Phước Hiệp đem quân đánh ra Quy Nhơn, các ngươi từ Câu Đê đánh vào ắt dẹp được giặc.

Hoàng tôn Phúc Dương vâng mệnh trấn giữ Câu Đê. Định vương cùng bọn Tôn Thất Kính, Nguyễn Cửu Dật xuống thuyền vào Gia Định. Thuyền ra khơi chẳng may gặp cơn gió lớn, thuyền của Nguyễn Cửu Dật và Tôn Thất Kính bị lật úp, cả hai bị chết giữa biển khơi chỉ có thuyền của Duệ Tôn chở theo Nguyễn Phúc Ánh có Đỗ Thành

Nhơn theo hầu may mắn thoát hiểm.

Đoàn thuyền ngự vào đến Hòn Khói ngoài khơi huyện Bình Khang thì được bọn Tống Phước Hiệp, Nguyễn Khoa Thuyên đem thuyền ra hộ giá vào bờ. Duệ Tôn phong cho Tống Phước Hiệp chức tiết chế, tước Kính quận công đóng giữ Bình Khang để chống với giặc Tây Sơn rồi cùng Nguyễn Khoa Thuyên và bọn Trương Phúc Thuận, Đỗ Thành Nhơn vào Gia Định.

Trong khi đó cánh quân của Nguyễn Phúc Dương đóng ở Câu Đê bị quân Tây Sơn dùng thế gọng kềm cả hai mặt thủy và bộ tấn công. Nguyễn Cửu Thuận đem binh chống cự nhưng quân thế Tây Sơn quá mạnh nên đại bại, Cửu Thuận bèn phò Phúc Dương theo đường núi về Ô Nha thì bị Lý Tài và Tập Đình phục binh giết chết, Phúc Dương bị bắt. Tập Đình định giết luôn Phúc Dương nhưng Lý Tài cản lại:

- Hoàng tôn Dương là con át chủ bài của Tây Sơn dùng bấy lâu, phải đem giao nộp để lãnh thưởng, người đừng hồ đồ làm bậy.

Bèn đem Phúc Dương và bọn Tống Phước Đạm đến giao cho Nguyễn Nhạc. Hoàng tôn Phúc Dương thoát chết không ngớt lời cảm tạ Lý Tài. Nguyễn Nhạc bắt được Phúc Dương vô cùng mừng rỡ, dùng lễ chúa tôi tiếp đón. Nhạc nói:

- Nay giặc Trịnh chiếm lấy Phú Xuân đang vượt đèo Hải Vân để truy đuổi thế tử điện hạ. Nhạc tôi xin đem toàn thể quân lính Tây Sơn hộ giá ngài, mong thế tử ra hịch cần vương, hiệu triệu dân chúng để cùng nhau đánh đuổi bọn giặc Trịnh ra khỏi Nam Hà.

Phúc Dương buồn bã nói:

- Duệ Tôn phong cho ta chức thế tử bắt ở lại giữ Quảng Nam là có ý đưa ta vào đất chết. Hiện nay quanh ta chỉ còn bọn Tôn Thất Chí, Tôn Thất Tĩnh, Tống Phước Đạm đi theo, quân sĩ không còn được một binh một chốt thì làm sao chống cự nổi với mấy vạn quân Trịnh. Mọi việc xin ủy thác cho ông vậy.

Nhạc nói:

- Đã vậy xin thế tử cứ về Quy Nhơn cho an toàn, việc chống quân Trịnh để hạ thần lo liệu.

Bèn cho người hộ tống chúa tôi Phúc Dương về Quy Nhơn, căn dặn phải canh giữ thật kỹ. Bọn Phúc Dương đi rồi, Nhạc nói với Lý Tài:

- Vậy là trận này hai ông lãnh công đầu. Bây giờ chúng ta phải chuẩn bị giao chiến với quân Trịnh một phen cho biết.

Tình hình chưa kịp lắng dịu xảy có tin báo quân Trịnh đã vượt đèo Hải Vân tiến vào Quảng Nam. Lúc ấy nhằm vào tháng tư, năm Ất Mùi, 1775. Tập Đình trong trận vừa rồi giết được Nguyễn Cửu Thuận, bắt được Phúc Dương nên trong lòng rất phấn chấn, xung phong nói:

- Tôi xin đem quân Trung Nghĩa và Hòa Nghĩa đi tiên phong giao chiến với quân Trịnh, bắt Hoàng Ngũ Phúc về giao cho chúa công.

Nhạc nói:

- Quân Trịnh rất thiện chiến lại đông đảo, không như bọn chết nhát Nguyễn triều đâu, ông không nên tháo thứ mà hư việc lớn.

Tập Đình quả quyết:

- Xin chúa công an tâm. Nếu sơ suất tôi xin chịu quân lệnh.

Nhạc thấy Tập Đình đang hăng hái cũng không muốn làm giảm nhuệ khí liền nói:

- Vậy được, ông đem quân tiên phong đi trước, ông Lý lãnh trung quân, tôi sẽ đem quân hậu tập tiếp ứng. Chúng ta phải chận đánh quân Trịnh ở Cẩm Sa (xã Cẩm Sa thuộc huyện Hòa Vang), đừng để chúng tiến sâu vào đất Quảng Nam này.

Tập Đình hăng hái điểm binh kéo đi. Hoàng Ngũ Phúc không hổ là tay thượng tướng bậc nhất Bắc Hà, ông biết rằng Tây Sơn là đội quân kiêu dũng bởi vậy đã đem hai vạn quân thiện chiến nhất của Bắc Hà vượt đèo Hải Vân để đánh địch. Toán tiên phong của Trịnh nhanh chóng chiếm được đồn Trung Sơn của Tây Sơn rồi tiến sâu vào địa phận Hòa Vang thì gặp toán tiền phong của Tập Đình kéo đến. Hai bên giáp chiến, quân Trịnh thua to, Tập Đình thừa thắng đuổi theo. Hoàng Ngũ Phúc liền sai Hoàng Phùng Cơ đem hai ngàn kỵ binh ào ạt tiến đánh, lại cho Hoàng Đình Thể đem năm ngàn quân đi vòng mé sau đánh tập hậu. Quân Tập Đình lọt vào giữa vòng vây, tuy họ đều là những người dũng mãnh nhưng vẫn không chống nổi với số đông quân Trịnh nên đại bại. Tập Đình cố mở đường máu chạy xuống Hội An, lại nhớ đến lời thề lúc ra quân, Tập Đình sợ bị Nguyễn Nhạc bắt tội nên đem toán quân của mình cùng hơn bốn mươi chiến thuyền, vơ vét nhiều của cải ở Hội An rồi vượt biển trở về Quảng Đông, Trung Quốc. Về sau Tập Đình bị tổng đốc Quảng

Đông bắt được, xử chém.

Phá tan được toán quân tiên phong, Hoàng Ngũ Phúc cho quân tiến gấp xuống nam, gặp toán trung quân của Lý Tài kéo tới, hai bên giao chiến kịch liệt, phía sau đại binh Nguyễn Nhạc kéo lên tiếp ứng. Hai bên đánh nhau một trận từ giờ Mùi đến giờ Thân, quân Tây Sơn tuy hùng dũng lại có hỏa hổ, nhưng quân Trịnh quân số đông hơn gấp ba bốn lần, lại là quân thiện chiến nên Tây Sơn dần núng thế, thiệt hại nặng nề. Nguyễn Nhạc biết không thể thắng được nên hạ lệnh rút lui về Bản Tân (vùng giáp giới giữa hai huyện Hà Đông, Quảng Nam và Bình Sơn, Quảng Ngãi). Quân Trịnh thừa thắng tiến chiếm Châu Ổ, quân Tây Sơn lui về tử thủ ở lũy Bến Ván. Trận này quân lính hai bên bị chết rất nhiều. Hoàng Ngũ Phúc cho quân hạ trại nghỉ ngơi, ông không muốn tiến quân sâu vào nam vì việc tiếp tế lương thực cho quân đội đang gặp nhiều khó khăn.

Nguyên nhân vì vùng Quảng Nam mấy năm qua chinh chiến liên miên, năm nay lại gặp cơn đại hạn, mùa màng bị thiệt hại trầm trọng, quân Tây Sơn lúc rút lui thu vén mọi thứ khí tài cùng lương thảo đem đi khiến ở đây cạn kiệt. Nạn đói kinh hoàng nhất thế kỷ đang xảy ra suốt một dải đất từ Nghệ An vào đến Quảng Nam. Đâu đâu cũng thấy những người đói khổ xin ăn, xác người chết đói cùng với xác quân lính thương vong vì chiến tranh nằm la liệt khắp nơi, biến Quảng Nam thành một bãi tha ma ghê rợn.

Ở Phú Xuân, kinh thành của một nước, vậy mà rất nhiều gia đình trước kia là công hầu, lên xe xuống ngựa nay cũng phải đi xin ăn. Nhưng chuyện mà Hoàng Ngũ Phúc và đám quân Trịnh kinh hoàng nhất là chuyện một bà mẹ ở Quảng Nam vì đói quá đã phải ăn cả thịt con mình![9] Bệnh dịch bắt đầu hoành hoành khắp nơi, đã có rất nhiều quân lính Trịnh bị nhiễm bệnh lăn ra chết. Bao nhiêu thứ kinh hoàng đó vô tình đã giúp Tây Sơn chận bước tiến của quân Trịnh bên kia lũy Bến Ván.

Nhưng quân Trịnh không tiến vào thì quân Nguyễn lại tiến ra. Được tin Phú Xuân thất thủ, Tây Sơn chiếm cả dinh Quảng Nam, quan lưu thủ Long Hồ là Kính quận công Tống Phước Hiệp đã thống lãnh quân năm dinh Bình Khanh, Bình Thuận, Trấn Biên, Biên Trấn, và Long Hồ, gọi là quân Ngũ dinh, tổng cộng hai vạn vừa thủy, vừa bộ kéo ra Diên Khánh rồi tấn công chiếm lại Phú Yên. Vì quân số quá chênh lệch, Trương Văn Hiến lệnh cho Lê Văn Hưng, Võ Đình Tú và Ngô Văn Sở rút quân về giữ đèo Cù Mông và vùng núi Vân Canh. Nguyễn Nhạc nghe tin bèn cấp tốc trở lại Quy Nhơn để lo chuyện chống quân Nguyễn.

*

Tín Nhi được lệnh của Văn Hiến về An Khê cùng với Nguyễn Huệ thu xếp mọi việc ở đó để đem toàn bộ lực lượng nghĩa quân mới được huấn luyện xuống chuẩn bị việc phòng thủ Quy Nhơn, căn cứ địa đầu não của phong trào.

Từ sau khi quân Tây Sơn chiếm được toàn bộ phủ Quy Nhơn, tất cả gia đình của các tướng lãnh phong trào đã rời An Khê trở về quê cũ, kể cả gia đình của Trương Văn

---

[9] Lịch Sử Nội Chiến - Tạ Chí Đại Trường.

Hiến. Vì việc quân cơ, Văn Hiến phải bôn ba ra trận, phủ thành Quy Nhơn bị thiêu rụi chưa có chỗ ở cho các quan chức nên gia đình của ông phải trở về ở tạm nơi ngôi trường cũ ở An Thái. Trương Văn Đa cũng ra phủ làm việc, ngôi trường giờ chỉ còn Ngọc Lan và hai đứa em trai ở đó. Cũng may, tuy việc quân nhu có bề bộn nhưng Trần Lập vẫn thường xuyên ghé thăm và giúp đỡ nhiều việc nên Ngọc Lan và hai đứa nhỏ cũng đỡ phần nào hiu quạnh và chật vật. Tình cảm giữa Lập và Ngọc Lan từ sự chiếu cố chân tình, lại trong hoàn cảnh hết sức cần thiết đó đã trở nên khăng khít hơn.

Vốn là người lanh lợi, rất được việc trong khi phục vụ hậu cần cho phong trào, Trần Lập rất được lòng Nguyễn Nhạc. Mùa hạ vừa rồi, Lập khôn khéo nhờ Nguyễn Nhạc đứng ra làm mai hỏi cưới Ngọc Lan, Nhạc vui vẻ nhận lời ngay. Ông làm thế vì muốn giúp Lập, nhưng điều quan trọng hơn là để cho Nguyễn Huệ yên tâm cưới Bùi Thị Lan, em của Bùi Văn Nhật sau này. Văn Hiến nể lời vị chủ tướng, lại thấy Ngọc Lan chẳng bày tỏ sự phản đối gì, nên, dù trong thâm tâm vô cùng tiếc rẻ cho mối duyên giữa Ngọc Lan và Nguyễn Huệ, ông vẫn phải chấp thuận. Thế là một đám cưới gọn gàng trong thời kỳ chiến tranh đã được tiến hành. Khi tân phủ Càn Dương xây dựng xong, Nhạc đem Trương Văn Đa về dạy học cho các con mình, lại cấp cho Văn Hiến một căn nhà trong phủ, Văn Hiến đem hai đứa con nhỏ Văn Chí và Văn Thành về ở trong phủ với mình, ngôi trường ở An Thái trở thành mái ấm cho vợ chồng Ngọc Lan.

Vài hôm sau đám cưới Ngọc Lan, Phạm Ngạn lên An

Khê nhận vũ khí và quân nhu đã kể lại cho Nguyễn Huệ nghe. Từ sau hôm đưa Ngọc Lan từ mộ bà Giáo về, Nguyễn Huệ đã biết chuyện tình cảm giữa mình và Ngọc Lan sẽ không đi đến đâu nhưng khi nghe tin nàng lập gia đình, chàng vẫn thấy như bị quất một đòn nặng vào tim.

Phạm Ngạn vô tình hỏi:

- Chú Huệ có biết vì sao đang rất bận rộn việc quân mà anh Cả chú lại sốt sắng giúp cho thằng Lập cưới cô Lan không?

Huệ hững hờ hỏi:

- Vì sao?

Năm Ngạn cười đáp:

- Trong bụng ông Cả muốn chú nhất tâm mà chấp thuận mối lương duyên cùng cô Bùi Thị Lan, của nhà họ Bùi.

Huệ hỏi:

- Sao anh Năm biết?

Năm Ngạn thật thà đáp:

- Có gì đâu. Chính ông Cả đã nhờ tôi khi nào tình hình yên ổn thì đứng ra lo vụ mai mối này mà. Họ Bùi hiện giờ có thể nói là ân nhân của phong trào Tây Sơn. Chú có biết cái tân phủ Càn Dương, một phần lớn kinh phí xây dựng là từ sự tài trợ của họ đấy.

Nguyễn Huệ đang buồn bực trong lòng, nghe Năm Ngạn nói như vậy liền cau mày:

- Anh Cả muốn đem chuyện tình cảm của em ra trả nợ cho thiên hạ hay sao mà nghĩ vậy?

- Tôi cũng hỏi như chú vậy, nhưng ông Cả nói không

hẳn là như thế, vì cô Bùi Thị Lan cũng đánh mặt anh thư lắm, kết hợp với chú là một đôi rồng phượng trong thiên hạ.

Huệ khó chịu:

- Tình cảm là sự thông cảm giữa hai trái tim, hạnh phúc vợ chồng là sự hòa hợp giữa hai người dựa trên sự thông cảm đó. Đem sự tính toán lợi hại trong chính trị chen vào chỉ làm hư chuyện thêm mà thôi.

Năm Ngạn nheo mắt hỏi:

- Thông cảm và hòa hợp như giữa chú và cô Liên nhi giỏi ca hát đó phải không? Tôi thấy hai người vui vẻ và tự nhiên với nhau lắm mà.

Huệ nghe nhắc tới Liên nhi chợt động tâm hỏi:

- Em có việc này muốn nhờ anh Năm, anh giúp em nghen?

- Chuyện gì chú nhờ tôi chẳng giúp mà phải rào đón?

- Em nhờ anh Năm nhận Liên nhi làm em gái nuôi, sau đó tác hợp cho em. Em muốn cưới Liên nhi làm vợ.

Năm Ngạn nhảy dựng lên hỏi:

- Chú nghĩ kỹ chưa vậy? Còn dự tính của ông Cả dành cho chú thì sao?

Ánh mắt của Huệ long lên vẻ cương quyết:

- Chuyện hôn nhân của em, do em quyết định. Em không thích cái cảm giác bị trao đổi và áp đặt.

Năm Ngạn hỏi:

- Rồi chú ăn nói sao với ông Cả? Ổng sẽ nổi trận lôi đình lên cho mà coi.

Huệ nói:

- Thì anh cứ nói với anh Cả, ván đã đóng thuyền rồi. Không tác hợp cho bọn em không được.

- Chú định làm đám cưới mà không cho ông Cả biết hay sao?

- Hiện giờ anh Cả đang ở ngoài Quảng Nam làm sao báo tin được. Có chị Da Đỏ, anh Bảy với anh ở đây làm chủ là được rồi.

- Sao lại phải gấp gáp như vậy? Bộ…

Huệ cười:

- Anh đừng nghĩ bậy cho em đó nhé. Liên nhi là cô gái rất thuần phát, em tôn trọng cô ấy. Đơn giản chỉ vì em muốn vậy.

Năm Ngạn vò đầu suy nghĩ một lúc nói:

- Thôi được. Tôi cũng liều chịu đựng một trận lôi đình để giúp chú một phen. Thú thật với chú, nhìn bộ mặt của thằng cha Bùi Đắc Tuyên, anh cô Lan, tôi không cảm nổi. Chừng nào chú muốn cử hành.

- Anh Bảy đang có đây, ngày mốt, trước khi các anh về lại dưới đó được không?

- Chú nghĩ sao là đòi làm liền như vậy đâu có được. Việc cưới hỏi xưa nay ông bà ta lúc nào cũng phải chọn ngày lành tháng tốt cả. Mốt có phải là ngày tốt không?

Huệ vốn không tin tưởng vào chuyện quỷ thần, vả lại ở chốn núi rừng này, thầy bà ở đâu ra mà coi ngày, chọn tháng. Chàng đáp bừa:

- Tốt, còn là ngày song hỷ nữa đấy.

Năm Ngạn vốn rất tin Huệ nên nói:

- Vậy thì tốt, đợi mai chú Lữ thu xếp xong mọi thứ, tối mai tôi làm lễ nhận Liên nhi làm em nuôi, tối mốt mình cử hành hôn lễ. Thời buổi loạn ly này làm xong được việc gì cứ làm. Ai biết được ngày kia ra chiến trận bị bọn giặc nó đâm một giáo lòi phèo còn đâu mà tính toán thiệt hơn. Tình hình này, ngày chú phải ra trận chắc không còn xa nữa đâu.

Huệ cười:

- Em rất thích tính dứt khoát của anh Năm. Nhận anh làm anh vợ nuôi cũng phải lắm.

Cả hai nhìn nhau cười xòa. Cuộc sống nơi núi rừng hoang dã cũng như cái chết có thể đến trong nháy mắt đối với những người đi làm cách mạng như họ đã tạo cho hai người, không ít thì nhiều, có quan điểm sống giống nhau. Cuộc hôn nhân của Nguyễn Huệ và Phạm Thị Liên được thành toàn một cách đơn giản, nhanh gọn, cũng vì cái quan điểm chung đó. Chiến tranh mà! Cả cái mạng của mình còn chưa biết chắc còn hay mất thì những việc khác đã là gì mà phải câu nệ, đắn đo?

*

Tín Nhi lên An Khê tìm Nguyễn Huệ vào buổi chiều hôm rằm tháng Tư. Tối đó hai người đem rượu ra bờ vực Trầm Hương vừa uống vừa tâm sự. Tuy nghĩa quân đông đảo, tướng lãnh cũng nhiều, nhưng cả Huệ lẫn Tín Nhi chỉ thấy thoải mái khi hai người ngồi riêng với nhau, cùng nhau trút hết nỗi lòng. Tín Nhi rót đầy hai chung rượu nói:

- Ly này mừng hạnh phúc của ngươi. Liên nhi có cái gì

đó rất hay, ta rất thích.

- Cảm ơn. Cô ta rất thuần phát, hiểu biết, vui tính và tế nhị khiến người đối diện có cảm giác thoải mái.

- Ta thấy Liên nhi vừa nhan như ngọc vừa có một tâm hồn đẹp lại có tướng cách vượng phu. Ngươi có một vị hiền thê như thế tất sẽ làm nên việc lớn.

Huệ vỗ vai bạn cười:

- Lăn lóc khắp nơi như ngươi học được nhiều điều thú vị đó chứ. Ngươi là người thứ hai nói tốt về phúc phần và phúc tướng của nàng.

- Người thứ nhất là ai?

- Lão chủ tiệm hòm ở Nước Mặn. Lúc giúp bọn ta đắp xong ngôi mộ cho ông nội của Liên nhi, ông ta bỗng phán cho một câu: "Ngôi mộ này năm bảy năm sau con cháu sẽ phát lớn". Lúc đó ta đã phì cười vào mặt lão.

- Lão bán hòm vậy mà giỏi đó chứ. Ngươi không tin là một ngày kia ngươi sẽ dưới một người trên vạn người à?

Huệ phì cười:

- Đừng nói chuyện của ta nữa, nói chuyện của ngươi đi.

- Ta có chuyện gì để nói. Chuyện thám báo hã?

- Ừ. Tình hình dưới đó thế nào?

- Tây Sơn đang bị hai gọng kìm thật cứng siết lại từ từ. Sư bá nói chỉ có ngươi mới mong phá được thế kẹt này mà thôi, bởi vậy người sai ta lên đây gọi ngươi thu xếp về gấp Quy Nhơn.

- Theo ngươi thì gọng nào cứng hơn?

- Tất nhiên Bắc Trịnh cứng hơn Nam Nguyễn.

- Vậy thì Bắc hòa Trịnh, Nam diệt Nguyễn. Làm vậy mình chỉ còn phải bẻ gãy một gọng kìm thôi. Bẻ xong cái này, bẻ tiếp cái thứ hai.

- Hòa là sao?

- Tình hình quân Trịnh thế nào trước đã?

- Rất đông, đánh rất hay.

- Rất đông không phải là điều lợi cho một đội quân đi đánh lâu và vào sâu xứ người. Ta đoan với ngươi rằng, quân Trịnh sẽ khổ sở vì vấn đề lương thảo. Thuận Hóa, Quảng Nam lại mất mùa, quân Trịnh thế nào cũng phải rút về mà thôi.

- Rồi sao?

Huệ uống một hơi cạn chung rượu trên tay đáp:

- Quân Trịnh vào Nam thật ra đâu phải để đánh Tây Sơn mà họ muốn chiếm cả Nam Hà của nhà Nguyễn. Kẻ thù chính của họ là quân Nguyễn. Tây Sơn hãy tạm cầu hòa, hạ mình xin làm đội quân tiên phong đánh Nguyễn giúp họ. Tình hình khó khăn, lại thêm bạn, bớt thù, ngươi nói họ có mừng rỡ chấp thuận ngay hay không?

- Tính toán hay! Rồi sao nữa?

- Rồi thì hoàng tôn Dương đang ở trong tay mình, kêu ông ta cho người vào gọi bọn Tống Phước Hiệp ra cùng Tây Sơn bàn việc tôn tôn, phò phò chính thống gì..gì...đó. Tống Phước Hiệp chỉ cần lơ là phòng bị một chút, ta đánh một đòn sấm sét, hai vạn quân của hắn không tan tác, chạy thục mạng vào Gia Định thì ta thua ngươi một thùng rượu Bàu Đá loại hảo hạng.

Tín Nhi thấy Huệ nói chuyện quốc gia đại sự mà giễu

cợt như chuyện tửu hậu trà dư thì phì cười:

- Ngươi ngồi ở xó núi mà rõ chuyện thiên hạ như nhìn vào lòng bàn tay, lại nói ra bao nhiêu âm mưu thâm mật như một trò giễu cợt. Ta thật phục ngươi sát đất.

Huệ mỉm cười:

- Có gì đâu. Anh Tiểu Phi và cánh thám báo của ngươi vẫn thường xuyên liên lạc với ta mà. Lúc ngươi về dưới nói lại với thầy và anh Cả nghe, nhớ là chỉ với hai người họ thôi nhé, ta tin họ cũng tính toán như ta mà thôi.

- Ngươi chưa về dưới đó liền hay sao?

- Chưa vội. Nhớ kỹ một điều là ta và toán quân ở An Khê không có trong cuộc chơi này. Chỉ có như vậy mới mong phá tan hai vạn quân Ngũ dinh được.

Tín Nhi vỡ lẽ nói:

- Ta hiểu rồi. Ngươi tin là bằng một đòn sấm sét ngươi có thể đánh tan được bọn Tống Phước Hiệp không?

- Việc này còn tùy vào khả năng thám báo của ngươi. Ngươi có được bao nhiêu anh em đang nằm trong lòng quân Nguyễn ở đó rồi?

- Hai mươi.

- Đã có bản đồ thành Phú Yên và các nơi đóng quân của chúng chưa?

- Có. Chúng chia ra ba nơi, Tống Phước Hiệp đóng trong thành Phú Yên, Nguyễn Khoa Kiên đóng ở núi Xuân Đài phía bắc thành, giáp giới với đèo Cù Mông, thủy quân của Nguyễn Văn Hiền đóng ở cửa Vũng Lấm. Hai toán nữa của Bùi Công Kế và Tống Văn Khôi đóng ở Diên Khánh để tiếp ứng. Tổng số quân Nguyễn có tới hai vạn.

Tín Nhi lấy trong người ra một tấm bản đồ đưa cho Nguyễn Huệ. Dưới ánh trăng rằm, Huệ xem sơ qua bản đồ xong cất vào túi áo hỏi:

- Quân số của chúng chia ra thế nào?

- Thủy quân ở Vũng Lấm của Nguyễn Văn Hiền có năm mươi tàu chiến, với năm ngàn lính. Tổng Phước Hiệp ở thành Phú Yên có năm ngàn, núi Xuân Đài của Nguyễn Khoa Kiên năm ngàn, hai đạo quân Diên Khánh năm ngàn.

Huệ hỏi:

- Vì sao bọn Tống Phước Hiệp đóng quân ở Phú Yên mà không thừa thắng tiến ra Quy Nhơn?

- Chắc bọn chúng sợ đánh chuột sẽ bể đồ. Nguyễn Phúc Dương đang bị nhốt ở Hà Liêu, An Thái mà.

- Lúc rút quân từ Phú Yên về, thầy bố trí mặt nam ra sao?

- Lê Văn Hưng với năm trăm quân giữ đỉnh Cù Mông, Võ Đình Tú và Ngô Văn Sở hợp với bà chúa Thị Hỏa cùng một ngàn quân chia nhau giữ phía tây, lối Vân Canh. Võ Văn Dũng với ba mươi chiến thuyền giữ cửa biển Quy Nhơn.

Huệ nói:

- Tốt lắm. Phen này ta sẽ cho bọn lính Ngũ dinh nếm mùi lợi hại của hỏa hổ và hỏa pháo cũng như rồng lửa của Tây Sơn.

Tín Nhi hỏi:

- Nhóm lò rèn của chú Hồ Thiết Thủ chế được vũ khí mới hả?

Huệ đáp, không dấu được sự hả hê trong lòng:

- Chúng ta vừa khám phá được một mỏ diêm tiêu trong núi An Khê. Chú Thiết Thủ đang nghiên cứu một loại vũ khí gọi là rồng lửa chuyên để đốt thuyền địch và một loại hỏa pháo để công thành rất lợi hại. Ta sẽ đem ra thử chúng trong trận đánh này.

- Ta thật sự muốn chờ xem tài điều binh khiển tướng của ngươi. Thời gian qua, cách của anh Cả và Lý Tài chỉ huy các trận đánh, ta không hài lòng tí nào. Thắng, thua, thắng rồi lại thua, làm tốn hao thời gian và sinh mạng của anh em quá nhiều.

Huệ thở dài nói:

- Lúc đầu anh Cả vì không muốn Nguyễn Thung và Huyền Khê nghĩ mình bị lấn áp, tạo sự chia rẽ trong nội bộ nên mới chia quyền cho bọn họ, trọng dụng lũ côn đồ Lý Tài và Tập Đình. Ta lại còn trẻ quá, không ai dám tin vào, hơn nữa việc thao luyện nghĩa quân rất quan trọng cho phong trào nên ta phải ở lại đây. Mọi thứ phải diễn tiến như vậy mà thôi, về lâu về dài, luật đào thải sẽ loại trừ kẻ xấu, người kém tài ra một bên.

Tín Nhi ném nhẹ một viên sỏi xuống mặt nước khiến cho bóng trăng vỡ ra, ánh sáng lấp lánh trong đêm:

- Ngươi vừa đưa xuống Quy Nhơn ba ngàn anh em hai tháng trước, hiện ngươi còn được bao nhiêu ở đây?

- Ba ngàn tân binh mới tuyển ở Quảng Ngãi lên vài tháng nay. Ta sẽ dùng ba ngàn người mới này hợp với một số tượng binh của chị Xuân và số quân ở mặt nam, diệt hai vạn quân của Tống Phước Hiệp.

- Người khác nói ta sẽ bĩu môi cho là dóc tổ, nhưng ngươi nói ta tin. Chị Xuân đã huấn luyện được bao nhiêu tượng binh rồi?

- Số voi ở Tây Nguyên đã thuần dưỡng có thể ra trận khoảng ba mươi, số mới bắt được của quân Nguyễn gần bảy mươi con còn phải mất khá lâu nữa mới đưa ra trận được.

- Khi ngươi ra quân, ta sẽ cung cấp thêm những chi tiết cần thiết cho ngươi.

- Ngươi cho người phục sẵn trong thành Phú Yên chờ ta. Hai nơi khác ta đã có kế hoạch. Sau chiến dịch Phú Yên, ngươi sẽ có dịp vào Nam để thăm Hoài Quân của ngươi.

Tín Nhi cười:

- Hy vọng ta không phải đứng bên này bờ Vàm Cỏ vẫy tấm khăn đỏ này đến bảy ngày, bảy đêm.

- Hy vọng là vậy. À! Bấy nay ngươi có ghé thăm H'Linh không? Không biết nàng đang sống thế nào nhỉ?

- Không. Ngươi cũng khá đa tình đó chứ. Nhớ nàng hả? Mà thật ra ta cũng nhớ nàng nữa.

- Cô gái đó thánh thiện như tiên. Nhớ nàng chỉ để lo cho nàng mà thôi, ta không hề có ý nghĩ bậy bạ. Với lại ta vừa cưới vợ mà.

Tín Nhi nheo mắt nhìn bạn:

- Không đa tình đâu phải là anh hùng. Ngươi cần gì bào chữa.

- Ta nói thật đó.

- Ừ, thì thật.

- Mạng lưới của ngươi trong Nam ra sao?

- Đủ để cung cấp cho ngươi mọi tin tức cần thiết.

- Tốt lắm. Nhưng ngươi cần phải đào tạo thêm nhiều thám báo nữa.

Tín Nhi hỏi:

- Ngươi muốn ta ra Bắc nữa phải không?

Huệ nói:

- Ta lỡ nhận lấy lời ủy thác của sư tổ nên không thể không làm.

- Lời ủy thác thế nào?

- Nhất thống sơn hà, đối kháng Trung Hoa.

Hào khí nổi lên, Tín Nhi vỗ tay đánh đét một tiếng rồi chắc hết rượu trong bình ra hai chiếc chung nói:

- Ta uống với ngươi chung này. Cho ta lãnh ké lời ủy thác đó với.

Huệ uống cạn chung rượu, đặt tay lên vai bạn:

- Ngươi không xin ta cũng xẻ nó ra đặt lên vai ngươi, đừng lo.

Hai người bạn trẻ đánh tay nhau cả cười. Tín Nhi chợt hỏi:

- Nghe anh Tiểu Phi nói bang Hành Khất đang mở rộng ra Bắc Hà, có phải do chủ ý của ngươi không?

Huệ gật đầu:

- Phải biết người biết ta mới trăm trận trăm thắng được chứ.

Họ lại đánh tay nhau tỏ sự đồng cảm.

Vầng trăng tròn đã xế non tây.

*

Đúng như dự đoán của Nguyễn Huệ, khi Tín Nhi đưa vấn đề làm sao thoát khỏi gọng kìm của Trịnh và Nguyễn, cả Trương Văn Hiến và Nguyễn Nhạc đều tính đến chuyện cùng lúc giảng hòa với Trịnh và chiêu dụ Tống Phước Hiệp. Sau khi bàn bạc, Nguyễn Nhạc sai Phan Văn Tuế, một người giỏi ăn nói, đem vàng bạc đến quân doanh Hoàng Ngũ Phúc xin nộp ba phủ Quảng Ngãi, Quy Nhơn và Phú Yên cho Trịnh và tình nguyện làm quân tiên phong giúp Trịnh đánh Nguyễn. Phan Văn Tuế đem lễ vật và hàng biểu ra dâng lên Hoàng Ngũ Phúc. Ngũ Phúc xem xong hỏi:

- Tây Sơn các ngươi đang ở vào thế kẹt nên giả cách hàng Trịnh để khỏi chết phải không?

Phan Văn Tuế nói:

- Tây Sơn đúng là đang ở thế kẹt, nhưng không thể chết.

Ngũ Phúc hỏi:

- Trịnh đánh vào, Nguyễn đánh ra, Tây Sơn các ngươi không chết thì chạy đi đâu?

Phan Văn Tuế mỉm cười nói:

- Nhìn thì thấy vậy nhưng thực tế Trịnh không thể đánh vào tới, mà Nguyễn cũng đánh không ra tới.

Ngũ Phúc ngạc nhiên hỏi:

- Vì sao?

Văn Tuế đáp:

- Trịnh quân đông mà vào sâu nội địa đất địch lâu ngày tất sẽ gặp khó khăn về lương thảo. Hiện nay từ Nghệ An vào đến Thuận - Quảng đang rơi vào nạn đói khủng khiếp, không thể dùng lương thực địa phương mà nuôi quân. Bệnh dịch đang hoành hoành, người phương Bắc lại không hợp thủy thổ phương Nam, mùa nắng lên, không có dịch cũng sinh bệnh mà chết. Đó là lý do Trịnh không thể đánh vào.

Ngũ Phúc và chư tướng nghe Phạm Văn Tuế nói trúng nỗi lo tâm phế của họ thì khen thầm trong bụng. Lúc này Lê Quý Đôn đã nhậm chức tham tán quân vụ, vừa từ Thăng Long vào Thuận - Quảng giúp Hoàng Ngũ Phúc. Nghe Phan Văn Tuế nói vậy bèn hỏi:

- Những điều ông vừa nói cho là hợp lý cả đi, nhưng quân Trịnh đông gấp bội quân Tây Sơn, nếu chúng tôi dốc hết lực tấn công, Tây Sơn có thể giữ được Quy Nhơn trong bao lâu?

Văn Tuế điềm nhiên đáp:

- Cùng lắm quân Trịnh chỉ vào được Quảng Ngãi mà thôi, Quy Nhơn là đất của Tây Sơn, quân Trịnh không thể vào đến nơi mà có thể yên ổn ra về.

Quý Đôn và các tướng nghe Văn Tuế nói thì ngạc nhiên vô cùng, cho rằng tên sứ giả Tây Sơn này đang tìm cách hù dọa họ. Hoàng Phùng Cơ nóng nảy hỏi:

- Tại sao quân Trịnh vào đến Quy Nhơn thì không có đường về? Ông đang hù dọa chúng tôi đó à?

Văn Tuế mỉm cười đáp:

- Không phải tôi hù dọa đâu mà thực tế là vì người dân Quy Nhơn và nghĩa quân Tây Sơn là một. Chúng tôi sẽ đồng lòng liều chết, tiêu thổ kháng chiến. Chừng đó hai vạn quân Trịnh sẽ phải chiến đấu với năm vạn quân Tây Sơn với tinh thần quyết tử.

Quân tướng Trịnh sau vài lần giao chiến đã nhìn thấy tinh thần dũng cảm của nghĩa quân Tây Sơn, tất cả đều cho Văn Tuế không phải đang nói lời hù dọa suông. Lê Quý Đôn lại hỏi:

- Ông còn nói quân Nguyễn không thể đánh ra là sao?

Văn Tuế đáp:

- Đơn giản là vì đông cung thế tử Nguyễn Phúc Dương đang nằm trong tay chúng tôi.

Quý Đôn hỏi:

- Có thế tử Dương trong tay sao Tây Sơn không phát hịch cần vương chống Trịnh mà lại sai ông đem hàng biểu ra đây trá hàng?

Phan Văn Tuế mỉm cười đáp:

- Tôi nghe danh Quế Đường tiên sinh có tài thông kim bác cổ, là sao Bắc đẩu của Bắc Hà mà lại có cái nhìn thiển cận vậy ư?

Quý Đôn đỏ mặt hỏi:

- Như thế nào là thiển cận?

Văn Tuế hỏi lại:

- Theo tiên sinh thì Trịnh mạnh hay Nguyễn mạnh?

Quý Đôn đáp:

- Tất nhiên Trịnh mạnh.

Văn Tuế hỏi tiếp:

- Vậy đánh Trịnh dễ hay đánh Nguyễn dễ?

Quý Đôn đáp:

- Tất nhiên đánh Nguyễn dễ hơn.

Văn Tuế nói:

- Vậy Tây Sơn nên theo Trịnh hay theo đám quân Nguyễn đã bị đánh tan tác không đất dung thân kia?

Lê Quý Đôn và các tướng Trịnh đều cho những điều Phan Văn Tuế nói là đúng sự thật, Hoàng Ngũ Phúc cười nói:

- Quy Nhơn quả nhiên có lắm nhân tài. Được, ta tin lời ông. Ta tiếp nhận hàng biểu của Tây Sơn và sẽ gởi biểu văn về tâu với chúa ta, xin chúa phong cho Nguyễn Nhạc giữ chức Tây Sơn trưởng hiệu tráng tiết tướng quân. Tạm thời ta mạn quyền, phong chức cho Nhạc trước, ông về nói với Nguyễn Nhạc chuẩn bị đánh bọn Tống Phước Hiệp để làm tin. Nếu Tây Sơn giúp Trịnh lấy hết Nam Hà, ta sẽ tâu chúa thượng phong cho Nhạc làm Tây Sơn vương.

Phan Văn Tuế nói:

- Tạ ơn tướng quân đã chấp thuận hàng biểu. Để chứng minh sự hòa hiếu hai bên, xin tướng quân lui binh về Phú Xuân để Tây Sơn có thể an tâm rút quân Bến Ván về chuẩn bị đánh Nguyễn.

Ngũ Phúc trong bụng cũng rất muốn rút binh nên vui vẻ chấp nhận lời đề nghị của Phan Văn Tuế. Bèn hạ lệnh cho quân Trịnh lui về bên này sông Thu Bồn. Lại cấp tốc gởi biểu văn về Thăng Long xin Trịnh Sâm ban chức tước cho

Nguyễn Nhạc đồng thời xin cho quân Trịnh rút về Phú Xuân. Văn Tuế bèn rời bản doanh quân Trịnh trở về Quy Nhơn báo cáo mọi việc với Nguyễn Nhạc.

Trong khi Phan Văn Tuế ra gặp Hoàng Ngũ Phúc, Nguyễn Nhạc lại nhờ Tôn Thất Chí vào Phú Yên chiêu dụ Tống Phước Hiệp và Châu Văn Tiếp về theo với Đông cung Dương. Để cho Đông cung Dương tin mình thật lòng muốn theo phò tá, Nguyễn Nhạc còn định hứa gả con gái lớn của mình là Thọ Hương cho ông ta. Đêm đó sau khi nói chuyện với vợ là bà Trần Thị Huệ, Nhạc trở lại phủ đường bảo Vũ Văn Nhậm:

- Ngươi sang coi thử mấy đứa nhỏ học xong chưa, gọi Thọ Hương sang đây, ta có việc muốn bàn với nó.

Vũ Văn Nhậm vâng dạ rồi đi ngay sang lớp học của Trương Văn Đa dạy cho con của các quan trong thành. Lớp học vừa tan, Vũ Văn Nhận gọi Thọ Hương nói:

- Chủ trại sai tôi mời Thọ Hương đến gặp ngài bây giờ.

Thọ Hương ngạc nhiên hỏi:

- Cha gọi em có việc gì vậy anh Nhậm?

Nhậm đáp:

- Tôi không biết. Chúng ta đi, chủ trại đang chờ.

Hai người vào đến nơi, Nhạc ra dấu bảo Văn Nhậm lui ra. Thọ Hương hỏi ngay:

- Có việc gì vậy cha?

Nguyễn Nhạc nhẹ giọng nói:

- Con lại ngồi đây, cha có việc muốn nhờ đến con.

Thọ Hương đến ngồi bên Nguyễn Nhạc, nàng nhìn cha

bằng ánh mắt ngạc nhiên:

- Con mà có thể giúp được cha việc gì đó ư?

Nhạc mỉm cười:

- Tất nhiên là được chứ. Con gái của Cả Nhạc mà.

Thọ Hương giục:

- Việc gì cha nói mau đi, con hồi hộp qúa.

Nguyễn Nhạc đưa tay vuốt mái tóc dài và mịn màng của con gái hỏi:

- Con có nghe nói về tình hình khó khăn Tây Sơn mình đang gặp phải không?

Thọ Hương đáp:

- Dạ có. Anh Nhậm có nói.

- Nó nói với con thế nào?

- Dạ, ảnh nói Tây Sơn mình đang bị quân Trịnh phía Bắc đánh vào, quân Nguyễn phía Nam tấn công ra. Ảnh còn nói cha đang lo lắm.

- Hình như con với thằng Nhậm thân nhau lắm phải không?

Thọ Hương đỏ mặt ấp úng:

- Dạ, không có đâu cha…

Nguyễn Nhạc mỉm cười âu yếm:

- Cha chỉ hỏi vậy thôi chứ có tra gạn gì đâu mà con sợ.

Mặt Thọ Hương vẫn còn đỏ ửng, nàng hỏi sang chuyện khác:

- Mà sao hôm nay cha hỏi con về chuyện chiến tranh?

Giọng Nguyễn Nhạc trịnh trọng:

- Vì cha muốn nhờ con giúp quân Tây Sơn mình thoát khỏi thế kẹt hôm nay.

Thọ Hương tròn xoe đôi mắt nhìn cha hết sức ngạc nhiên:

- Con có thể giúp giải thoát quân Tây Sơn mình à?

- Đúng vậy. Thế tử nhà Nguyễn đang bị cha bắt giữ. Cha muốn nhờ ông ta chiêu dụ bọn tướng sĩ nhà Nguyễn và dân chúng theo về với Tây Sơn. Để ông ta tin tưởng hơn, cha định hứa gả con cho ông ấy.

Thọ Hương nghe đến đây bật la hoảng lên:

- Gả con cho ông ấy à?

Nguyễn Nhạc vỗ về:

- Cha chỉ hứa thôi.

- Nhưng con còn nhỏ mà cha?

- Bởi vậy cha chỉ hứa gả con mà thôi. Hai năm nữa mới chính thức làm lễ cưới, nếu…

Thọ Hương lo lắng hỏi ngay:

- Nếu gì hả cha?

Nguyễn Nhạc nhìn con gái mỉm cười bí hiểm:

- Nếu ông ấy còn sống và trở thành chúa nhà Nguyễn thật sự.

- Nghĩa là…

- Nghĩa là gì con không nên biết. Việc bây giờ là con đừng lo sợ khi cha tuyên bố với thiên hạ lời hứa gả con cho Đông cung thế tử Dương. Con hiểu ý cha chứ?

Thọ Hương gật đầu, hai hàng lệ chợt chảy dài xuống đôi má. Nàng cúi đầu nghẹn ngào:

- Như vậy dù chuyện thành hay không thành, con cũng mang tiếng là gái đã có chồng rồi phải không cha?

Nhạc vuốt tóc con gái an ủi:

- Ngày xưa, Công chúa An Tư vì nước mà phải nộp mình cho tướng giặc Nguyên là Toa Đô. Công chúa Huyền Trân, Công nữ Ngọc Vạn vì nước mà phải sang làm dâu xứ Chiêm Thành, Chân Lạp. Con có bị thiệt thòi một chút danh phận đã là gì so với họ. Rồi cha nhất định sẽ kiếm cho con một tấm chồng xứng đáng để đền ơn con hôm nay.

Thọ Hương ngước đôi mắt đầy lệ nhìn cha hỏi:

- Cha đã bàn việc này với chú Tám chưa?

- Chưa, sao phải bàn với chú Tám?

- Chú Tám là người tài trí, con nghĩ chú Tám sẽ có cách khác để giải thế bí cho Tây Sơn mà không phải dùng hạ sách này.

Nguyễn Nhạc nhỏ nhẹ:

- Chú Tám con đang ở An Khê, mà nay mai bọn Tống Phước Hiệp sẽ ra đây gặp mặt Đông cung rồi. Nếu không mua chuộc được lòng tin của Đông cung, cha e sẽ lỡ việc. Đây là việc gấp rút, con chịu khuất tất một chút giúp cho đại cuộc.

Thọ Hương thấy cha chỉ trong mấy ngày gần đây vì lo toan cho đại cuộc mà héo hắt, như già đi thêm mười tuổi nên động lòng. Nàng nói nhỏ:

- Con xin nghe lời cha.

Nguyễn Nhạc vuốt nhẹ mái tóc của con gái, giọng buồn buồn:

- Ngoan. Con về với mẹ đi.

Thọ Hương uể oải đứng lên rời khỏi phòng. Trong bóng tối ở phía góc sân bên kia có bóng một người đang đứng chờ. Nàng đi về phía đó. Vũ Văn Nhậm bước ra đón:

- Để tôi đưa Thọ Hương về phủ.

Thọ Hương cố nén tiếng nấc, giọng nghẹn ngào nói:

- Cảm ơn anh.

Nhậm rụt rè hỏi:

- Thọ Hương làm chủ trại phật lòng à?

- Không có.

- Thọ Hương đang buồn vì chủ trại?

- Không có.

Nhậm thở dài:

- Vậy ra tôi lo quẩn rồi. Đi, tôi đưa Thọ Hương về.

Thấy Văn Nhậm có vẻ lẩy, Thọ Hương nói nhỏ:

- Cha hứa gả em cho thế tử Dương.

Văn Nhậm giật người, nhưng vốn tính điềm tĩnh, chàng hỏi:

- Sao lại đột ngột vậy?

- Cha nói để nhờ thế tử gỡ thế kẹt cho Tây Sơn.

Văn Nhậm chợt hiểu, chàng hỏi:

- Thọ Hương đồng ý chứ?

Thọ Hương nhìn thẳng vào mắt Nhậm hỏi:

- Anh nghĩ Thọ Hương từ chối được sao?

- Ừ! Không thể…

Rồi cố nén tiếng thở dài. Thọ Hương nói như để giải

thích:

- Nhưng cha nói chỉ hứa gả thôi chứ chưa làm lễ. Phải hai năm sau nếu…

- Nếu sao?

- Nếu ông thế tử đó còn sống và làm vua.

Vũ Văn Nhậm luôn ở cạnh Nguyễn Nhạc nên biết rõ ẩn tình của sự việc. Chàng an ủi:

- Làm việc này, Thọ Hương sẽ theo gương các bậc nữ lưu hào kiệt xưa lưu danh thiên cổ. Hy sinh vì đại cuộc là điều nên làm mà.

- Nhưng Thọ Hương còn nhỏ mà đã mang tiếng là gái có chồng, rồi …

- Mọi người sẽ thông cảm. Họ còn kính trọng Thọ Hương là đằng khác. Đừng buồn nữa.

Thọ Hương hỏi nhỏ:

- Thế anh có…

Văn Nhậm chận ngang:

- Muôn ngàn lần thông cảm.

Họ cũng vừa về đến nhà. Cả hai lưu luyến trao nhau ánh mắt rồi lặng lẽ chia tay.

Hôm sau Nguyễn Nhạc đem ý định hứa gả con gái mình nói cho Đông cung Dương và bọn Tống Phước Đạm. Đông cung Dương nghĩ lại lúc trước Định vương Duệ Tôn muốn dồn mình vào đất chết, nên cũng muốn vin vào bọn Tây Sơn và Tống Phước Hiệp để lên ngôi chúa, do đó không ngớt lời cảm ơn Nguyễn Nhạc. Đông cung nói:

- Tây Sơn đã vì ta mà phất cờ khởi nghĩa khiến bá tánh

phải gọi "binh ó là binh Hoàng tôn". Lúc đầu ta nghe cứ tưởng các ông mượn danh ta để làm loạn. Nay trải qua bao nhiêu việc ta mới biết ông thật lòng muốn giúp ta dành lại ngôi chính thống. Mai này đại nghiệp hoàn thành, ông sẽ là vị khai quốc công thần bên cạnh ta. Việc nạp cung của ái nữ cứ để vài năm nữa cũng không muộn màng gì.

Nguyễn Nhạc cúi đầu nói:

- Tạ ơn thế tử đã nhận lời. Thần cũng chỉ vì hạnh phúc của bá tánh, vì ngôi chính thống của nhà Nguyễn mà ra công hạn mã, đó là bổn phận của bọn thần tử mà thôi, xin thế tử đừng coi nặng.

Đông cung Dương nở nụ cười hả hê tỏ ý rất hài lòng. Nguyễn Nhạc bèn cho đóng sập rồng rất nghiêm chỉnh để làm chỗ thiết triều. Khi Tống Phước Hiệp sai viên tri huyện Đồng Xuân là Bạch Doãn Triều làm sứ giả, cùng với Châu Văn Tiếp ra Quy Nhơn để hội ý, đã thấy Đông cung ngồi chễm chệ giữa sập rồng, hai bên có Nguyễn Nhạc và Tống Phước Đạm đứng hầu. Châu Văn Tiếp và viên sứ giả làm lễ diện kiến, Đông cung Dương hỏi:

- Tống Phước Hiệp, cùng hoàng thúc đâu, sao không ra gặp ta?

Doãn Triều tâu:

- Tâu thế tử, tiết chế vì phải cai quản ba quân nên sai hạ chức ra đây thỉnh an thế tử trước. Hoàng thúc ở lại Phú Yên để thuyết phục tiết chế.

Nguyễn Nhạc đứng bên nói:

- Quân Trịnh đã chiếm lấy kinh thành, nay ta rước thế tử về tôn phò. Thế tử đã phát hịch cần vương để đánh đuổi giặc Trịnh ra khỏi bờ cõi, nối dòng chính thống, dựng lại nghiệp lớn của các tiên chúa. Ông về nói lại với Tống Phước Hiệp mau đem quân theo về hộ giá cho kíp.

Doãn Triều thưa:

- Việc này tôi sẽ về báo lại với tiết chế để ngài định đoạt.

Nhạc bèn viết một bức thư hẹn Tống Phước Hiệp hội binh để cùng nhau đánh Trịnh, cuối thư có ấn ký của Đông cung Dương trao cho Bạch Doãn Triều. Sau đó khoản đãi Châu Văn Tiếp và sứ giả, tặng cho vàng bạc rất hậu rồi tiễn về. Nhạc nói với Châu Văn Tiếp:

- Nay nghĩa tôn phò đã rõ, ông nên đem quân của ông ra Quy Nhơn hội cùng tôi đánh Trịnh lập công.

Văn Tiếp vui vẻ nói:

- Ông đã thực hiện lời hứa ban đầu, tôi đâu còn gì để nghi ngại nữa.

Doãn Triều mang thư về Phú Yên thuật lại mọi việc cho Tống Phước Hiệp nghe. Phước Hiệp trù trừ chưa biết quyết định thế nào cho hợp lẽ vì ở Gia Định còn có Định vương Duệ Tôn, bây giờ thêm Đông cung Dương ở Quy Nhơn, giữa hai người không biết nên theo ai. Hiệp bèn cho gọi Nguyễn Khoa Kiên và Nguyễn Văn Hiền về thành Phú Yên bàn bạc.

Phúc Hiệp hỏi Doãn Triều:

- Ông thấy Đông cung ở Quy Nhơn tỏ vẻ thế nào?

Doãn Triều đáp:

- Nguyễn Nhạc đã hứa gả con gái cho Đông cung lại tỏ vẻ rất cung kính với ngài. Cách ứng xử của Đông cung tỏ ra rất tin cậy Nguyễn Nhạc, cả Tống Phước Đạm nữa.

Phước Hiệp thở dài hỏi:

- Đông cung là dòng chính thống, nhưng Định vương Duệ Tôn hiện giữ ngôi chúa. Theo ý các ông ta phải làm thế nào cho hợp lẽ?

Doãn Triều đáp:

- Theo luật chính thống, Đông cung phải được nối ngôi. Lúc trước do tên Phúc Loan chuyên quyền làm bậy để quân Trịnh kéo vào đến nỗi nước mất nhà tan. Theo ý tôi, chúng ta nên tôn phò hoàng tôn mới hợp lẽ trời, thuận lòng người.

Nguyễn Khoa Kiên hỏi:

- Vì đâu tri huyện lại cho rằng phò Đông cung là thuận lòng người?

Doãn Triều đáp:

- Tướng quân chưa nghe bài Hoài Nam Khúc của Hoàng Quang à? Khắp Thuận Hóa bây giờ ai ai cũng ngâm nga khúc ca đứt ruột này để tiếc rẻ cho tám đời nhà chúa, chửi bới Phúc Loan và trông đợi hoàng tôn Dương nối ngôi để dựng lại nhà Nguyễn. Hoài Nam khúc có đoạn:

> *...Ai làm đá nát vàng phai,*
> *Ủ ê nào thấy lâu đài như xưa.*
> *Miếu đường đòi chốn lơ thơ.*
> *Vò hương chếch mác bàn thờ ngã nghiêng.*
> *Tám vì thánh hãy còn thiêng,*
> *Phù trì ai nỡ phụ thiềng cháu con.*

Ví dầu Tân chúa chon von,

Vái trời xin hộ Hoàng tôn sau nầy.

Hai trăm mười bốn năm chầy.

Dựng nên cơ nghiệp để rày ai ăn?

Tất lòng man mác khôn ngăn,

Dâng lên trước miếu một văn cáo rằng...

Nguyễn Văn Hiền nói:

- Lời quan tri huyện nói hợp lý. Việc chính của chúng ta là làm sao đuổi bọn Trịnh về lại Bắc Hà. Nếu chúng ta hội binh với Tây Sơn, tôi tin có thể thắng Trịnh được.

Phúc Hiệp hỏi:

- Ông tin vào lẽ gì?

Văn Hiền đáp:

- Quân Trịnh đang khốn đốn vì thiếu lương thảo lại bị dịch bệnh hoành hoành khiến quân sĩ chết quá nhiều. Tiết chế không thấy sau khi thắng bọn Tây Sơn ở Cẩm Sa rồi, bọn Trịnh chỉ dừng chân bên kia Bến Ván, không dám tiến sâu hơn vào Nam đó sao?

Phước Hiệp hỏi Doãn Triều:

- Khi ông đi và về ngang qua Vân Canh và Cù Mông thấy tình hình quân Tây Sơn ở hai nơi đó thế nào?

Doãn Triều đáp:

- Doanh trại không lớn, quân không đông, nhất là trên đỉnh Cù Mông, tôi độ chừng vài trăm lính canh gác là cùng.

Phước Hiệp nói:

- Phiền ông ra Quy Nhơn lần nữa, hỏi Nguyễn Nhạc

nếu quân Ngũ dinh kéo ra hợp binh, vị thế của chúng ta sẽ như thế nào? Để xem họ xử sự ra sao.

Phước Hiệp lại nói với Tôn Thất Chí:

- Theo ý tôi, tiết chế nên vào Gia Định gặp Định vương xem cớ sự này chúng ta phải làm thế nào cho phải lẽ.

Tôn Thất Chí tán thành lên đường vào Nam. Bạch Doãn Triều cùng vài thủ hạ lên đường ra Quy Nhơn. Nhạc đưa Triều vào gặp Đông cung Dương. Doãn Triều tâu:

- Tâu thế tử. Tiết chế đồng ý việc hội quân cần vương cùng Tây Sơn nhưng ngài muốn biết thế tử sẽ sắp xếp quân Ngũ dinh ở vị thế nào?

Đông Cung bị hỏi bất ngờ không biết trả lời thế nào bèn đưa mắt hỏi ý Nguyễn Nhạc. Nhạc nói:

- Quân Ngũ dinh là lực lượng nồng cốt của phủ chúa, Tây Sơn xin được nghe lệnh của tiết chế. Nhờ ông về nói lại như vậy.

Đông cung Dương gật gù tỏ vẻ tán thưởng sự rộng rãi của Nhạc. Ông nói với Doãn Triều:

- Ông về bảo Tống Phước Hiệp đem quân ra đây, mọi việc đã có ta chủ trì.

Doãn Triều lạy tạ ra về báo lại cho Tống Phước Hiệp. Hiệp dặn Nguyễn Khoa Kiên và Nguyễn Văn Hiền cứ án binh bất động chờ tin Tôn Thất Chí từ Gia Định.

Trong vài lần chạm trán nhẹ trước đây ở Bình Khang, Diên Khánh, tuy Tây Sơn vì ít người nên rút lui nhưng cách chiến đấu hết sức kiêu dũng của họ khiến trong lòng tất cả quân lính Ngũ dinh hãy còn khiếp hãi, nay nghe tin sắp hội quân ai nấy đều rất vui mừng. Sau vài hôm án binh bất động, việc canh phòng của quân Ngũ dinh trở nên lơ là, chểnh mảng, không còn nghiêm chỉnh như lúc trước.

Trong khi Nguyễn Nhạc ở Quy Nhơn lo việc hàng Trịnh, hòa Nguyễn thì tại Kiên Thành, vào đêm mồng một tháng bảy có một cuộc họp bí mật gồm Nguyễn Huệ, Tây Sơn Thất Hổ tướng, Lý Tài, Ngô Văn Sở, Đặng Văn Long và Bùi Thị Xuân. Huệ nói:

- Chắc các anh ngạc nhiên vì cuộc họp bất thần đêm nay ở đây phải không?

Lý Tài đáp ngay:

- Đúng vậy. Xin tướng quân nói rõ cho biết.

Huệ nói:

- Trại chủ chỉ định cho tôi trong vòng hai ngày nữa phải tiêu diệt toàn bộ hai vạn quân Ngũ dinh của Tống Phước Hiệp ở Phú Yên và Diên Khánh. Tôi mời các anh đến là để bàn thảo kế hoạch ra quân.

Lý Tài trợn mắt ngạc nhiên hỏi:

- Tiêu diệt hai vạn quân Ngũ dinh ở Phú Yên à? Bằng cách nào? Trong khi quân chủ lực của Tây Sơn đang ở Quảng Ngãi lo chống quân Trịnh?

Võ Đình Tú nhỏ nhẹ:

- Lý tướng quân cứ để anh Huệ trình bày hết đã.

Nguyễn Huệ lấy tấm bản đồ trải lên bàn, vừa chỉ rõ ba vị trí đóng quân của Tống Phước Hiệp vừa phân phó:

- Tôi và anh Bưu sẽ dùng quân khinh kỵ từ đỉnh đèo Cù Mông đổ xuống tấn công thành Phú Yên, tiêu diệt cha con Tống Phước Hiệp. Sau buổi họp, anh Bưu lập tức mang theo một ngàn khinh kỵ lên đỉnh Cù Mông chờ tôi. Doanh trại ở Đồng Xuân của Nguyễn Khoa Kiên và Nguyễn Văn Nhơn hai mặt dựa vào núi, hai mặt kia là chiến lũy, anh Tú và anh Sở đem một ngàn quân lẻn ra sau núi đánh xuống, chị Xuân và anh Long đem ba mươi thớt voi cùng một ngàn nam và nữ binh phá các chiến lũy ở hai mặt trước. Quân Nguyễn mấy hôm nay chểnh mảng việc phòng thủ, tôi tin việc phá đồn Đồng Xuân không khó lắm.

Đình Tú nói:

- Nguyễn Khoa Kiên là tướng giỏi của quân Ngũ dinh, tôi sẽ trừ hắn đi để bớt hậu họa.

Huệ nói:

- Không nên. Người này phải lập kế bắt sống để Tây Sơn sử dụng. Đồng Xuân vỡ, Khoa Kiên tất phải theo đường núi chạy ra đảo Tam Sơn, anh Hưng dẫn theo một trăm anh em đón ở nơi hiểm yếu giữa chân núi gần sông Tam Giang tất bắt được hắn.

Lý Tài nóng nảy hỏi:

- Còn hai ngàn quân Hòa Nghĩa sẽ làm gì?

Huệ mỉm cười đáp:

- Quân Hoà Nghĩa và toán thủy quân của anh Dũng sẽ vào vịnh Xuân Đài. Bên ngoài thủy trại Vũng Lấm của Nguyễn Văn Hiền có một hòn đảo nhỏ, hai người hãy án binh ở đó. Đầu tháng bảy, khoảng giờ Hợi thủy triều sẽ lên cao. Các anh đợi thủy triều lên, gió biển thổi từ cửa vịnh vào, anh Dũng sẽ dùng hỏa long mà đốt thủy trại và chiến thuyền địch, phần Hoà Nghĩa quân của Lý tướng quân đổ bộ lên tiêu diệt bọn chúng. Tất cả trở về chuẩn bị, giờ Hợi tối mai nhất loạt tấn công các trại địch, không được sơ suất, không được sớm cũng không được muộn. Ai có thắc mắc gì không?

Các tướng đồng thanh:

- Không.

Lý Tài nhìn quanh quất thấy từ vị chủ soái là Nguyễn Huệ cho đến các tướng chỉ trạc tuổi hai mươi lăm, chưa từng chinh chiến, trong tay lại chỉ có mấy ngàn quân mà dám nói sẽ tiêu diệt hai vạn quân Ngũ dinh dạn dày trận mạc của vị tướng lão thành Tống Phước Hiệp thì trong lòng vừa rất khó chịu vừa bất phục. Nhưng đã có lệnh của trại chủ Nguyễn Nhạc giao xuống nên không thể không tuân, lại thấy các tướng đều hăng hái đồng thanh, ông cũng giữ im lặng không tỏ thái độ cũng không có ý kiến gì.

Huệ nói:

- Kế hoạch tổng thể là như vậy, khi lâm trận, các anh hãy tùy tình hình thực tế mà ứng phó. Các anh có thể trở về chuẩn bị. Tôi đã cho chở một số hỏa long xuống trại Đạm Thủy rồi, anh Dũng cứ đến lấy. Anh Lộc và anh Diệu ở lại với tôi một chút.

Các tướng nhận lệnh ra về. Còn lại Nguyễn Văn Lộc và Trần Quang Diệu, Huệ nói:

- Còn hai đạo quân ở Khánh Hòa của Tống Văn Khôi và Bình Khang của Bùi Công Kế, khi nghe tin Phú Yên thất thủ thế nào chúng cũng kéo ra tiếp viện. Ở Tam Độc có một đoạn đường núi rất hiểm trở, anh Lộc đem một ngàn quân mai phục ở đó, dùng nỏ liên châu và cung mạnh tất phá được chúng. Riêng cánh quân của Bùi Công

Kế từ Diên Khánh ra tất phải qua đoạn đèo Đại Lãnh, anh Diệu đem một ngàn quân cung nỏ phục nơi vách núi ở khúc quanh này tất bắt được Công Kế và ba ngàn quân của hắn.

Diệu hỏi:

- Số quân hai chúng tôi điều đi đang ở đâu?

Huệ đáp:

- Số quân hai anh dùng lần này toàn là tân binh tôi vừa huấn luyện xong, lên trại An Khê lấy rồi theo đường thượng đạo mà đi. Sau khi phá được giặc rồi, hai anh kéo về thành Phú Yên hội quân.

Hai tướng lãnh mệnh ra đi. Phòng họp chỉ còn Nguyễn Huệ, Tín Nhi từ phía sau bước ra nói:

- Kế hoạch tấn công như vậy là chu toàn, chỉ còn chờ đến mai nữa thôi.

Huệ nói:

- Bây giờ chúng ta lên đỉnh Cù Mông chuẩn bị. Tối mai ngươi nhớ khởi sự đúng giờ.

Buổi tối đầu tháng bảy, năm Ất Mùi, 1775. Trời tối như mực, quân Tây Sơn do Nguyễn Huệ và Lý Văn Bưu chỉ huy, người ngậm tăm, ngựa tháo lạc, nhanh chóng từ trên đỉnh đèo Cù Mông kéo xuống bao vây thành Phú Yên ở Đồng Xuân. Đúng giờ Hợi, toán thám báo phục sẵn trong thành Phú Yên rải diêm sinh khắp nơi rồi đồng loạt phóng hỏa. Chỉ trong phút chốc, toàn thành đã sáng rực vì lửa đỏ. Lửa cháy khắp nơi, quân trong thành lại không giới bị nên hoảng loạn vô cùng.

Bên ngoài, quân Tây Sơn lại dùng giàn giá bắn những

trái cầu lửa và trái nổ vào thành tạo nên những tiếng nổ long trời. Toán quân xung thành lập tức dùng thang vượt lên mặt thành vào bên trong vừa chém giết vừa la ó dậy đất. Tới lúc này quân Ngũ dinh mới bắt đầu ổn định đội ngũ tác chiến, nhưng quân Tây Sơn, dưới sự chỉ huy của Nguyễn Huệ, đã phá được cửa thành phía trước tràn vào như thác lũ. Họ vừa giỏi võ, vừa đánh bất thần, lại dùng những súng hỏa hổ cực kỳ lợi hại nên quân Ngũ dinh trở thành những cây thịt cháy hoặc làm bia cho gươm giáo của quân Tây Sơn, cuối cùng tất cả quăng cả gươm giáo mạnh ai nấy bỏ chạy.

Tống Phước Hiệp được người em con chú là Tống Phước Hòa và con trai Tống Phước Lương đi kèm hai bên cõi ngựa xông ra thì gặp Nguyễn Huệ, ba người liền giục ngựa xông vào vây đánh. Nguyễn Huệ một mình giữa vòng vây của ba người, thanh Ô Long đao trong tay như con hắc long vùng vẫy, đánh đông, đỡ tây khiến ba cha con Tống Phước Hiệp sau một lúc giao tranh đã phải kinh tâm, táng đởm trước sức mạnh của Huệ. Phước Hiệp nhắm đánh không lại bèn quày ngựa bỏ chạy. Các tướng Nguyễn thấy vậy cùng nhau bảo vệ cha con Phước Hiệp, mở đường máu thoát ra cửa sau thành dẫn theo một ít tàn quân chạy về Hòn Khói, tức núi Vân Phong.

Cùng thời điểm đó nơi doanh trại của tướng Nguyễn Khoa Kiên ở núi Xuân Đài, cách thành Phú Yên chừng tám dặm ở phía bắc, quân lính đang ngon giấc thì khắp nơi bỗng vang lên tiếng quân reo hò ầm ỹ. Ba mươi thớt voi chiến dưới sự điều khiển của Bùi Thị Xuân và Đặng Văn Long, đã dẫm nát các cổng trại rầm rập xông vào, mở đường cho quân Tây Sơn vừa la ó vừa chém giết quân

Ngũ dinh. Nguyễn Khoa Kiên đang ngủ nghe tiếng quân reo giật mình thức dậy, vội đề thương lên ngựa hô hoán quân sĩ chuẩn bị tác chiến, nhưng đàn voi chiến quá hung hăng, quân Tây Sơn lại la ó vang trời khiến quân Nguyễn khiếp đảm, bởi vậy họ không còn tinh thần nào để giao chiến, mọi người chiến đấu chỉ để tự vệ rồi tìm đường chạy trốn. Những súng hỏa hổ tung những chùm lửa vừa đốt quân Nguyễn vừa thiêu hủy các lều trại, chỉ trong phút chốc cả doanh trại Đồng Xuân lửa cháy rực trời. Võ Đình Tú và Ngô Văn Sở từ hai mặt sau núi dẫn quân đổ xuống, vừa gặp Nguyễn Khoa Kiên và Nguyễn Văn Nhơn kéo quân chạy ra. Đình Tú hét lớn:

- Nguyễn Khoa Kiên, ngươi bị bao vây rồi mau buông giáo quy hàng để bảo toàn sinh mạng cho ngươi và quân lính.

Khoa Kiên không trả lời, giục ngựa tới phóng cây thương trong tay đâm Đình Tú một nhát, Tú né người tránh khỏi, cây thiết côn trong tay hất ngược cây thương địch thủ sang bên, tiện đà vụt một đường vũ bão vào hông Khoa Kiên. Khoa Kiên múa thương gạt mạnh, hai vũ khí chạm nhau vang lên một tiếng "keng" chói tai. Hai tướng quần nhau một lúc, cây thiết côn trong tay của Đình Tú quá mạnh khiến hổ khẩu của Khoa Kiên bị tét một đường, Kiên sợ quá vội giục ngựa dẫn quân bỏ chạy về phía thành Phú Yên. Nguyễn Văn Nhơn đang hỗn chiến với Ngô Văn Sở thấy Khoa Kiên bỏ chạy bèn chém nhầu mấy đường rồi giục ngựa chạy theo. Đình Tú hô quân đuổi theo. Khoa Kiên cùng Nguyễn Văn Nhơn dẫn quân định chạy ra đảo Tam Sơn, đến lúc trời tờ mờ sáng thì đến một vùng rừng cây rậm rạp, bỗng có tiếng hét lớn:

- Tướng giặc chạy đi đâu, có ta là Lê Văn Hưng vâng lệnh chủ soái chờ ngươi ở đây đã lâu.

Tiếng hét chưa dứt đã thấy một tướng Tây Sơn từ trong rừng cây cỡi ngựa xông ra chận đường. Khoa Kiên giận lắm liền vung thương đâm nhầu, Lê Văn Hưng múa thương đón đỡ, cả hai lại đấu nhau mấy hiệp. Khoa Kiên phần mệt, phần hổ khẩu bị tét, lại gặp Lê Văn Hưng là tay thương bậc nhất đương thời nên chỉ sau năm hiệp, cây thương trong tay đã bị đánh văng ra xa, Lê Văn Hưng tiện đà xốc ngựa tới ôm ngang hông Khoa Kiên vật xuống ngựa hô quân trói lại. Nguyễn Văn Nhơn thất kinh bèn dẫn tàn quân chạy miết về núi Vân Phong. Vừa lúc đó bọn Đình Tú, Ngô Văn Sở và toán tượng binh của Bùi Thị Xuân tới nơi. Lê Văn Hưng hỏi:

- Trại Xuân Đài thanh toánh xong rồi phải không?

Đình Tú đáp:

- Nguyễn Huệ quả nhiên tính toán không sai. Toàn trại đã bị thiêu rụi, năm ngàn quân Nguyễn chết quá nửa, lớp trốn chạy, số còn lại đầu hàng gần ngàn tên.

Văn Hưng chỉ Khoa Kiên đang bị trói nói:

- Tôi theo lời dặn của Nguyễn Huệ đợi Nguyễn Khoa Kiên ở đây quả nhiên hắn vác xác tới.

Bùi Thị Xuân ngồi trên lưng voi nói:

- Mọi việc đều xảy ra không sai với sự tính toán ban đầu chút nào. Chúng ta mau kéo xuống Vũng Lấm để tiếp trợ cho Nguyễn Huệ diệt nốt toán quân Nguyễn ở đó.

Cả bọn bắt Khoa Kiên đi theo, gấp rút tiến về Vũng

Lấm.

Cánh quân thủy của Võ Văn Dũng và Lý Tài theo kế hoạch của Nguyễn Huệ đã rời cửa biển Quy Nhơn tiến vào vùng vịnh Xuân Đài đúng vào lúc trời sụp tối, sau đó tiến đến phía bên này một hòn đảo nhỏ ngay bên ngoài cửa Vũng Lấm án quân chờ đợi. Đúng vào đầu giờ Hợi lúc thủy triều đang lên cao, gió biển từ cửa vịnh thổi vào, cả doanh trại thủy quân của tướng Nguyễn Văn Hiền đang im lìm trong giấc ngủ, bỗng có hàng trăm chiếc thuyền nhỏ chở đầy diêm tiêu và chất dẫn hỏa cháy bừng bừng, từ ngoài cửa vũng, theo hướng gió lao thẳng vào các thuyền chiến của quân Nguyễn đang đậu ở cửa sông. Những chiếc thuyền nhỏ này tấp mạnh vào chiến thuyền quân Nguyễn tạo nên một chấn động, hất những quả cầu sắt chứa đầy diêm tiêu lăn xuống khoang thuyền đang cháy, những trái cầu bắt lửa nổ tung tạo thành những khối cầu lửa làm thủng các thuyền chiến và bắn lửa lên trên khoang. Hàng trăm tiếng nổ dữ dội, liên tục trong đêm vắng đã biến năm mươi chiến thuyền quân Nguyễn chìm trong biển lửa, một số lớn binh lính ở trên thuyền bị chết thiêu.

Nguyễn Văn Hiền và các tướng chỉ huy thủy trại cả kinh vội hô quân lính chuẩn bị chiến đấu. Lệnh ban ra chưa kịp thi hành thì toán quân Hoà Nghĩa của Lý Tài đã đổ bộ lên bờ hò hét lăn xả vào chém giết. Quân Nguyễn bị những súng hỏa hổ đốt cháy hoảng kinh bỏ chạy tán loạn. Nguyễn Văn Hiền giục ngựa phá được vòng vây thì gặp Võ Văn Dũng vừa đổ bộ lên bờ cưỡi ngựa xông ra chận đường. Hai tướng không ai nói lời nào, vỗ ngựa xáp vào giao chiến. Đánh được mười hiệp, Nguyễn Văn Hiền bị Văn Dũng chém một đao nhào xuống ngựa, quân Tây Sơn liền xông tới cắt đầu. Toán quân Nguyễn mất chủ tướng nên quăng cả vũ khí bỏ chạy, quân Tây Sơn đuổi theo chém giết một lúc nữa, Võ Văn Dũng và Lý Tài thu quân nhắm hướng thành Phú Yên kéo tới.

Võ Văn Dũng và Lý Tài vừa đi một đoạn thì gặp Nguyễn Huệ từ thành Phú Yên dẫn quân đến tiếp viện. Dũng báo cáo tình hình cho Huệ nghe xong đã thấy toán quân của Võ Đình Tú rầm rập kéo đến nơi. Các tướng báo cáo tình hình, kiểm điểm lại bốn ngàn nghĩa quân Tây Sơn tham dự trận đánh này bị chết mất ba trăm, bị thương gần ngàn người. Trong khi đó một vạn rưỡi quân Nguyễn đã bị tan rã, số chết lên đến bảy ngàn, số đầu hàng gần hai ngàn. Nguyễn Huệ nói với các tướng:

- Vậy là hai vạn quân chủ lực của Ngũ dinh đã bị tiêu diệt, từ nay mặt Nam Nguyễn không còn là mối lo tâm phúc nữa.

Lý Tài hỏi:

- Còn năm ngàn quân Khánh Hòa và Bình Khang nữa. Thế nào chúng cũng kéo ra tiếp ứng cho Tống Phước Hiệp.

Huệ mỉm cười:

- Tôi đã có kế hoạch thành toàn cho bọn chúng, nay mai Lý tướng quân sẽ biết. Bây giờ chúng ta thu dọn lại thành Phú Yên, lo chữa trị cho những anh em bị thương và chờ tin. Phần anh Dũng mang hết số chiến thuyền về lại Quy Nhơn, anh còn nhiều việc phải làm ở đó.

Lý Tài nghe Nguyễn Huệ nói thư thả như chuyện không

có gì quan trọng thì trong bụng hồ nghi không tin về việc tiêu diệt toán quân Nguyễn ở Bình Khang, nhưng nhìn nét mặt các tướng lãnh Tây Sơn ai nấy đều tỏ vẻ tin tưởng, lại thi hành mệnh lệnh răm rắp thì trong bụng lấy làm kỳ, bởi vậy khi nghe Nguyễn Huệ sai Võ Văn Dũng mang hết chiến thuyền của mình về Quy Nhơn ông ta cũng chỉ im lặng không dám nói gì.

Nguyễn Huệ phân công cho một toán quân khỏe mạnh lo việc tu sửa lại những đổ nát của thành Phú Yên vì cuộc chiến đêm rồi, chàng lại đích thân điều khiển toán cứu thương và tự tay băng bó cho các nghĩa quân bị thương. Huệ hỏi một nghĩa quân:

- Tình hình lúc đó ra sao mà anh bị đâm trúng hông thế này?

Anh nghĩa quân trẻ đáp:

- Thưa chủ súy. Lúc đó mình em phải đấu tới ba tên lính Ngũ dinh, trời lại tối quá nên khi em đâm được hai tên thì bị tên thứ ba lụi cho một giáo mà không kịp trở tay. May nhờ có anh em khác xông vào cứu nếu không thì mạng em đã hui nhị tì rồi.

Huệ cười:

- Vậy là giỏi rồi, nhưng lần sau đừng để bị đâm mới giỏi hơn nữa.

Anh lính cười:

- Cũng nhờ em áp dụng bài võ một chống năm của chủ súy nên mới được vậy, nhưng em tập chưa nhuần nhuyễn nên chỉ giết được hai tên. Em sẽ cố gắng luyện tập nhiều hơn.

Huệ lại quay sang băng bó cho một anh nghĩa quân khác. Chàng hỏi:

- Anh trong toán kỵ mã bên cạnh tôi phải không? Anh Lý...

Anh nghĩa quân đáp thay:

- Dạ em là Lý Thông.

Huệ cười:

- Xin lỗi, anh em nhiều quá tôi không nhớ hết được. Đánh đấm thế nào mà để bị một giáo xuyên qua vai như thế?

Lý Thông đáp

- Dạ lúc đó em thấy chủ súy phóng ngựa đi trước xông vào thành nên cố phóng theo để đi đầu nhưng con ngựa của em không chạy nhanh bằng con Ô Truy của chủ súy bởi vậy phải tụt phía sau. Cũng may trong lúc hỗn loạn, một tên tướng Ngũ dinh lén phóng một ngọn giáo vào lưng chủy súy, em sợ chủ súy bị thương nên vội dạt ngựa sang hứng ngọn giáo đó. Cũng hay lúc em nhào xuống ngựa đã thấy tên khốn đó bị một nghĩa quân bạn chém một đao chết tốt. Đáng đời thằng đánh lén.

Huệ băng vừa xong chỗ vết thủng trên vai Lý Thông, nghe kể vậy thì vỗ nhẹ vào vai anh ta cười hì hì nói:

- Vậy là tôi nợ anh một mạng rồi. Tôi sẽ tìm cách đền lại.

Lý Thông bị Huệ vỗ vào chỗ vai bị thương thì đau lắm nhưng cũng cười nói:

- Dạ không cần đâu ạ. Em chỉ xin chủ súy một điều thôi.

Huệ hỏi:

- Anh nói đi.

Giọng Lý Thông trở nên trang trọng:

- Dạ, em chỉ xin lần sau ra trận, chủ súy để cho bọn em đi trước.

Huệ nhìn Lý Thông trợn mắt ngạc nhiên:

- Sao vậy? Tôi là chỉ huy của các anh mà?

Lý Thông xúc động nói:

- Chính vì chủ súy là chỉ huy nên mới không thể coi thường sinh mạng của mình, vì sinh mạng của toàn quân đều trông cậy vào nơi chủ súy.

Huệ lại vỗ mạnh hơn vào vai Lý Thông, lần này Lý Thông không chịu nổi rên lên:

- Ui da!!

Huệ cười:

- Ấy chết! Xin lỗi, tôi quên chỗ này anh đang bị đau. Anh nói sai rồi. Nếu tôi sợ chết không tiến lên trước thì các anh ai dám tiến lên. Hề! Phải chi Lý Thông ngày xưa cũng tốt như anh thì Thạch Sanh đâu phải chịu khổ dưới hang sâu. Hì… hì…

Lý Thông nghe Huệ nói cũng phì cười. Một nghĩa quân khác đang nằm kề bên nghe câu chuyện của hai người bèn nói sang:

- Chủ súy đã nói vậy thì bọn em sẽ liều chết để đánh địch và bảo vệ cho chủ súy.

Bọn thương binh trong toán quân Hòa Nghĩa của Lý Tài đang nằm quanh đó thấy Nguyễn Huệ vừa băng bó cho anh em vừa nói chuyện vui vẻ như bạn bè thì ngạc nhiên lắm. Sau khi Nguyễn Huệ đi rồi, một tên lính Hòa Nghĩa hỏi một nghĩa quân Tây Sơn, giọng hắn lơ lớ rất khó nghe:

- Ông Huệ là chủ súy mà sao tôi thấy ổng thân với các anh như anh em vậy? Hàng ngày vẫn thế à?

Anh nghĩa quân Tây Sơn nghiêm mặt đáp:

- Anh lấy làm lạ lắm phải không? Nhưng chủ súy tôi là vậy đó. Từ những tháng ngày tập luyện cho đến lúc ra trận, ổng đều coi chúng tôi như anh em, chia sẻ cực khổ và hiểm nguy cùng với mọi người, ổng chưa từng tự xem mình là tướng, chúng tôi là quân bao giờ. Ổng vẫn ngủ lều, có khi ăn bốc cùng với chúng tôi.

Tên lính Hòa Nghĩa nói:

- Sao mỗi lần nhìn ổng tôi thấy trong lòng cứ sợ đến phát khiếp, tôi tưởng ổng hung dữ lắm chớ?

Anh nghĩa quân Tây Sơn mỉm cười:

- Ổng hung dữ thiệt, nhưng chỉ với kẻ thù và những ai vi phạm quân kỷ mà thôi. Còn đối với mọi người bình thường, ổng hết sức hòa đồng và vui vẻ.

Tên lính Hòa Nghĩa lè lưỡi, trợn mắt tỏ ra hết sức kinh ngạc và khâm phục.

*

Viên tướng Nguyễn đóng quân ở Khánh Hòa là Tống Văn Khôi hay tin Phú Yên bị thất thủ vội đem quân đi gấp ra tiếp viện. Quân đi đến Tam Độc thì bị toán quân Tây Sơn do Nguyễn Văn Lộc chỉ huy phục bên đường núi bắn tên như mưa nên bị thương và chết như rạ. Sau đợt cung tiễn, quân Tây Sơn lại hò reo vang trời, từ trong núi đổ ra, xông vào chém giết. Tống Văn Khôi chưa hết hoảng kinh đã nghe có tiếng hét lớn:

- Tướng Nguyễn mau nộp mạng.

Cùng với tiếng thét xé màng nhĩ, Nguyễn Văn Lộc giục ngựa xốc tới như bay, cây roi trong tay đã như con giao long bay vút vào ngực Tống Văn Khôi. Văn Khôi vung đao ra gạt nhưng Văn Lộc đã biến thế, trầm tay roi xuống phóng thẳng vào nách Văn Khôi một chiêu tuyệt mạng. Văn Khôi không xoay trở kịp, la lên một tiếng nhào xuống ngựa, quân Tây Sơn nhào tới cắt thủ cấp. Hai ngàn quân Ngũ dinh còn lại như rắn mất đầu không còn tinh thần chiến đấu, quẳng giáo gươm bỏ chạy vào rừng. Văn Lộc hô quân đuổi theo chém giết một hồi nữa mới thu quân, gom góp lương thảo cùng chiến lợi phẩm kéo về Phú Yên.

Trong khi đó quan trấn thủ dinh Bình Khang là Bùi Công Kế nhận được phi vũ truyền thư của Tống Phước Hiệp liền kiểm điểm binh mã theo đường núi ra cứu Phú Yên. Quân Bùi Công Kế vừa qua khỏi Ninh Hòa đến một khúc quanh hiểm trở giữa đèo Đại Lãnh đã thấy có một toán quân Tây Sơn chờ sẵn giữa đèo. Dẫn đầu là một viên tướng mặt đỏ như chu sa tay cầm Huỳnh Long đao ngồi trên lưng con Huyết Long mã trông như tướng nhà trời. Bùi Công Kế trông thấy khí thế của viên tướng Tây Sơn thì giật mình, nhưng ông vốn là tay kiện tướng của Ngũ dinh nên lớn tiếng quát hỏi:

- Giặc Tây Sơn kia tên gì, sao dám cả gan đón đường quân ta? Có biết ta là ai không?

Quang Diệu lớn tiếng đáp:

- Biết chứ sao lại không, mà còn biết hôm nay là ngày

tàn của ngươi nữa.

Công Kế tức giận hét lớn:

- Ngông cuồng. Mau báo tên họ đi rồi chịu chết. Bùi Công Kế ta không giết kẻ vô danh bao giờ.

Quang Diệu cười lớn đáp:

- Tây Sơn đô đốc Trần Quang Diệu chính là ta.

Bùi Công Kế nghe nói kinh hãi thầm trong bụng. Trận đánh giữa Trần Quang Diệu và Nguyễn Cửu Dật ở Quảng Nam đã được truyền tụng toàn cõi Nam Hà như một trận đánh kinh thiên động địa nhất trong lịch sử mở cõi của quân Nguyễn, các tướng Nguyễn khi nghe nói đến tên Trần Quang Diệu đều kinh hãi mười phần. Công Kế biết hôm nay khó qua khỏi ải này nhưng cũng ôm quyền chào Quang Diệu:

- Thì ra là Trần đô đốc. Thật là nghe danh không bằng thấy mặt, Công Kế tôi hôm nay dù có chết cũng rất lấy làm vinh dự cho đời làm tướng của mình.

Quang Diệu nói:

- Tôi cũng từng nghe danh tướng quân là người nghĩa dũng, nhưng nay nhà Nguyễn khí số đã hết, trên thì chúa ám, dưới thì tham quan, ô lại đàn hặc bá tánh trăm chiều. Tây Sơn vì nghĩa đứng lên thay trời hành đạo để cứu bá tánh khỏi cảnh lầm than. Tướng quân sao không nghĩ đến đồng bào ruột thịt lại đi theo bọn mọt nước sâu dân cho uổng một đời anh kiệt làm vậy.

Công Kế nghiêm mặt nói:

- Tây Sơn các người làm chuyện phản nghịch, ta chưa lên tiếng mắng người, còn dám buông lời ngông cuồng, phạm thượng như vậy. Hôm nay ta dẫu chết cũng phải chết cho oanh liệt. Ngươi đừng nói nhiều.

Quang Diệu chỉ tay lên vách núi nói:

- Thức thời mới là người tuấn kiệt. Tướng quân hãy nhìn kìa.

Công Kế ngó lên vách núi bên phải thấy hàng ngàn quân Tây Sơn tay hườm sẵn cung tên cùng đồ dẫn hỏa, bên trái là mé biển, cao ngàn trượng thì trong dạ hoảng kinh. Một ý tưởng xoay nhanh trong đầu, Công Kế nhìn Quang Diệu nói:

- Tôi biết mình đang ở vào nơi tuyệt địa, nghe tướng quân là tay nghĩa dũng lại có lòng nhân hậu, thương kẻ cùng đường và đồng bào ruột thịt. Tôi muốn cùng tướng quân giao đấu một trận, bại thì xin chịu chết, chỉ xin tướng quân tha cho đám quân sĩ của tôi, họ cũng là đồng bào của mình. Không biết tướng quân có chịu hay không?

Công Kế đã đánh động lòng trắc ẩn của Quang Diệu, ông đáp:

- Được. Ta kính ông là tay anh hùng. May mà ta thắng, ta sẽ tha cho họ ra về yên ổn.

Công Kế chắp tay xá Quang Diệu nói:

- Tiếng đồn Quang Diệu tướng quân là người nhân hậu quả không sai. Hôm nay Công Kế này có chết cũng rất vui lòng.

Dứt lời bèn vỗ ngựa xốc tới, hươi đao chém Trần Quang Diệu. Quang Diệu thấy đường đao của Công Kế chém tới thì dạt ngựa né tránh, miệng khen:

- Đao pháp hay lắm.

Rồi vung đao tấn công. Qua hai mươi hiệp giao tranh, bỗng nghe Trần Quang Diệu hét lớn một tiếng, thanh đao trong tay gạt mạnh làm cây đao của Bùi Công Kế vuột khỏi tay bay ra xa, cắm vào vách núi, tiện đà, Quang Diệu xốc ngựa tới với tay ôm lấy eo Bùi Công Kế vật xuống đất, quân Tây Sơn liền nhào vô định trói Công Kế lại nhưng Quang Diệu đã nhảy xuống ngựa nạt quân sĩ lui ra, tự tay đỡ Công Kế dậy nói:

- Tôi từng mộ danh tướng quân là tay kiêu dũng, nay khí số nhà Nguyễn đã hết, Tây Sơn đang thay trời hành đạo cứu vớt bá tánh cùng khổ trong thiên hạ, tướng quân nên bỏ chỗ tối về nơi sáng để làm lên nên nghiệp lớn, nêu danh thiên cổ.

Công Kế ngửa cổ khẳng khái nói:

- Tôi đã là bại tướng nhưng thờ chúa quyết không hai lòng, muốn chém giết cứ tùy ý, xin đừng làm nhục.

Quang Diệu biết không thể dụ hàng Công Kế được nên rút thanh đoản đao ra đưa cho. Công Kế nhận thanh đao, quay mặt vào Nam lạy ba lạy rồi đâm mạnh vào tim tự sát. Quang Diệu chắp tay vái xác Bùi Công Kế một vái sau đó lớn tiếng hỏi quân sĩ Ngũ dinh:

- Chủ tướng các ngươi đã tự sát, ai muốn theo quân Tây Sơn lập công danh thì sang bên này, người nào không thuận thì ta cho tự do trở về.

Ba ngàn quân Ngũ dinh nghe nói lập tức quay người bỏ chạy, số quân theo về Tây Sơn chỉ chừng độ vài trăm tên. Quang Diệu cảm khái lẩm bẩm:

- Quân tướng nhà Nguyễn đều trung thành với chúa thế này, việc tiêu diệt chúng e sẽ còn rất nhiều khó khăn.

Bèn sai người chôn cất Bùi Công Kế tử tế rồi dẫn quân trở về Phú Yên. Nguyễn Huệ họp các tướng lại nói:

- Đại quân Ngũ dinh đã bị tan rã, mặt Nam không còn gì đáng lo nữa, chúng ta sẽ tính đến mặt Bắc. Thành Phú Yên này giao lại cho Lý tướng quân coi ngó, nhớ quản thúc anh em, đừng để xảy ra những việc đáng tiếc như ở Hội An lúc trước.

Lý Tài bấy nay cứ tưởng mình là viên tướng lãnh trụ cột của Tây Sơn, nay bỗng dưng bị một viên tướng trẻ mới hai mươi ba tuổi điều khiển thì trong lòng không vui lắm, tuy vậy tiếng nói sang sảng và ánh mắt như điện của Nguyễn Huệ đã làm cho ông ta phát khiếp nên vội nói:

- Tướng quân an tâm, tôi sẽ coi sóc tốt mọi việc ở đây.

Nguyễn Huệ hỏi viên tri huyện Đồng Xuân là Bạch Doãn Triều vừa bị nghĩa quân bắt tới:

- Tri huyện làm việc ở đây đã lâu, lại có tình nghĩa với Tây Sơn, nay tôi muốn nhờ tri huyện giúp Lý tướng quân một tay để cai trị phủ Phú Yên, không biết ngài có thuận cho không?

Bạch Doãn Triều vội vàng chắp tay nói:

- Tướng quân đã không trách tội lại còn giao cho công việc, Doãn Triều tôi đội ơn không hết sao dám chối từ.

Đang bàn bạc thì có thám báo vào báo:

- Bẩm chủ súy, anh em Châu Văn Tiếp đã bỏ nhà dẫn hết thủ hạ lên núi Tà Lương rồi.

Huệ mỉm cười nói:

- Vậy à. Như thế cũng tốt. Anh tiếp tục theo dõi họ nhé.

Người thám báo vâng dạ lui ra. Quang Diệu hỏi:

- Văn Tiếp lui binh lên Tà Lương là có ý chống lại chúng ta, sao không nhơn dịp này trừ phứt đi để tránh hậu hoạn.

Huệ đáp:

- Châu Văn Tiếp là chỗ bạn bè với anh Cả từ xưa, cứ để cho ông ta lộ hẳn sự chống đối rồi trừ sau cũng chưa muộn.

Nguyễn Huệ lại dặn Bùi Thị Xuân:

- Chị, anh Duyệt, anh Bưu và anh Long về lại Tây Sơn cố gắng thao luyện đàn voi cho thuần thục, chuẩn bị đàn ngựa cho thật nhiều, sắp tới chúng ta sẽ cần đến chúng.

Bùi Thị Xuân và Trần Quang Diệu nhìn nhau ngầm hiểu sự tế nhị của Nguyễn Huệ khi để hai người cùng về Tây Sơn là muốn cho họ có thời gian sum hợp sau mấy năm dài chia cách. Cả hai vui vẻ nói:

- Chúng tôi sẽ cố gắng.

Đặng Văn Long vốn là bạn học cũ của Nguyễn Huệ ở trường thầy giáo Hiến. Năm đó Văn Long về quê ăn Tết, vì mẹ già trở bệnh nên phải ở nhà chăm sóc. Sau mẹ Văn Long từ trần, chàng phải ở nhà cư tang. Lúc mãn tang mẹ, nghe Nguyễn Huệ đang chiêu mộ binh lính và luyện tập ở An Khê nên Long tìm tới đầu quân. Huệ vốn biết Long là người có tài nên giữ lại cùng mình huấn luyện nghĩa quân. Trong kế hoạch đánh Phú Yên, Huệ phân công cho Long đi cùng toán tượng binh của Bùi Thị Xuân đánh trại giặc ở núi Xuân Đài.

Cắt đặt xong mọi việc, Nguyễn Huệ rút quân về Quy

Nhơn. Trên đường đi Võ Đình Tú hỏi Huệ:

- Tôi thấy Lý Tài có vẻ không phục anh cho lắm. Anh để hắn ở lại giữ Phú Yên một mình e hắn có dị tâm chăng?

Huệ mỉm cười:

- Từ lúc đầu, thầy đã nói Lý Tài có tướng lang cố, là kẻ phản phúc. Hắn chỉ giỏi trên biển, nay tôi thu hết chiến thuyền, hắn như cá ở trên cạn vậy. Hơn nữa, Tây Sơn cần phải loại dần những phần tử có dị tâm để lực lượng chúng ta thống nhất hơn, cho dễ làm việc.

Tú gục gật đầu tỏ vẻ tâm đắc:

- Anh tạo cơ hội cho hắn sanh tâm rồi trừ đi phải không?

Huệ gật đầu:

- Như vậy vừa làm động tác thanh lọc nội bộ vừa tránh tiếng là Tây Sơn vắt chanh bỏ vỏ.

Trận thắng nhanh chóng và vang dội ở Phú Yên của quân Tây Sơn làm cho Hoàng Ngũ Phúc đang định tiến quân đến Châu Ổ, gần Bến Ván, phải dừng lại. Nguyễn Nhạc liền sai Phan Văn Tuế mang thư báo công ra cho Ngũ Phúc, xin phong cho Nguyễn Huệ làm Tây Sơn hiệu tiền phong tướng quân. Bấy giờ Ngũ Phúc đã nhận được ấn kiếm và sắc phong cho Nguyễn Nhạc do Trịnh Sâm gởi vào, nhân việc này bèn sai viên chưởng thư ký của mình là Nguyễn Hữu Chỉnh mang vô Quy Nhơn.

Mùa đông rồi quân Trịnh bị chết vì dịch bệnh quá nhiều, bản thân Hoàng Ngũ Phúc cũng nhiễm bệnh nên rất suy nhược, ông bèn cho rút hết quân về Phú Xuân, bỏ

Quảng Nam lại cho Tây Sơn.

*****

Hết tập 1 - Mời các bạn xem tiếp tập 2

RẠCH GẦM - XOÀI MÚT

MỤC LỤC

Tìm đọc:

Phần 1 của **Trường thiên Tây Sơn Tam Kiệt**

Tức

Én Liệng Truông Mây

Trọn bộ 4 cuốn, 1.800 trang giá $60 USD + shipping
Nhà xuất bản Trẻ - Sài Gòn phát hành năm 2014.
    ISBN-10: 0996111301
    ISBN-13: 978-0996111300

Sách bán tại: **Amazon.com/En-Lieng-Truong-May**

Giá $60USD + shipping

Mua sách với chữ ký của tác giả:

Giá $70 USD + shipping

xin liên hệ:

Vũ Thanh

Email: thanhquang57@gmail.com
Facebook: www.facebook.com/vuthanh2014
Điện thoại: **954-684-1875**

Đón đọc:

Phần 3 của trường thiên **Tây Sơn Tam Kiệt**

tức   **Gia Định Tam Hùng**

để biết:

- Tình trạng triều đại Tây Sơn sau khi Quang Trung băng hà.
- Nguyễn Ánh trở lại Gia Định với sự hỗ trợ của nước Pháp.
- Cuộc chiến khốc liệt giữa Nguyễn Ánh và - Quang Toản.
- Gia Định Tam Hùng là những ai.
- Cuộc trả thù vô tiền khoáng hậu của Nguyễn Ánh với Tây Sơn.
- Những cái chết lẫm liệt của Tây Sơn Thất Hổ và Ngũ Phụng.

Quý độc giả đã yêu mến phần 1

Én Liệng Truông Mây

và phần 2

Nhất Thống Sơn Hà

xin đừng bỏ qua phần 3

Gia Định Tam Hùng

của tác giả

Vũ Thanh

Trường thiên tiểu thuyết lịch sử TÂY SƠN TAM KIỆT
Phần 2

NHẤT THỐNG SƠN HÀ
TẬP 1: ÁO VẢI CỜ ĐÀO
VŨ THANH

....

Biên tập và trình bày: VÕ THANH VÂN

Bìa: Họa sĩ **V.D.**

....

Printed in the United States of America
by:
CeateSpace, a DBA of On-Demand Publishing, LLC
an AMAZON Company

ISBN 13: 978-0-9961113-1-7
ISBN-10: 099611131X
*
Tác giả tự xuất bản và giữ bản quyền. Hoa Kỳ 2015.

....

Mua sách với chữ ký tác giả: giá $89.50 USD
Trọn bộ 4 cuốn. Free shipping trên toàn Hoa Kỳ.
Xin liên lạc về:
Vũ Thanh - Võ Thanh Quang
3096 Bayberry Way
Margate, Florida 33063
Email: thanhquang57@gmail.com
Facebook: www.facebook.com/vuthanh2014
Điện thoại: 954-684-1875

****